AF741994

കാനൽത്തുള്ളികൾ

kanalthullikal
novel

•

c radhakrishnan

•

first chintha edition
february 2016

•

typesetting
greenline

•

published
chintha publisheres, thiruvananthapuram

•

printed
repro india ltd, mumbai

•

cover
midas

•

Rights reserved

വിതരണം

ദേശാഭിമാനി ബുക്ക് ഹൗസ്
H O തിരുവനന്തപുരം–695 035
phone: 0471-2303026, 6063026
www.chinthapublishers.com
chinthapublishers@gmail.com

ബ്രാഞ്ചുകൾ

ഹെഡ്ഡാഫീസ് ബ്രാഞ്ച് കുന്നുകുഴി • സ്റ്റാച്യു തിരുവനന്തപുരം • കെ എസ് ആർ ടി സി ബസ് സ്റ്റേഷൻ ആലപ്പുഴ • കെ എസ് ആർ ടി സി ബസ് സ്റ്റേഷൻ എറണാകുളം • മച്ചിങ്ങൽ ലെയിൻ തൃശൂർ • ഐ ജി റോഡ് കോഴിക്കോട് • മാവൂർ റോഡ് കോഴിക്കോട് • എൻ ജി ഒ യൂണിയൻ ബിൽഡിങ് കണ്ണൂർ • സെൻട്രൽ ബസ് ടെർമിനൽ കോംപ്ലക്സ് താവക്കര കണ്ണൂർ

CO - 2323 / 3827
ISBN - 978-93-85045-622

കാനൽത്തുള്ളികൾ

(നോവൽ)

സി രാധാകൃഷ്ണൻ

ചിന്ത പബ്ലിഷേഴ്സ്
തിരുവനന്തപുരം-695 035

സി രാധാകൃഷ്ണൻ

പ്രശസ്ത നോവലിസ്റ്റും എഴുത്തുകാരനും. 1939 ഫെബ്രുവരി 15 ന് തിരൂരിൽ ജനിച്ചു. കോഴിക്കോട് ഗുരുവായൂരപ്പൻ കോളേജ്, പാലക്കാട് വിക്ടോറിയ കോളേജ് എന്നിവിടങ്ങളിൽ വിദ്യാഭ്യാസം പൂർത്തിയാക്കി. മലയാളത്തിലെയും ഇംഗ്ലീഷിലെയും നിരവധി പ്രസിദ്ധീകരണങ്ങളിൽ ലേഖകനായും പത്രാധിപരായും പ്രവർത്തിച്ചിട്ടുണ്ട്. ഇന്ത്യൻ ദേശീയ ചലച്ചിത്ര മേളയുടെ അവാർഡു കമ്മിറ്റി അംഗം, ഇന്ത്യൻ പനോരമ ചലച്ചിത്ര തിരഞ്ഞെടുപ്പ് കമ്മിറ്റി അംഗം എന്നീ നിലകളിൽ പ്രവർത്തിച്ചു. പത്തോളം സിനിമകൾക്ക് തിരക്കഥയും സംഭാഷണവും നിർവ്വഹിച്ചു. നാല് സിനിമകൾ സംവിധാനം ചെയ്തു. കേന്ദ്ര സാഹിത്യ അക്കാദമി പുരസ്കാരം, കേരള സാഹിത്യ അക്കാദമി പുരസ്കാരം, മൂർത്തീദേവി പുരസ്കാരം, വയലാർ അവാർഡ്, പണ്ഡിറ്റ് കറുപ്പൻ പുരസ്കാരം തുടങ്ങി നിരവധി അവാർഡുകൾ ലഭിച്ചു. 2010 ൽ കേരള സാഹിത്യ അക്കാദമി വിശിഷ്ടാംഗത്വം നല്കി ആദരിച്ചു.

തീക്കടൽ കടഞ്ഞ് തിരുമധുരം, ഉള്ളിൽ ഉള്ളത്, ഇനിയൊരു നിറകൺചിരി, മുൻപേ പറക്കുന്ന പക്ഷികൾ, കരൾ പിളരും കാലം, എല്ലാം മായ്ക്കുന്ന കടൽ, ഇവിടെ എല്ലാവർക്കും സുഖം തന്നെ, സ്പന്ദമാപിനികളേ നന്ദി, പുള്ളിപ്പുലികളും വെള്ളിനക്ഷത്രങ്ങളും തുടങ്ങി നാല്പതിലധികം കൃതികൾ.

ഉള്ളടക്കം

പ്രസാധകക്കുറിപ്പ്

സി രാധാകൃഷ്ണൻ കഥ പറച്ചിലിന്റെ മാസ്റ്ററാണ്. ഏതു വിഷയവും അനായാസമായി കൈകാര്യം ചെയ്യാൻ അദ്ദേഹത്തിനുള്ള കഴിവ് അംഗീകരിക്കപ്പെട്ട ഒന്നാണ്. അമ്മു എന്ന സുനന്ദ. അമ്മയില്ലാത്ത കുട്ടി. അവളെ വാത്സല്യത്തോടെ വളർത്തിയ അച്ഛൻ. പ്രണയിച്ച് കൊതിതീരും മുമ്പ് അവളെ വിട്ടുപോയ സുന്ദരൻ. അവളെ കാത്തിരുന്ന സിനിമ. മുഖച്ഛായത്തിനുള്ളിൽ പിടഞ്ഞ സ്ത്രീ. അവൾക്കു മുമ്പിൽ വന്നുപോയ കഥാപാത്രങ്ങൾ. ഒടുവിൽ കൊലക്കുറ്റം ആരോപിക്കപ്പെടുകയും ചിത്തരോഗിയായി അഴികൾക്കുള്ളിൽ കഴിയേണ്ടിവരികയും ചെയ്ത അവൾക്കുമുന്നിലും പ്രകാശത്തിന്റെ ഒരു തുണ്ട് കടന്നുവന്നു. സ്ത്രീജീവിതത്തിന്റെ രേഖാചിത്രമാണ് സി രാധാകൃഷ്ണൻ അനായാസേന വരച്ചിടുന്നത്.

ചിന്ത പബ്ലിഷേഴ്സ്

1

വിചാരണയുടെ തുടക്കം

ശ്രീപാർവ്വതിയുടെ ചിത്രം ഈ മുറിയുടെ ചുമരിൽ തൂക്കിയിട്ടതാരാണ്? നാലു കൊല്ലം മുമ്പത്തെ കലണ്ടർ. ഇപ്പോഴത്തെ മാസവും തീയതിയുമൊന്നും അതിൽ നോക്കിയാൽ അറിയില്ല. പഴകി മഞ്ഞപ്പ് പിടിച്ച ഒരു ചിത്രം. ജനലിലൂടെ കാറ്റു വരുമ്പോൾ കരകരയെന്നു ശബ്ദിക്കും. പരുപരുത്ത ചുവരിൽ കടലാസും തകരത്തുണ്ടും ഉരയുന്ന ഒച്ച. ചിത്തരോഗാശുപത്രിയിലെ മുറിയിലെന്തിനു പാർവ്വതി? എനിക്കറിയില്ല. മുറിയിൽ അനക്കമുള്ള ഒരേയൊരു വസ്തു ആ ചിത്രമാണ്. കണ്ടില്ലെന്നു നടിക്കാൻ വയ്യ. രാത്രിയുടെ ഏകാന്തതയിൽ ചിത്രം ചുമരിലുരസുമ്പോൾ പേടിയാകുമായിരുന്നു. ഇപ്പോഴില്ല.

ശ്രീപാർവ്വതി എന്റെ കൂട്ടുകാരിയായിരിക്കുന്നു. എനിക്കിഷ്ടമായി. എന്നേയും ഇഷ്ടമായോ എന്തോ. പാർവ്വതിയുടെ മുഖത്ത് ഭാവഭേദങ്ങൾ കാണാറുണ്ട്. നല്ല ചിത്രം. മുന്നിൽ ചെന്നുനിന്നു ചിരിച്ചാൽ ഇങ്ങോട്ടും ചിരിക്കും. മുറിയിൽ ഏത് ഭാഗത്ത് ചെന്നു നിന്നാലും എന്നെത്തന്നെ നോക്കുകയും ചെയ്യും.

പാർവ്വതി തന്നെയോ എന്നു നിശ്ചയവുമില്ല. പാർവ്വതിയെന്നു ഞാൻ കരുതുന്നു. എന്തേ അങ്ങനെ കരുതാൻ എന്നും അറിയില്ല. പിന്നിൽ മഞ്ഞുമല കാണുന്നതുകൊണ്ടായിരിക്കാം. കൈയിൽ ശിവനെ പൂജിക്കാനുള്ള പൂക്കളുള്ളതുകൊണ്ടുമായിരിക്കാം.

മുഖഭാവം പാർവ്വതിയുടെ മുഖഭാവമാണ്. അതായത്, വറ്റാത്ത പ്രതീക്ഷ. പിന്നെ, ലാളിത്യം. മുന്നിട്ടുനില്ക്കുന്ന ഭാവം കൃത്രിമത്വമില്ലായ്മ. അഭിനയിക്കുകയേയല്ല എന്ന് എനിക്ക് മനസ്സിലാവുന്നുണ്ട്.

അപ്സരസും പാർവ്വതിയുമൊന്നുമല്ലെങ്കിലും ഒരു സ്ത്രീയാണല്ലോ. ഞാനും പെണ്ണൊരുത്തി. എന്റെ മുന്നിൽ പൂന്തോപ്പല്ല, ഇടതും വലതും പൂക്കളല്ല, പിന്നിൽ മഞ്ഞുമലയല്ല. ഭ്രാന്താശുപത്രിയുടെ ചുവരുകൾ.

അത്രയും അല്ല വ്യത്യാസം. വേറെയും നൂറായിരമുണ്ട്.

ചിത്രം ആര് വരച്ചതായാലും പാർവ്വതിയുടെ രൂപം ഇങ്ങനെയായിരുന്നുവെന്നു കരുതാം. വരച്ചയാളുടെ അമ്മയുടെയോ കാമുകിയുടെയോ ഭാര്യയുടെയോ മുഖമായിരിക്കാം ഇത്. അത്രയൊക്കെയല്ലേ മനുഷ്യർക്ക് കഴിയൂ? പാർവ്വതിയെ നേരിൽ കണ്ടവരാരും ഇല്ലല്ലോ. മനസ്സിൽ കണ്ടവരും ഏറെയില്ല. കണ്ടവരിൽ മിക്കവർക്കും വരയ്ക്കാനും അറിയില്ല.

വീർപ്പുമുട്ടിക്കുന്ന വെള്ളച്ചായമടിച്ച ചുവരിൽ ഇങ്ങനെയൊരു ചിത്രമെങ്കിലുമുണ്ടായത് പുണ്യം.

സത്യം പറഞ്ഞാൽ, ഈ ചിത്രത്തോട് സംസാരിച്ചുകൊണ്ടാണ് ഇത്രയും നാൾ ഞാൻ ഭ്രാന്തുപിടിക്കാതെ കഴിച്ചുകൂട്ടിയത്.

ഇല്ല, ഡോക്ടർ, എനിക്ക് ഭ്രാന്തില്ല. ഉണ്ടെന്ന് ഞാൻ അഭിനയിക്കുക മാത്രമായിരുന്നു. അഭിനയിക്കാൻ എനിക്ക് നന്നായി അറിയാം. നൃത്തം ചെയ്യാനും ഒരുവിധം അറിയാം. ഇത് രണ്ടുമാണല്ലോ എന്നെ താരമാക്കിയതും ഈ നിലയിലാക്കിയതും. എനിക്ക് ഭ്രാന്താണെന്ന് ഞാൻ വെറുതെ പറയുകയായിരുന്നു.

ഡോക്ടറും അത് വിശ്വസിച്ചു കാണും. സമർത്ഥമായി തന്നെയാണ് ഞാൻ അഭിനയിച്ചു പോരുന്നത്.

എന്റെ ജീവിതത്തെക്കുറിച്ച് ഏതാനും തീരുമാനങ്ങൾ എടുത്തു കഴിഞ്ഞു, ഞാൻ. അതുകൊണ്ട് ഇപ്പോൾ സത്യം പറയുന്നു. എനിക്ക് ഭ്രാന്തില്ല. ഒരിക്കലും ഉണ്ടായിരുന്നുമില്ല.

ഇല്ലെങ്കിൽ പിന്നെ ഒരു ചെറുപ്പക്കാരന്റെ കഴുത്ത് കടിച്ചു പൊട്ടിച്ച് കൊന്നതെന്തിനെന്ന് ഡോക്ടർ ചോദിക്കുമായിരിക്കാം. പറയാം. ഉണ്ടായത് മുഴുവൻ പറയാം.

ഭ്രാന്തില്ലെങ്കിൽപ്പിന്നെ അരവിന്ദന്റെ മകളും കൊച്ചുകുട്ടിയുമായ ബാലനടി മീനയുടെ രണ്ടു കവിളുകളും കടിച്ചു പറിച്ച് മുഖം വികൃതമാക്കാൻ ശ്രമിച്ചതെന്തിനെന്നും ഡോക്ടർ ചോദിക്കുമായിരിക്കും. അതും പറയാം.

കാരണമില്ലാതെ കൈകൊട്ടി ചിരിക്കുന്നതും കരയുന്നതും മുറിയിൽ വെറുതെ നൃത്തം ചെയ്യുന്നതുമെല്ലാം ഭ്രാന്തല്ലേ എന്നു ചോദിക്കുമായിരിക്കാം. ഏറക്കുറെ അഭിനയിക്കുകയാണെങ്കിലും ഞാനിതിൽ സന്തോഷം കണ്ടെത്തുന്നുണ്ട്. ഭ്രാന്തില്ലെങ്കിലും കൈകൊട്ടി ചിരിച്ചുകൂടെ? ആരെന്തു വിചാരിക്കുമെന്ന ചിന്തയില്ലാതെ കൈകൊട്ടി ചിരിക്കാൻ കഴിയുന്നത് വലിയ സ്വാതന്ത്ര്യമാണ്. അതുപോലെതന്നെ കരച്ചിലും. ഭ്രാന്തില്ലാത്ത അവസ്ഥയിൽ ഒരിക്കലും എനിക്ക് കരയാൻ സ്വാതന്ത്ര്യമില്ലായിരുന്നു. നൂറ് ചോദ്യങ്ങളുയരും. എന്താ സുനന്ദേ, എന്തുപറ്റി എന്നു തുടങ്ങി സ്വൈര്യം കെടുത്തുന്ന നൂറ് നൂറ് ചോദ്യങ്ങൾ. അന്നും എനിക്ക് തോന്നിയിരുന്നു, ഉറക്കെയുറക്കെ കരയാൻ. ഒരു കുട്ടിയെപ്പോലെ വാവിട്ടു കരയാൻ. എന്റെ ശബ്ദം അടയുന്നതുവരെ അലറിക്കരയാൻ. പറ്റിയിരുന്നില്ല. പിന്നെ, നൃത്തം. താളം എത്ര സുഖകരമാണെന്ന് ഡോക്ടർക്കറിയില്ലായിരിക്കാം, നന്നായി. നാല് താളം ചവിട്ടിയാൽ നന്നായി ഒന്ന് ഉറങ്ങിയതിനേക്കാൾ സുഖമാണ്. പ്രത്യേകിച്ചും യാതൊരു അനക്കവുമില്ലാതെ നില്ക്കുന്ന ചുവരുകൾക്കകത്ത് താളം ചവിട്ടാൻ ആർക്കാണ്

തോന്നാതിരിക്കുക? അതും ആർക്കും വേണ്ടിയല്ലാതെ, എനിക്കുതന്നെ യായിട്ട്? ക്യാമറയില്ലാതെ, വിളക്കുകളില്ലാതെ, താളം മുഴുവനാക്കും മുമ്പ് നിർത്താൻ പറയുന്ന സംവിധായകനില്ലാതെ, അശ്ലീലച്ചുവയുള്ള പാട്ടിന്റെ അകമ്പടിയില്ലാതെ....

ഡോക്ടർക്കറിയില്ല, ഈ മുറിയിൽ എനിക്ക് എന്തുമാത്രം സുഖമായിരുന്നുവെന്ന്. സുന്ദരേട്ടൻ മരിച്ചതിൽപ്പിന്നെ, അച്ഛൻ മരിച്ചതിൽപ്പിന്നെ, രണ്ടാമത്തെ അച്ഛനും മരിച്ചതിൽപ്പിന്നെ, ഇത്രയും സുഖമായി ഞാൻ ദിവസങ്ങൾ കഴിച്ചു കൂട്ടിയിട്ടില്ല. ഒരു ദിവസവും കഴിച്ചുകൂട്ടിയിട്ടില്ല. ഈ മുറിയിലെത്തിയപ്പോൾ സുഖമായി.

പക്ഷേ, ആ സുഖവും എനിക്ക് വിധിച്ചതല്ലെന്ന് തീർച്ചപ്പെട്ടു കഴിഞ്ഞു. തലയിലെഴുത്ത്, പഴമക്കാർ അങ്ങനെയാണ് പറയാറ്. ആ എഴുത്ത് ഞാൻ കണ്ടിട്ടുമുണ്ട്, എന്റെയല്ല. മറ്റൊരാളുടെ. ആരുടെയെന്നറിയില്ല. ആണോ പെണ്ണോ എന്നും അറിയില്ല. കാണിച്ചുതന്നത് സുന്ദരേട്ടനാണ്. ഞങ്ങൾക്കിരുവർക്കും മാത്രമായുള്ള സ്വർഗ്ഗമായി ഭൂമി നിലനിന്ന കാലത്ത്. ഒരു സന്ധ്യക്ക്. ഞങ്ങൾ പുഴയിൽ നടക്കാനിറങ്ങിയതായിരുന്നു. മണൽത്തിട്ടകളിലൂടെ കുറെ നടന്നു. കുറെ ഓടി, മണലിൽ കുറെ തവണ കുഴഞ്ഞു വീണു. വീണ ആളെ മറ്റേയാൾ പിടിച്ചെഴുന്നേല്പിച്ചു. മണൽ കഴിച്ചും കുമിച്ചും രസിച്ചു. കുഴിക്കുന്നതിനിടയിലാണ് തലയോട് കണ്ടത്. മഞ്ഞപിടിച്ച വെളുപ്പു നിറം. പല്ലിളിച്ച പ്രകൃതി. സുന്ദരേട്ടൻ തലയോട് കാലുകൊണ്ട് തട്ടിത്തട്ടിയുരുട്ടി അതിനകത്തെ മണ്ണ് കളഞ്ഞു. ആ മണ്ണിൽ ഏതാനും പ്രാണികളുമുണ്ടായിരുന്നു. ഞാൻ ഭയന്നു. ആ തലയുടെ ഉടമസ്ഥതയെക്കുറിച്ചാണ് ഞാൻ ഓർത്ത് വിഷമിച്ചത്.

സുന്ദരേട്ടൻ ചോദിച്ചു, “അമ്മിണീ, നിനക്ക് തലേലെഴുത്ത് കാണണോ? ഇതാ നോക്ക്.”

അന്നെന്റെ പേര് അമ്മിണിയെന്നായിരുന്നു.

ഞാൻ കുനിഞ്ഞു നോക്കി. ശിരസ്സിന്റെ ഒത്ത നടുവിലൂടെ വളഞ്ഞു പുളഞ്ഞു പോകുന്ന ഒരു വര. കുത്തിവരച്ചതു പോലെ. അക്ഷര വടിവില്ലാതെ ആരോ എഴുതിയതുപോലെ തന്നെ.

“വായിക്കാൻ പറ്റ്വോ?” എന്നായി നേരിയ ചിരിയോടെ സുന്ദരേട്ടൻ.

എനിക്കു പേടിയാണ് തോന്നിയത്.

പറ്റില്ലെന്ന് ഞാൻ തലയാട്ടി.

സന്ധ്യ മുറിഞ്ഞു വരികയായിരുന്നു. എനിക്ക് കൂടുതൽ പേടിയായി. പുഴയോരങ്ങൾ കറുത്തു കഴിഞ്ഞു. വവ്വാലുകൾ പറന്നും തുടങ്ങി. പക്ഷികൾ നീട്ടിക്കരഞ്ഞു. ധാരാളം നിറക്കൂട്ടുണ്ടായിരുന്ന മേഘങ്ങൾ ഇരുണ്ടു. ആകാശത്തിന്റെ നീല നിറം എത്ര പെട്ടെന്നാണ് കറുപ്പായത്.

ഞാൻ പറഞ്ഞു, “നമ്മക്ക് പുവ്വാം.”

ഒളിക്കാനൊന്നും എവിടെ പോയാലും ഭൂമിയിൽ സ്ഥലമില്ലെന്നാണ് സുന്ദരേട്ടൻ പറഞ്ഞത്. തലേലെഴുത്ത് ബാക്കിയാവുമെന്ന്. എന്നിട്ട് ചിരിച്ചു.

അന്ന് അങ്ങനെ പറഞ്ഞത് ശരിയാണെന്ന് ഇപ്പോൾ തോന്നുന്നു.

സുന്ദരേട്ടന്റെ ഒരു പ്രത്യേക രീതിയായിരുന്നു ഇത്. ചെടിയിൽ ഓർക്കാപ്പുറത്ത് ഒരു പൂവുണ്ടാകുന്നതുപോലെ സുന്ദരേട്ടൻ ചിലതു പറയും. അതു സുന്ദരേട്ടനെ സുന്ദരേട്ടനേക്കാൾ വലുതാക്കും. എത്രയോ വലുതാക്കും. വളരെ വളരെ വലിയ ഒരാൾ. ആയുസ്സിന് അറ്റമില്ലാത്ത ഒരാൾ. ഭഗവാൻ പണ്ട് വിശ്വരൂപം കാണിച്ചതുപോലെ. തെല്ലിടയേ ഉണ്ടാവൂ. നാശങ്ങളുടെ അപ്പുറത്തേക്കും ഇപ്പുറത്തേക്കും നീണ്ടു പരന്നുയർന്നു നില്ക്കുന്ന ആ സങ്കല്പദൃശ്യം ഞൊടിയിടയിൽ സുന്ദരേട്ടൻതന്നെ ഇല്ലാതാക്കുകയും ചെയ്യും. ഒരു ചെറിയ ചിരിയോടെ. അല്ലെങ്കിൽ ഒരു ചെറിയ അനക്കത്തോടെ.

എന്റെ കൈ പിടിക്കുകയും സ്വന്തം പെരുവിരലിൽ ഒപ്പം തന്നെ കുനിഞ്ഞു നോക്കുകയും ചെയ്ത് സുന്ദരേട്ടൻ പറഞ്ഞു, "എന്തോ കുത്തി, എല്ലുന്തുണ്ടാണോ, മുള്ളാണോ അറീല്ല്യ."

മുടിക്കും തൊലിക്കുമടിയിൽ എന്റെ തലയിലുമുണ്ടാവും ഒരു എഴുത്ത്. അതിന്റെ ഊക്കിലാവും എന്റെ പോക്ക്. അല്ലെങ്കിൽ ഇതെല്ലാം ഇങ്ങനെ വന്നതെങ്ങനെ. അറിഞ്ഞുകൊണ്ട് ഒരു തെറ്റും ഞാൻ ചെയ്തിട്ടില്ല. പിടിച്ചു നില്ക്കാൻ കിണഞ്ഞു പരിശ്രമിച്ചു. ഒഴുക്ക് സമ്മതിച്ചില്ല. എന്റെ സ്വന്തം സന്തോഷത്തിനായി ഒന്നും ഞാൻ ചെയ്തിട്ടുമില്ല. എല്ലാവരേയും സ്നേഹിച്ചു. എല്ലാവരേയും സഹായിക്കാൻ ശ്രമിച്ചു. അത്രയേ ഉണ്ടായിട്ടുള്ളു. അത് തെറ്റായി പോയോ? ആയെന്നു ഡോക്ടർ പറയുമോ? പറഞ്ഞാൽ ഞാൻ ചിരിക്കും. ഭ്രാന്തുകൊണ്ടുള്ള ചിരിയല്ല. അങ്ങനെ ചിരിച്ചാൽ ഭ്രാന്തിയായിക്കൂടെന്നല്ല ഞാൻ പറയുന്നത്. ചിരിച്ചാലും കരഞ്ഞാലും, രണ്ടും ചെയ്യാതിരുന്നാലും നൃത്തം ചെയ്താലും എല്ലാം ഭ്രാന്തിന്റെ തുടക്കമാകാമല്ലോ. ഇന്നത്തെ പരിതഃസ്ഥിതിയിൽ ഭ്രാന്ത് വരില്ലെന്നുറപ്പാകണമെങ്കിൽ മണലിലെ തലയോടിന്റെ അവസ്ഥയിലെത്തണം. മരിച്ചു കഴിയണം. മരിച്ചാലും പോരാ, തലയോടാവണം.

ചിരിക്കുന്നവരെ കാണുമ്പോൾ, കാരണമെന്തെന്ന് അന്വേഷിക്കുവാൻപോലും നില്ക്കാതെ എനിക്ക് ചിരിവരാറുണ്ട്. കുട്ടിക്കാലത്തേ ഉള്ളതാണ്. കാരണം അറിഞ്ഞു വരുമ്പോൾ ചിലപ്പോൾ ചിരിക്കാൻ കഴിയാതെ പോകും. കരച്ചിലിന്റെ കഥയും അതുതന്നെ. എല്ലാവരും കരയുമ്പോൾ എനിക്കും കരച്ചിൽ വരും. എന്തിനെന്നറിയാതെതന്നെ.

നേരെ മറിച്ചുമുണ്ട്. വളരെ ഗൗരവത്തിൽ ഏറെനേരം ഇരിക്കുന്നവരുടെ ഇടയിലിരുന്നാൽ എനിക്ക് ചിരിവരും. കാരണമില്ലാതെയാണ്. സ്കൂളിൽ പരീക്ഷ എഴുതാനിരിക്കുമ്പോൾ കാരണമില്ലാതെ ചിരിച്ചതിന് എന്നെ മാഷ് ദേഷ്യപ്പെട്ടിട്ടുണ്ട്. അതുപോലെതന്നെ ആരും കരയാതിരുന്നപ്പോൾ എനിക്ക് കരച്ചിൽ വന്നിട്ടുമുണ്ട്. സുന്ദരേട്ടന്റെ അച്ഛൻ മരിച്ചപ്പോൾ. ഏറെ നാളായി ആ മരണം എല്ലാവരും പ്രതീക്ഷിച്ചതായിരുന്നു. കാൻസർ രോഗം, കരളിന്. തലച്ചോറിൽ രക്തസ്രാവം. എപ്പോഴെന്നേ തീർച്ചയില്ലാതുണ്ടായിരുന്നുള്ളു. മരിച്ചപ്പോൾ ആരും കരഞ്ഞില്ല.

സുന്ദരേട്ടൻ ഉണ്ടായിരുന്നെങ്കിൽ കരയുമായിരുന്നു. പ്രായമായവർ മരിക്കും അതിനെന്താണ് എന്നൊരു ആത്മസംയമനത്തോടെയാണ് സുന്ദരേട്ടന്റെ അമ്മപോലും നിന്നത്. ഏറെനേരം കഴിയുംവരെ ആ വലിയ

വാക്കിൽ ഊന്നി ഞാനും നിന്നു. പിന്നെ നില്ക്കാൻ കഴിഞ്ഞില്ല.

ഭാര്യക്കില്ല, പിന്നെയല്ലേ മരുമകൾക്ക്, അഭിനയം തന്നെയാവും എന്നാണ് ഒരു അമ്മായി പിറുപിറുത്തത്.

സ്ഥാനത്തും അസ്ഥാനത്തുമുള്ള എന്റെ ചിരിയേയും കരച്ചിലിനേയും പറ്റിയാണ് പറഞ്ഞത്. നൃത്തവും അങ്ങനെയാണ്. തെങ്ങോലകളോ ചെടികളോ വള്ളികളോ കാറ്റിലാടുന്നത് കാണുന്നെന്നിരിക്കട്ടെ. കടൽത്തിരയായാലും മതി. വേണ്ടാ, ഇടറി വിറയ്ക്കുന്ന അരയാലിലക്കൂട്ടമായാലും ധാരാളം. അവയുടെ താളത്തിൽ ലയിച്ചു ഞാൻ നിന്നുകൊള്ളും. അപ്പോൾ എനിക്ക് നൃത്തം വേണ്ട. അഥവാ ഞാനും മനസ്സുകൊണ്ട് നൃത്തം ചെയ്യുകതന്നെയായിരിക്കും. അനക്കമില്ലാത്ത വൃക്ഷങ്ങളായാലും മതി. നില്പിന് ഒരു ഭാവവും ഒരു രസവുമുണ്ടാവും. അതു മതി എനിക്ക്. അതിൽ ലയിക്കാം.

പക്ഷേ, ഇതൊന്നുമില്ലെന്നിരിക്കട്ടെ. കാരാഗൃഹത്തിലാണെന്നിരിക്കട്ടെ. ബസിലോ വണ്ടിയിലോ വിമാനത്തിലോ ആയിരുന്നാലും ശരി, എനിക്ക് മനസ്സുകൊണ്ട് നൃത്തം ചെയ്യണം. നാലാൾ കാണുമെന്ന് ഭയന്നു അനങ്ങാതിരിക്കുകയും വേണം. ഈ ഭയമാണ് ഈ മുറിയിൽ നീങ്ങിക്കിട്ടിയത്.

ഭ്രാന്താകാൻ സമ്മതം കിട്ടിയാൽ അങ്ങനെ പല ഗുണങ്ങളുമുണ്ട്. ഉറക്കെ ചിന്തിക്കാം, പൊട്ടിച്ചിരിക്കാം, പൊട്ടിക്കരയാം, ഇഷ്ടപ്പടി ചലിക്കാം. ഈ സ്വാതന്ത്ര്യത്തിനുവേണ്ടി ഭ്രാന്തായി അഭിനയിക്കുന്നവർ ധാരാളമുണ്ടാകാം. അത്ര ഹൃദ്യമാണല്ലോ ഇത്. പക്ഷേ, ഭ്രാന്തായിക്കൂടാ. ആയിപ്പോയാൽ പിന്നെ ഈ സ്വാതന്ത്ര്യത്തെക്കുറിച്ച് ബോധമുണ്ടാകില്ലല്ലോ.

ചുരുക്കിപ്പറഞ്ഞാൽ എന്റെ ഇത്രയും നാളത്തെ ഈ മുറിയിലെ ജീവിതം ഒരു കണക്കിനു സുഖമായിരുന്നു. പൂർണ്ണമായ സംരക്ഷണം. പുറത്ത് പാറാവുകാർ നില്ക്കുന്നു. കൊലപ്പുള്ളിയായ ഞാൻ രക്ഷപ്പെടാതിരിക്കാനാണെങ്കിലും അവർക്ക് എന്നെ സംരക്ഷിക്കുകയെന്ന കടമകൂടിയുണ്ടല്ലോ. ഈ രക്ഷയ്ക്കു പുറമേയാണ് ചിരിക്കാനും കരയാനും പാടാനും ആടാനും പൂർണ്ണ സ്വാതന്ത്ര്യം.

എനിക്ക് ഭ്രാന്തുണ്ടോ എന്ന് നിശ്ചയിക്കാൻ നിയോഗിക്കപ്പെട്ട വിദഗ്ദ്ധനായ ഡോക്ടർ എന്ന നിലയിൽ താങ്കൾ എന്ത് തീരുമാനിച്ചുവെന്ന് എനിക്ക് അറിയില്ല. ഭ്രാന്തുണ്ടെന്ന എന്റെ അഭിനയം താങ്കളെ ഏറെ തെറ്റിദ്ധരിപ്പിച്ചിരിക്കില്ല. അനുഭവപരിചയമുള്ള ആളാണല്ലോ.

നീണ്ട പരിശോധനകൾക്കും ചോദ്യങ്ങൾക്കും ശേഷം എന്നും താങ്കൾ പറയാറില്ലേ, തോന്നുന്നതെല്ലാം എഴുതിവെക്കാൻ. വൃത്തിയായി അടുക്കിയ കടലാസും മഷി നിറച്ച പേനയുമൊക്കെ മുറിയിൽ ഈ ഉദ്ദേശ്യത്തോടെ വെപ്പിച്ചിരിക്കുകയുമായിരുന്നു.

താങ്കളുടെ നിർദ്ദേശം അക്ഷരംപ്രതി അനുസരിക്കാൻ തന്നെയാണ് ഞാൻ തീരുമാനിച്ചിരിക്കുന്നത്. ഫലമെന്തായിരിക്കുമെന്ന് എനിക്കറിയില്ല. എന്തായാലും ഒരുപോലെയാണ് എനിക്ക്.

ഡോക്ടറുടെ നരച്ച മുടിയും, കുഴിയിലാണ്ടതെങ്കിലും തിളക്കമുള്ള

കണ്ണുകളും ഇളംകാറ്റുപോലെയുള്ള വരവും, എന്തിന്, നെറ്റിയിൽ ഇടതുവശത്ത് തുടിക്കുന്ന ആ നീലഞരമ്പുപോലും എന്റെ അച്ഛനെ ഓർമ്മിപ്പിക്കുന്നു. അച്ഛന്റെ നെറ്റിക്ക് ഇത്രതന്നെ വീതിയുണ്ടായിരുന്നില്ല. മൂക്ക് കുറെക്കൂടി മെലിഞ്ഞതായിരുന്നു. ചുണ്ടുകൾക്ക് തടി കുറവായിരുന്നു. എന്നിട്ടും, പക്ഷേ, ഡോക്ടറുടെ ചിരി അച്ഛന്റെ ചിരിപോലെ തന്നെയാണ്. അതെങ്ങനെ? മനോഭാവമാണോ കാരണം? ആയിരിക്കണം.

ഒളിച്ചുകളി, ഏതായാലും, മതി. ഡോക്ടറുടെ ജോലി കൂടുതൽ എളുപ്പമാക്കാൻ ഞാൻ തീരുമാനിച്ചു.

എഴുതിയോ പറഞ്ഞോ ഫലിപ്പിക്കാൻ വേണ്ടത്ര കഴിവില്ലാത്ത ആളാണ് ഞാൻ. എങ്കിലും പരമാവധി ശ്രമിക്കാം. ഓർമ്മയിൽ വരുന്നതുപോലെ പലതും ഇടകലർന്നു വരും. ഡോക്ടർക്ക് തരംതിരിവ് നടത്തേണ്ടിവരും. അരി ചേറ്റി കല്ലും പതിരും കൊഴിക്കുന്നതുപോലെ.

പറയുമ്പോൾ എല്ലാം പറയാൻ തന്നെയാണ് ഞാൻ ഉദ്ദേശിക്കുന്നത്. എങ്കിലേ പറഞ്ഞുവെന്ന് എനിക്ക് തോന്നൂ.

അനുകമ്പയ്ക്കല്ല, ദയയ്ക്കല്ല, മാപ്പിനുമല്ല. അതൊന്നുവേണ്ട. ഇത് എഴുതിക്കഴിഞ്ഞാൽ പിന്നെ എന്റെ ജീവിതമെന്ന നരകം ഏറെ നീട്ടാൻ ഞാൻ ഉദ്ദേശിക്കുന്നില്ല. സുന്ദരേട്ടൻ പോയപ്പോഴേ ഞാനിതു ചെയ്യേണ്ടതായിരുന്നു. ആലോചിച്ചതുമാണ്. വല്ലവർക്കും പ്രയോജനമുണ്ടാവുമെങ്കിൽ ഉണ്ടാവട്ടെയെന്നു വിചാരിച്ചു ജീവിച്ചു. ആർക്കും ഉണ്ടായില്ലെന്ന് പറഞ്ഞുകൂടാ. ഉണ്ടായത് പ്രയോജനം തന്നെയെന്ന് നിശ്ചയവുമില്ല.

മീനയെ ഉപദ്രവിച്ചത് ഭ്രാന്തുണ്ടായിട്ടല്ല. വലിയ സങ്കടത്തോടെയെടുത്ത ഒരു തീരുമാനമനുസരിച്ചാണ് ഞാനത് ചെയ്തത്. ചെയ്തു കഴിഞ്ഞിട്ടും ഞാനെത്ര വേദനിച്ചെന്ന് എനിക്കേ അറിയാവൂ. എന്തിന് അത് ചെയ്തുവെന്ന് വഴിയേ പറയാം. എന്തുദ്ദേശ്യംവെച്ച് അതു ചെയ്തുവോ, ആ ഉദ്ദേശ്യവും നടപ്പില്ല എന്ന് ഇപ്പോൾ തീർച്ചയായി. ഒരു മാസത്തിനകം പ്ലാസ്റ്റിക് സർജ്ജറി കഴിഞ്ഞ് മീന മുമ്പത്തേക്കാൾ സുന്ദരിയായി വന്നുവല്ലോ.

എന്റെ കണക്ക് തെറ്റിയില്ല എന്ന് ഡോക്ടറുടെ മനസ്സ് ഇത് വായിക്കുമ്പോൾ പറയുന്നുണ്ടാവും. ഭ്രാന്തുള്ളവർക്ക് ഇങ്ങനെ എഴുതാൻ കഴിയില്ലല്ലോ.

ഞാനിത് കുറിക്കുന്നത് മറ്റൊരു ഉദ്ദേശ്യംകൂടി വെച്ചുകൊണ്ടാണ്. അങ്ങയോടെനിക്ക് സ്നേഹവും ബഹുമാനവുമുണ്ട്. അതിനേക്കാൾ ഉണ്ട് എനിക്ക് എന്നോടുതന്നെ സ്നേഹം. മരണത്തെക്കുറിച്ച് ചിന്തിക്കുമ്പോഴാണ് ആ സ്നേഹത്തിന്റെ വലിപ്പം എനിക്കു മനസ്സിലാവുന്നത്. എനിക്ക് എവിടെയാണ് തെറ്റുകൾ പറ്റിയതെന്ന് കണ്ടുപിടിക്കാൻ കൂടിയാണ് ഞാനിതെഴുതുന്നത്. ഞാൻ എന്നെത്തന്നെ വിചാരണ ചെയ്യുകയാണ്. കൊലക്കുറ്റത്തിനല്ല, ജീവിതമെന്ന തെറ്റിന്.

2

അമ്മയില്ലാക്കുഞ്ഞിന്റെ പേടികൾ

ഞാൻ എന്തിന് എന്നെ വിചാരണ ചെയ്യുന്നു എന്നല്ലേ? തീരുമാനങ്ങളെടുത്തത് ഞാനാണെന്നതുകൊണ്ടുതന്നെ. ബുദ്ധിയുറച്ചതു മുതൽ ഇന്നലെ വരെയുള്ള ജീവിതത്തിൽ ഓരോ വഴിത്തിരിവിലും ഞാൻ തീരുമാനങ്ങളെടുത്തു. ആ തീരുമാനങ്ങൾ വേണമെങ്കിൽ എനിക്ക് മാറ്റാമായിരുന്നു. ഓരോ അവസരത്തിലും നിരവധി പോംവഴികളിൽ ഏറ്റവും നല്ലതെന്ന് കണ്ട തീരുമാനമാണെടുത്തത്. ആ തീരുമാനങ്ങളുടെ ഫലങ്ങൾ ഇങ്ങനെയൊക്കെയായി. ഇനിയിപ്പോൾ എനിക്കൊരു അവസാന തീരുമാനമെടുക്കണം. ഏതാണ്ട് എടുത്തു കഴിഞ്ഞിരിക്കുന്നു. മരണത്തെക്കുറിച്ചുള്ള തീരുമാനമാണത്. ആ തീരുമാനവും തെറ്റാണെന്നു വന്നുകൂടാ. വന്നാലും ഒന്നുമില്ല. എങ്കിലും, അങ്ങനെയല്ലല്ലോ. ജീവിതത്തിൽ ഒരു തീരുമാനമെങ്കിലും ഞാൻ ശരിയായി എടുത്തുവെന്നു വരണ്ടേ?

പേടിസ്വപ്നങ്ങൾ കാണാറുണ്ടോ എന്ന് ഡോക്ടർ സ്ഥിരമായി ചോദിക്കാറുണ്ടല്ലോ. നന്നായി ഉറങ്ങിയോ, പേടിസ്വപ്നങ്ങൾ കണ്ടോ?

ഉറക്കം എനിക്ക് എന്നോ നഷ്ടപ്പെട്ടിരിക്കുന്നു. സുന്ദരേട്ടൻ പോയതിൽപ്പിന്നെ കുട്ടിക്കാലത്തെ ആ ഉറക്കം ഒരിക്കലും എനിക്കുണ്ടായിട്ടില്ല. അന്നു മുതൽ ഞാൻ ഉറക്കഗുളികകൾ കഴിക്കാറുണ്ട്. അതിപ്പോൾ മിക്ക ആളുകളും കഴിക്കാറുണ്ടല്ലോ. എന്തെങ്കിലും ഒരു കാരണം കൊണ്ട് ഉറക്കം നഷ്ടപ്പെടാത്തവരായി ഇന്നാരുണ്ട്?

സ്വപ്നങ്ങൾ, ഉറക്കത്തിന്റെ കൂടെ, എനിക്ക് നഷ്ടപ്പെട്ടിരിക്കുന്നു. വെളുത്ത പൂക്കൾ പതുക്കെപതുക്കെ കൺമുന്നിൽ വിരിയുന്ന മനോഹരമായ ഒരു സ്വപ്നം ഞാൻ കുട്ടിക്കാലത്തേ കാണാറുള്ളതാണ്. മൊട്ടായി കിളിർത്ത് സൂനമായി ഇതളുകളായി വിരിയും. നൂറുനൂറ് വെളുത്ത പൂവുകൾ. പേരറിയാപ്പൂക്കൾ. പച്ച ഇല വെളുത്ത പൂവ്. പൂക്കളിൽ മഞ്ഞുതുള്ളികൾ പറ്റിപ്പിടിച്ചിരിക്കും. സന്ധ്യയോ പ്രഭാതമോ എന്നു നിശ്ചയമി

ല്ലാത്ത അന്തരീക്ഷം. പൂക്കളുടെ വെൺമയിൽ ഞാൻ സ്വപ്നമില്ലാത്ത ഉറക്കത്തിലേക്ക് നീങ്ങുകയും ചെയ്യും.

അതുപോലെ മറ്റൊരു സ്വപ്നവും ഉണ്ടായിരുന്നു. അച്ഛന്റെ കഴുത്തിലൂടെ കൈയിട്ട് പിടിച്ച് മുതുകിലിരുന്ന് സ്വർണ്ണ നിറമുള്ള മേഘലങ്ങളിലൂടെ പറന്നുപോകുന്ന ഒരു സ്വപനം. എങ്ങോട്ടെന്നില്ല. എവിടുന്നെന്നില്ല. മേഘലങ്ങൾ മുട്ടിയുരുമ്മിയുരുമ്മി പറന്നുപറന്ന് ഒരു യാത്ര. ഞാൻ വെറുതെ ചിരിക്കുകയാവും. അച്ഛന്റെ മുഖം എനിക്ക് കാണാൻ കഴിയില്ല. ചിലപ്പോൾ ഈ യാത്ര വെള്ളത്തിനടിയിലൂടെ ആയിരിക്കും. ശ്വാസം മുട്ടുകയില്ല. മിനുത്ത വാലും, വളഞ്ഞു പുളയുന്ന ഉടലുമുള്ള വെള്ളിമീനുകൾ ഞങ്ങളെ വലയം ചെയ്തിട്ടുണ്ടാവും. അത് എങ്ങുനിന്നെന്നും എങ്ങോട്ടെന്നുമില്ലാത്ത പോക്കാണ്. ഞാൻ അപ്പോഴും ചിരിക്കുകതന്നെയായിരിക്കും.

മൂന്നാമത്തെ സ്വപ്നം ജീവിത യാഥാർത്ഥ്യവുമായി കുറേക്കൂടി ബന്ധമുള്ളതാണ്. അകലെ അച്ഛൻ. കുന്നിൻ നെറുകയിൽ. ചെറിയ കുന്ന്. വളരെ പതുക്കെ ഉയരുന്ന താഴ്വര. താഴ്വരയിൽ നിറയെ പച്ചപ്പുല്ല്. പുല്ലിൽ മഞ്ഞിന്റെ കുളിര്. വൃക്ഷങ്ങളില്ല. താഴ്വരയുടെ ഇങ്ങേ അറ്റത്ത് നിന്ന് ഞാൻ ഓടിച്ചെല്ലുന്നു. ഓടിക്കൊണ്ടേയിരിക്കുന്നു. എത്ര ഓടിയിട്ടും അടുത്തെത്തുന്നില്ല. പക്ഷേ, എനിക്ക് പേടിയില്ല. കിതച്ചുകൊണ്ട് ഞാൻ ചിരിക്കുന്നു. അച്ഛന്റെ അരികിലെത്തുമെന്ന് എനിക്കുറപ്പുണ്ട്.

നല്ല സുഖമുള്ള ഈ മൂന്ന് സ്വപ്നങ്ങളും എനിക്ക് നഷ്ടപ്പെട്ടുപോയി. ഇപ്പോൾ ഈ സ്വപ്നങ്ങളെക്കുറിച്ച് ഉണർന്നിരിക്കുമ്പോഴത്തെ സ്വപ്നങ്ങളേയുള്ളു.

ഒരു പൂവോ നല്ല മുഖമോ .സങ്കല്പിക്കാൻപോലും ഇന്നെനിക്കു സാധിക്കുന്നില്ല. ഒരു നല്ല വെളുത്ത പൂവ് മനസ്സിൽകാണാൻ ശ്രമിച്ചാൽ പറ്റാതെയല്ല; പറ്റും. പക്ഷേ, ഉടനെ ആ പൂവ് രൂപം മാറിത്തുടങ്ങും. ഇതളുകൾ ആകൃതി മാറും. അല്പ നിമിഷങ്ങൾക്കകം പൂവിനു പകരം വളരെ വികൃതമായ ഒരു മുഖം അവശേഷിക്കും. പേടിപ്പിക്കുന്ന ഒരു മുഖം. വിട്ടുവീഴ്ചയില്ലാത്ത ഒരു ഭാവം. മരവിച്ച നോട്ടം. ഞാൻ ഒരിക്കലും കണ്ട മുഖമല്ല. പൂതൻകളി കണ്ടിട്ടുണ്ട്. പൂതൻ കെട്ടാൻ ഉപയോഗിക്കുന്ന മരത്തലയുടെ ആകൃതിയും ഉണ്ടക്കണ്ണുകളും (കറുപ്പാണിവയ്ക്ക്) കടിച്ചുപിടിച്ച തടിച്ച നാക്കും (ചുവപ്പ്) സ്വപ്നത്തിലെ വികൃതരൂപത്തിന് ചിലപ്പോൾ ഉണ്ടാകാറുണ്ട്. പതിനെട്ടരക്കാവിലെ കാളവേലയ്ക്ക് തിറയും പൂതനും വീട്ടുമുറ്റത്ത് കളിക്കാൻ വന്നപ്പോൾ കണ്ട് പേടിച്ചതാണോ? ആയിരിക്കാം. പക്ഷെ, ഇത്രയും കാലം ഈ രൂപങ്ങൾ എവിടെയായിരുന്നു?

ഉറങ്ങാൻ കിടന്നാൽ, വേണ്ട, വെറുതെ കണ്ണടച്ചാൽ, ഈ രൂപങ്ങളുടെ ഘോഷയാത്രയായി.

പൂവെന്നല്ല, ഏതെങ്കിലും പരിചയമുള്ള മുഖം സങ്കല്പിച്ചാലും ഇതുതന്നെയാണവസ്ഥ. മുഖമുടനെ രൂപം മാറി മൃഗവും മനുഷ്യനും പക്ഷിയും മൂങ്ങയും ഒന്നുമല്ലാത്ത ഒരു ജീവിയുടെ മുഖമായിത്തീരും. ഭാവം നേർത്ത

ഭീതിയുളവാക്കുന്ന നോട്ടവുമായിരിക്കും. ആകാശം മുട്ടി വളർന്നു നില്ക്കുന്ന ഭീകരസത്വങ്ങളെയും ഉള്ളംകൈയിൽ അരിക്കുന്ന വികൃത മുഖമുള്ള പുഴുക്കളെയും സ്വപ്നം കാണാറുണ്ട്.

സ്വപ്നം എന്നു പറയുന്നതാവില്ല ശരി. ഉറക്കത്തിനുമുമ്പുള്ള ഇട വേളയിലാണ് ഇത് കാണുന്നത്. ഉറങ്ങിയാൽ ഒന്നുമില്ല. ഉറങ്ങണമെങ്കിൽ മരുന്ന് കഴിക്കണമല്ലോ. മരുന്നിന്റെ ഫലമാണോ ഈ വിചിത്ര ദൃശ്യ ങ്ങൾ എന്നറിയില്ല. ആണെങ്കിലും അല്ലെന്നാലും ഈ ദൃശ്യങ്ങളിലൂടെ കടന്നുപോയതല്ലാതെ ഉറക്കത്തിലെത്താൻ കഴിയുന്നില്ല.

ഉണരുന്നതും ഇവയിലൂടെയാണ്. ഉറക്കത്തിന്റെ കൂടെ ഇവ വരുന്നു, ഉറക്കമുണരുമ്പോൾ അകന്നുപോകുന്നു. ഉറങ്ങാൻ എനിക്ക് പേടിയായിരിക്കുന്നു.

അകാരണമായ പേടി എനിക്കുണ്ട്. ഈ മുറിയുടെ ജനാലയിലൂടെ കാണുന്ന കന്മതിലിൽ ധാരാളമായി പൂപ്പൽ പിടിച്ചിരിക്കുന്നു. മതിലിന പ്പുറത്ത് തൊട്ടരുകിൽ എന്താണെന്നു എനിക്കറിയില്ല. കുറെ അകലെ ഒരു കുന്നും അതിന്മേൽ ഏതാനും വീടുകളും. മുകളിൽ ആകാശവും.

കുമ്മായം തേയ്ക്കാത്ത മതിലിൽ പൂപ്പൽ പിടിച്ചിരിക്കുന്നത് ഏതാ ണ്ടൊരു ചിത്രപ്പണിപോലെയാണ്. പ്രത്യക്ഷത്തിൽ ആകൃതിയില്ലാത്ത ഒരു ചിത്രം. ആ ചിത്രത്തിൽ വാസ്തവത്തിൽ ഏത് ആകൃതികളും ഉണ്ടാ ക്കിയെടുക്കാവുന്ന ചേരുവകൾ ഉള്ളതായി ഞാൻ കാണുന്നു. നോക്കി യിരിക്കെ അവ ഓരോന്നായി തെളിഞ്ഞുവരും. മായും. ഒരു ചിത്രമേ ഒരി ക്കൽ കാണാൻ കഴിയുകയുള്ളുവല്ലോ. കാണുന്നതെല്ലാം നേരത്തെ പറഞ്ഞ വികൃത ചിത്രങ്ങളുമായിരിക്കും. പൂപ്പലിന്റെ പടർപ്പിന്റെ ആകൃതി ദിനംപ്രതി മാറിക്കൊണ്ടിരിക്കുന്നതിനാൽ നിത്യേന പുതിയ പേടികൾ ഉണ്ടാകുന്നു.

ആകാശവും കുന്നും അകലങ്ങളും എനിക്കിഷ്ടമാണ്. പക്ഷേ, മതിൽ കാണാതെ ആകാശം കാണാൻ വയ്യ. നോക്കാനേ പേടി. എന്നെ കാണിക്കാൻ ആരോ ചിത്രം വരയ്ക്കുന്നതാണെന്നും എനിക്ക് തോന്നാ റുണ്ട്. വരയ്ക്കുകയല്ല, വളരുകയാണ്. ചിത്രങ്ങൾ വളരുന്നു, പടരുന്നു, മാറുന്നു. വീണ്ടും തുടങ്ങുന്നു. ആകൃതി മാത്രമല്ല, നിറങ്ങളും മാറുന്നു. പച്ചയിൽ തുടക്കം. വിരലുപോലെ നാലുപാടും നീളുന്ന പച്ച. അത് ഇന്ന ലെ. (ആരുടെ വിരലുകൾ?) ഇന്ന് പച്ചയുടെ തുടക്കത്തിൽ ചാര നിറം. വിരലുകളായി നീളുന്ന ചാരനിറം. പച്ചയിൽ ചാരം കൊണ്ട് വികൃതമുഖ ങ്ങളുടെ കൂമ്പാരം. അങ്ങിങ്ങ് നിറമല്പം മാറുമ്പോൾ മണിക്കൂറു കൾക്കകം മുഖഭാവങ്ങൾ മാറുന്നു.

എന്നിലെ ഭാവങ്ങളാകാം മാറുന്നത്. എന്നിലുള്ള രൂപങ്ങളാകാം കാണുന്നത്. പക്ഷേ, ഈ ഭാവങ്ങളും രൂപങ്ങളും എന്നിൽ എങ്ങനെയു ണ്ടായി? ഒരു വേള ഭ്രാന്തിന്റെ തുടക്കമായിരിക്കാം.

മതിലിന്നപ്പുറത്ത്, കുന്നിനും വീടുകൾക്കുമപ്പുറത്ത് കാണുന്ന ആകാശം തെക്കേ ആകാശമാണ്. ഉദയമില്ല, അസ്തമയമില്ല. വെറും ആകാശം. മരണക്കോണിലെ ഒരു തുണ്ട് നീല. അതിൽ മേഘക്കീറുകൾ,

അവയ്ക്കും വികൃതരൂപങ്ങൾ. ഒരു കൊച്ചു മേഘത്തിന് തലയുയർത്തി ചിരിച്ച് കമഴ്ന്നു നീന്തുന്ന കൊച്ചുകുട്ടിയുടെ രൂപമാണുള്ളതെന്ന് വിശ്വസിക്കാൻ ഇന്നലെ വൈകുന്നേരം ഞാൻ വളരെ ശ്രമിച്ചു. പക്ഷേ, എന്തോ കടിച്ചു പിടിച്ച് കമിഴ്ന്നു കിടക്കുന്ന ഒരു സിംഹമാണ് ഞാൻ എന്ന് ആ മേഘക്കീറ് മൂകമായി എന്നോട് നിർഭയം പറഞ്ഞുകൊണ്ടിരുന്നു. സിംഹവുമല്ല, സിംഹത്തേക്കാൾ ക്രൂരമായ മുഖമുള്ള ഒരു ജന്തു. ക്രൂരതയും കറുത്തും ആഴങ്ങളിൽ ഉറങ്ങിക്കിടപ്പുണ്ടെന്നാലും സിംഹങ്ങൾക്ക് ശാന്തമായ ഒരു മുഖമാണുള്ളതെന്ന് ഞാൻ കണ്ടിട്ടുണ്ട്. അച്ഛന്റെ വിരലിൽത്തൂങ്ങി കാഴ്ചബംഗ്ലാവ് കാണാൻ പോയപ്പോഴായിരുന്നു.

അച്ഛൻ പറഞ്ഞത് ഓർക്കുന്നു, "പേടിക്കാൻ ഒന്നും ഇല്ല, മോളേ. സിംഹം ഒന്നും ചെയ്യില്ലാട്ട്വോ, വെശക്കുമ്പോ ഇര പിടിക്കും, പിന്നെ ഉറക്കം. അതാണ് അതിന്റെ പ്രകൃതി."

പ്രകൃതീലുള്ള എല്ലാം നല്ലതാണ് എന്നു പറഞ്ഞു തന്നതും അച്ഛനാണ്. "പാമ്പ് കടിച്ചാൽ വെഷമുണ്ട്, അതിനെ കണ്ടാൽ മനമ്പുരട്ടലും ഉണ്ടാവും. എന്നാലും അതിന് നല്ല ചന്തമുണ്ട്. ഇഴഞ്ഞുപോണത് കാണാൻ രസല്ല്യേ? എന്തൊരൊഴുക്ക്! എന്തൊരു താളക്കൊഴുപ്പ്!"

പാമ്പിനെ കണ്ട് ഞാൻ ഭയന്ന ദിവസം. കുളത്തിലെ നീർപ്പാമ്പായിരുന്നു. തൊടിയിലെ കുളം. ആമ്പൽപ്പൂക്കൾ. ആമ്പലിലയിൽ ചുരുണ്ടു കിടക്കുന്ന പാമ്പ്. സൂചിപോലെ നീളുന്ന അതിന്റെ നാക്ക്.

എന്റെ പേടി പോയി. നീർപ്പാമ്പിനെ കാണാൻ ഞാൻ ചെന്നു നില്ക്കുക പതിവായി. സന്ധ്യക്ക് മേൽകഴുകിക്കാൻ കൊണ്ടുപോകുമ്പോൾ അച്ഛൻ ചിരിക്കും. "ഇന്ന് നമ്മുടെ പാമ്പച്ചാരെ കാണാല്ല്യാലോ!"

അമ്മയില്ലാത്ത കുട്ടി. എനിക്ക് അച്ഛനും അമ്മയും കളിക്കൂട്ടുകാരനും എല്ലാം അച്ഛനായിരുന്നു. അച്ഛൻ എന്റെ എല്ലാ പേടിക്കും മറുമരുന്നായിരുന്നു. പേടിക്കാനില്ല എന്ന് അച്ഛൻ പറഞ്ഞാൽ പിന്നെ പേടിക്കാനില്ല.

ഇപ്പോഴെനിക്ക് മനസ്സിലാകുന്നുണ്ട്. സ്നേഹവും വിശ്വാസവുമാണ് കാര്യം. സ്നേഹിക്കാനും വിശ്വസിക്കാനും ആളുണ്ടെങ്കിൽ ഭൂമിക്ക് തീപിടിച്ചാലും പേടിക്കാനില്ല. ആളില്ലെങ്കിൽ പേടിയൊഴിഞ്ഞ നേരവുമില്ല.

പേടിയെന്നല്ല, ഒന്നും ഒഴിഞ്ഞ നേരമില്ല. ചുറ്റുപാടിലലിഞ്ഞ് സ്വയം ഇല്ലാതായെങ്കിലല്ലേ പേടി മാറൂ? അലിയണമെങ്കിൽ സ്നേഹത്തിന്റെ ചുറ്റുപാടായിരിക്കേണ്ടേ? സ്വയം പാറപോലെ ഉറയ്ക്കുമ്പോൾ, ചുറ്റുപാടുമായി ബന്ധമില്ലാതാകുമ്പോൾ, എന്തിനെയാണ് പേടിക്കേണ്ടാത്തത്? എല്ലാറ്റിനേയും പേടിക്കണം. ചുവരിലെ പൂപ്പലിനെവരെ.

ഇങ്ങനെ പേടിച്ചുകൊണ്ട് ജീവിക്കാൻ കഴിയില്ല. അതിന്റെ ആവശ്യമില്ല. ഭാവിയെക്കുറിച്ച് ഒരു സ്വപ്നവുമില്ലെങ്കിൽ പിന്നെയെന്തു ജീവിതം? ഒരു ഓണവും തിരുവോണവുമല്ലെനിക്ക്. ആകാംക്ഷയോടെ കാത്തിരിക്കാൻ ഒന്നുമില്ല, ആരുമില്ല. വരുന്നതിനേയും വരുന്നവരേയും ഒരുപോലെ ഭയപ്പെടണമെന്ന സ്ഥിതി. എപ്പോഴും എന്നെപ്പറ്റി മാത്രം ചിന്തിക്കുന്ന സ്വഭാവം. ഞാൻ ഞാൻ എന്നു മാത്രം. പിന്നെ ഞാൻ എന്തിന്?

എന്നെ മറക്കാനും എന്റെ ചുറ്റുപാടിൽ അലിഞ്ഞില്ലാതാകാനും പറ്റിയ നാല് അവസരങ്ങൾ എനിക്ക് കിട്ടി. ഒന്നാമത്തേത്, അച്ഛന്റെ കൂടെയുള്ള ജീവിതം, എനിക്ക് വീണുകിട്ടിയ സ്വർഗ്ഗമായിരുന്നു. സുന്ദരേട്ടനെ ഞാൻ കണ്ടെത്തിയതാണ്. എന്റെ പരിശ്രമംകൊണ്ട് അന്യർക്ക് നന്മയുണ്ടാക്കി അവരുടെ സ്നേഹത്തിൽ അലിയാനുള്ളതായിരുന്നു മൂന്നാമത്തെ അവസരം. പ്രസവിക്കാതെ അമ്മയാകാൻ ശ്രമിച്ച നാലാമത്തെ അവസരവും അവതാളത്തിലായി.

പാപഭാരം എന്നെ നിഴലായി പിൻതുടരുന്നു. തടവിലുമായി. ഭ്രാന്തു പിടിച്ചവൾ എന്ന പേരും വീണു. കൊലപ്പുള്ളിയായി. എന്നിൽനിന്ന് എല്ലാവരുമെന്നപോലെ എല്ലാവരിൽനിന്നും ഞാനും അകന്നുകഴിഞ്ഞു. വളരെ ദൂരം.

പെണ്ണായിപ്പിറന്നതിന്റെയാണോ ശിക്ഷ?

അതോ, മനുഷ്യനായിരിക്കുന്നതിന്റെ നില്ക്കക്കെള്ളിയില്ലായ്മയോ?

എനിക്കറിയില്ല. അത്തരം കാര്യങ്ങളെക്കുറിച്ച് ചിന്തിക്കാൻ എനിക്ക് ശേഷിയുമില്ല.

3

വളരെ വളരെ അകലെ

അച്ഛനെയും സുന്ദരേട്ടനെയും സുന്ദരേട്ടന്റെ അച്ഛനെയും ഓർക്കുമ്പോഴാണ് ഞാൻ തനിയെ ഇരുന്ന് കരയുന്നത്. ആ കരച്ചിൽ എത്രമാത്രം അർത്ഥമില്ലാത്തതെന്ന ചിന്ത വരുമ്പോൾ തനിയെ ചിരിക്കുകയും ചെയ്യുന്നു.

ഒരു കാരണവുമില്ലാതെ ഏതോ താളങ്ങൾ എന്നിൽ വിളയുമ്പോഴാണ് ഈ മുറിയുടെ നാല് ചുവരുകൾക്കകത്ത് ചുവട് വയ്ക്കുന്നത്.

ഇതെല്ലാംകൂടി ചേരുമ്പോൾ എനിക്ക് ഭ്രാന്തായിത്തീരുന്നു. അതാലോചിക്കുമ്പോഴും എനിക്ക് ചിരി വരുന്നു. പിന്നെയും ചിരിക്കുന്നു. ചിരി കരച്ചിലാകുന്നത് വളരെ പെട്ടെന്നാണ്.

ചിരിയും കരച്ചിലും തമ്മിൽ വാസ്തവത്തിൽ അകലമേയില്ലെന്ന് ഡോക്ടർക്കറിയുമായിരിക്കാം. ഒരേ ഭാവത്തിന്റെ രണ്ടു പുറങ്ങൾ മാത്രം. അഥവാ രണ്ടും ഒന്നുതന്നെ, ദുഃഖം.

ഇതൊരു സൗകര്യമാണ്. എന്റെ മനസ്സിന്റെ യഥാർത്ഥ ഭാവങ്ങളിന്മേലുള്ള നിയന്ത്രണം ഞാൻ തന്നെയങ്ങ് നീക്കുകയേ വേണ്ടൂ എനിക്ക് ഭ്രാന്തായി അഭിനയിക്കാൻ കൂടുതൽ ശ്രമം വേണ്ട. തൊടിയുടെ ആളൊഴിഞ്ഞ മൂലയിൽ ഏറെക്കാലമായി കമിഴ്ന്നുകിടക്കുന്ന മൺകുടം ഒരു ചെറിയ കമ്പുകൊണ്ട് തോണ്ടി മലർത്തിയിടുന്നത്ര എളുപ്പം. അതിൽനിന്ന് പലതും പുറത്തുചാടുന്നു. ചോണനുറുമ്പ്, അവയുടെ വെളുത്ത മുട്ടകൾ, മരത്തവള, കൂറ, ഓന്ത്, പാമ്പിൻകുട്ടികൾ, ഞാഞ്ഞൂൾ.....

പ്രതീക്ഷിക്കാത്തതും ചിലപ്പോൾ കാണാം. തീരെ പ്രതീക്ഷിക്കാത്തത്. ഈ തൊടിയുടെ ഈ മൂലയിൽ ചെല്ലാനോ ഈ കലം മലർത്തിയിടാനോ, അങ്ങനെ ദിവസേന ഓരോ പുതിയ കലം തുറക്കാനോ, ഇവിടെ എത്തുംവരെ എനിക്ക് കഴിഞ്ഞിരുന്നില്ല.

വേരുകളൊക്കെ വായുവിലും ഇലയും കായും പൂവുമൊക്കെ അടിയിലുമായി വളരുന്ന മരമാണ് മനസ്സെന്ന് അച്ഛൻ പറഞ്ഞു തന്നിട്ടു

ണ്ട്. കടപുഴങ്ങിയാലേ കാര്യം അറിയാൻ കഴിയു എന്ന് ഇപ്പോൾ മനസ്സിലായി. തലതിരിഞ്ഞുകിട്ടി.

അതിന്റെ കൂടെ പലതും കണ്ടുകിട്ടി. മുൻപില്ലാത്ത അറിവുകൾ, വേദനകൾ, പേടികൾ. രാവിലെ നേരത്തെ ഉണരുന്നത് മുതൽ ഒന്നും ചെയ്യാനില്ല. ആറുമണിയടിക്കുവോളം ഇരുട്ടകലുന്നതും വെളിച്ചം ജനിക്കുന്നതും കണ്ടുകൊണ്ടിരിക്കാം. എനിക്ക് ഏറെ ഇഷ്ടപ്പെട്ട അന്തരീക്ഷമാണിത്.

ഉണർന്നാലും മുറിയിൽ വിളക്ക് തെളിയിക്കാതെ ഞാൻ ഈ കട്ടിലിൽ കൂനിക്കൂടി ഇരിക്കുന്നു. ജനൽ ഒരിക്കലും അടയ്ക്കാറില്ല. ചിലപ്പോൾ മഞ്ഞുണ്ടാവും പുറത്ത്. ഉണ്ടെങ്കിൽ കൂടുതൽ ഭംഗിയുണ്ട്. ഇല്ലെങ്കിൽ കൂടുതൽ തെളിമയുണ്ട്. അതും ചന്തം തന്നെ. കാണാൻ കഴിയാത്ത പക്ഷികൾ കരയുന്നു, കാണാൻ കഴിയാത്ത ഇളങ്കാറ്റ് മഞ്ഞിൽകുളിച്ച മരത്തലപ്പുകളിൽ താളമായിത്തീരുന്നു. തെങ്ങിൻപട്ടകളിലെ ഓലക്കൊടികൾ തമ്മിൽത്തമ്മിൽ ഇരുടുന്നു. കറുത്ത ആകാശം നീലയായിക്കൊണ്ടിരിക്കുന്നു. അകലെ, വളരെ അകലെ കുന്നിൻപുറത്തെ വീടുകളിൽനിന്ന് നേർത്ത വിളികളും കുട്ടികളുടെ ശബ്ദങ്ങളും കേൾക്കാം. പശു അമറുന്നതും ചിലപ്പോൾ കേൾക്കാം.

വളരെ വളരെ അകലെ ജീവിതം.

ഈ സമയത്ത് ഞാൻ കരയാറുള്ളത് സന്തോഷം കൊണ്ടാണ്. സന്തോഷം കൊണ്ട് ചിരിയെന്നതുപോലെ കരച്ചിലും വരുമെന്ന് ഡോക്ടർക്കറിയില്ലേ?

കതക് പുറത്തുനിന്നടച്ചത് തുറന്ന് ചായയുമായി നേഴ്സ് വരുമ്പോൾ എന്റെ കണ്ണുകൾ നിറഞ്ഞിരിക്കും. ഞാൻ തിരിഞ്ഞു നോക്കാറില്ല.

മദ്ധ്യവയസ്കയായ അവർ എന്നെപ്പറ്റി എന്തു വിചാരിക്കുന്നുവെന്നു എനിക്കറിയില്ല. ഒരാളെ കൊല്ലുകയും ഒരു കൊച്ചു കുട്ടിയെ മൃഗീയമായി ആക്രമിക്കുകയും ചെയ്ത ആളല്ലേ ഞാൻ! കരുതലോടെയേ അവർ വരാറുള്ളൂ, നില്ക്കാറുള്ളു. മുറിയിൽനിന്ന് പുറത്തുപോകുമ്പോൾ എന്നിൽ നിന്ന് കണ്ണെടുക്കാതെ പിന്നോക്കം നടന്നേ പോകാറുള്ളു.

ഭ്രാന്താണല്ലോ എനിക്ക്. അതുകൊണ്ട് ഞാനവരുടെ പേരോ വയസ്സോ വിശേഷങ്ങളോ ചോദിക്കാൻ മുതിർന്നിട്ടില്ല. അവരൊട്ട് പറഞ്ഞിട്ടുമില്ല, എന്നും ഗൗരവത്തിലാണെപ്പോഴും. ശാസനയാണ് സ്വരത്തിൽ.

സ്ഥിരം കല്പനകളുമുണ്ട്: "എണീറ്റ് ചായ കുടിക്കൂ."

അനുസരിച്ചില്ലെങ്കിൽ കുറെക്കൂടി കർശനമായി ആവർത്തിക്കും. കല്പന: "കേട്ടില്ലേ, എണീക്കാൻ."

എനിക്ക് ചിരിവരും.

കർശനമായി ഒരു വാക്ക് പറയാതെയാണ് എന്റെ അച്ഛൻ എന്നെ വളർത്തിയത്. പ്രസവത്തിൽ മരിച്ചുപോയ അമ്മ എനിക്കൊരു ഓർമ്മപോലുമല്ല. ചിലപ്പോഴെനിക്കു തോന്നും, ഞാനൊരു ചെറിയ കുട്ടിയാണ്, അമ്മയാണ് കല്പിക്കുന്നത്. കഴിഞ്ഞ ജന്മത്തിലെന്നതുപോലെ.

എന്റെ ചിരി എന്റെ അമ്മയെ (അങ്ങനെ വിളിക്കുന്നത് ഒരു സുഖമാണ്, സൗകര്യവുമാണ്) അരിശം പിടിപ്പിക്കും. അറിഞ്ഞില്ലേ നേരം വെളുത്തത്? ഇളിക്കും ഒരതിരു വേണം! (ഇളിയെന്നാൽ അർത്ഥമില്ലാത്ത ചിരി).

അമ്മയ്ക്ക് നല്ല ശരീരശക്തിയാണ്. എന്നെ പിടിച്ചു നിർത്താൻ ഒരു

കൈ മതി. മുഖത്ത്, പക്ഷേ, എവിടെയോ അലിവുണ്ട്. മുഖം തെല്ലൊന്നുയർത്തി കൃത്രിമഗൗരവമുണ്ടാക്കിയാണ് സംസാരിക്കുക.

ഞാൻ കുളിമുറിയിലായിരിക്കെ, ഞാൻ കാണാനില്ലെന്നുറപ്പുള്ള മറ്റു സന്ദർഭങ്ങളിലും, നെടുവീർപ്പുകൾ അമ്മയിൽ നിന്നുയരാറുണ്ട്. ചെറിയ നെടുവീർപ്പുകൾ, കടിച്ചമർത്തിയവ. എന്നെ ഓർത്താണോ അതോ സ്വന്തം പ്രശ്നങ്ങൾ കൊണ്ടാണോ എന്ന് എനിക്കറിയില്ല. എന്നെക്കുറിച്ച് ആലോചിച്ചാണെന്നു കരുതാൻ ഒരു ന്യായവുമില്ല. എന്തു ബന്ധം? എന്റെ സംരക്ഷണം അവർക്ക് വെറുമൊരു ജോലി മാത്രം. ശമ്പളത്തിനു മാത്രം.

മീനയെ ആക്രമിച്ച ഒരു ദിവസം മാത്രമേ ഞാനീ ദിവസങ്ങൾക്കിടയിൽ അത്ര അസാധാരണമായി അതിരുവിട്ട് പെരുമാറിയിട്ടുള്ളൂ. അവർ മുറിയിലില്ലാത്ത സമയം നോക്കിയാണ് ഞാൻ അത് ചെയ്തത്. ഉണ്ടായിരുന്നെങ്കിൽ ഉദ്ദേശ്യം നടക്കുകയില്ലെന്ന് എനിക്കറിയാമായിരുന്നു. അവർ ഒന്നും സംശയിച്ചില്ലായിരിക്കാം. എന്തിന് സംശയിക്കണം? പുറത്തു കാവൽ! മീനയുടെ കൂടെ അവളുടെ അച്ഛൻ അരവിന്ദനും. പിന്നെ എന്തിന് സംശയിക്കണം? കാണാൻ വന്നവർക്ക് എന്തെങ്കിലും പറയാനുണ്ടെങ്കിൽ തടസ്സമാകേണ്ട എന്നു കരുതിക്കൂടിയാവണം അവർ മാറിപ്പോയത്.

പോകുമ്പോൾ മുറിയുടെ വാതിൽ പുറത്തുനിന്ന് അടയ്ക്കുകയും ചെയ്തു.

ദിനകൃത്യങ്ങളുടെ കാര്യത്തിലോ വസ്ത്രം ധരിക്കുന്നതിലോ ഭക്ഷണം കഴിക്കുന്നതിലോ ഞാൻ ഭ്രാന്ത് അഭിനയിക്കാറില്ല. അങ്ങനെ ചെയ്താൽ പല അസൗകര്യങ്ങളും ഉണ്ടാവുമെന്നറിയാവുന്നതുകൊണ്ട് ചെയ്യാതിരിക്കുന്നതാണ്. അമ്മ എന്റെ മുറിയിൽനിന്നും മാറാതെയാകും എന്നതുതന്നെയാണ് വലിയ അസൗകര്യം.

ദിനചര്യയും പ്രാതലും കഴിയുന്നതുവരെ ഇപ്പോൾതന്നെ അവർ എന്റെ കൂടെ നില്ക്കുന്നു.

മേക്കപ്പില്ലാത്തതുകൊണ്ട് ദിനചര്യ എളുപ്പമാണ്. മുടിയൊന്നു വേർപെടുത്തി ഉണക്കിയാൽ പണി തീർന്നു. നടിയായതിൽപ്പിന്നെ, ഇവിടെ എത്തിയതിൽപ്പിന്നെയാണ് മേക്കപ്പിൽനിന്ന് രക്ഷകിട്ടിയത്. ഭക്ഷണകാര്യവും അതുപോലെതന്നെ. ഇഷ്ടമുള്ളത് ഇഷ്ടപ്പടി തിന്നാം. തിന്നണമെന്നാണ് നിർബ്ബന്ധം. സുന്ദരേട്ടന്റെ അമ്മ പാറാവു നിന്നിരുന്നത് തിന്നരുതെന്ന് ചൂണ്ടിക്കാണിക്കാനായിരുന്നു. തൂക്കം നോക്കിയായിരുന്നു ഭക്ഷണം. ഭക്ഷണത്തിന്റെ തൂക്കമല്ല, എന്റെ തൂക്കം.

ഏത് വേഷമാണ് ഭാവമാണ് അഭിനയിക്കേണ്ടതെന്നറിയാതെ ഉറക്കമുണരുന്നതിൽ നിന്ന് എനിക്കിപ്പോൾ മോചനം കിട്ടിയിരിക്കുന്നു. ഒരു ഭാവവും വേഷവും മാത്രമേ അഭിനയിക്കാനുള്ളു എന്ന കൃത്യമായ ധാരണയുണ്ട്. അതും ഏറെത്താമസിയാതെ വേണ്ടാതാകും. രണ്ടുമൂന്നു ദിവസംകൂടി മതിയല്ലോ. ഇതൊന്ന് കുറിച്ചു തീരുന്നതുവരെ മാത്രം.

കത്തുന്ന ഉച്ചവെയിലിൽ, അതിനും പുറമേ അനന്തകോടി ആദിത്യന്മാരുടെ പ്രഭയുള്ള വിളക്കുകൾക്ക് മുന്നിൽ, നില്ക്കേണ്ടതുമില്ല, ഇവിടെ. ആൾക്കൂട്ടത്തിന്റെ ശല്യവുമില്ല. ടേക്കുകൾ നാലഞ്ചു കഴിഞ്ഞാലും 'മാഡം, പ്ലീസ്, ഒന്നുകൂടി' എന്നു പറയുന്ന അതിവിനയക്കാരുടെ വെറുപ്പ് പിടി

പ്പിക്കുന്ന ഭാവകത്വമില്ല.

എട്ടു മണിയാകാൻ കാത്തിരുന്നാൽ മതി ഡോക്ടർ വരാൻ. താങ്കളുടെ വരവ് ഞാൻ ഇഷ്ടപ്പെടുന്ന കാര്യവുമാണ്. താങ്കളുടെ വരവിനു മുമ്പ് മുറി വൃത്തിയാക്കുന്നു. വൃത്തിയാക്കുന്ന വൃദ്ധയോട് ഞാൻ ഒരിക്കൽ പറഞ്ഞു: "ഞാൻ ചെയ്യാം" എന്ന്. അവരത് കേട്ട ഭാവം നടിച്ചില്ല. ഭ്രാന്താണല്ലോ എനിക്ക്.

താങ്കൾ മുറിയിൽ വന്നാൽ ആദ്യം നോക്കാറുള്ളത് മേശപ്പുറത്തെ കടലാസിന്റെ അട്ടിയിലാണെന്ന് ഞാൻ ശ്രദ്ധിച്ചിട്ടുണ്ട്. എഴുതുന്നത് അട്ടിയുടെ അടിയിൽ തിരുകുകയാണ് ഞാൻ. കഴിഞ്ഞാൽ കാണിക്കാം.

താങ്കളേയും താങ്കളുടെ കൂടെ വരുന്ന മറ്റുള്ളവരേയും കാണിക്കാൻ ഞാൻ അല്പം ഭ്രാന്ത് അഭിനയിക്കുന്നു. വെറുതെ ഒരു ചിരി. അർത്ഥമില്ലാത്ത രണ്ട് അംഗവിക്ഷേപം. ആവശ്യമില്ലാത്ത സംഭവവിവരണം. കണ്ടിട്ടില്ലാത്ത ഒരു സ്വപ്നത്തിന്റെ ആവശ്യപ്പെടാതെയുള്ള നീണ്ട വർണ്ണന.

പത്തു മണി കഴിഞ്ഞാൽ സന്ദർശകരുടെ വരവുണ്ട്. ഇപ്പോഴത് കുറഞ്ഞു വരുന്നു. സഹപ്രവർത്തകർ വല്ലവരും വന്നെങ്കിലായി. ചിത്രം പകുതിയായി നിന്നുപോയ നിർമ്മാതാക്കൾ അസുഖം മാറിയോ എന്ന് അറിയാൻ വരുന്നു. അസുഖം മാറിയെങ്കിൽ എന്തു വ്യവസ്ഥയിലും കേസ് വിടുവിക്കാൻ അവർ തയ്യാറാണ്. അവരിലൊരാൾ ഒരിക്കൽ എന്റെ മുന്നിൽവെച്ചുതന്നെ താങ്കളെ നിർബ്ബന്ധിച്ചു, ഇല്ലേ, മാറിയെന്നൊന്ന് പ്രഖ്യാപിച്ചുകൊടുക്കാൻ? താങ്കൾ ചിരിച്ചു. ഞാൻ ചിരിയടക്കി.

അങ്ങനെ ഒരാനുകൂല്യം ചെയ്താൽ താങ്കൾ വളരെ നന്ദിയുള്ളവരായിരിക്കുമെന്ന് സൂചിപ്പിച്ചു. അതായത് അതിന്റെ വിഹിതം താങ്കളുടെ വീട്ടിലെത്തിക്കാമെന്നുതന്നെ.

ഡോക്ടറായ താങ്കളെ ഞാൻ ഇഷ്ടപ്പെടാൻ തുടങ്ങിയത് അന്നാണ്. ബഹുമാനിക്കാൻ തുടങ്ങിയതും അന്നുതന്നെയാണ്. ഓർക്കുന്നില്ലേ, താങ്കൾ അവരോട് ദയവുചെയ്ത് പുറത്തുപോകാൻ വിനീതനായി അപേക്ഷിച്ചത്. അടുത്ത നിമിഷത്തിൽ ഞാൻ ഉറക്കെ ചിരിച്ചതും ഓർക്കുന്നില്ലേ?

സുന്ദരേട്ടന്റെ അമ്മ മധുരപലഹാരങ്ങളും എനിക്കിഷ്ടപ്പെട്ട പൂക്കളുമായി വരുന്നു. നിത്യേന വരുന്നു. താങ്കളെ കണ്ടതിനുശേഷമേ എന്നെ കാണാൻ വരു. അവരുടെ ആവശ്യവും എന്റെ അസുഖം മാറിക്കിട്ടുകയാണ്.

മറ്റാരും മുറിയിലില്ലാത്തപ്പോൾ അവർ എന്റെ ശരിയായ പേർ സ്നേഹത്തോടെ വിളിക്കും. "അമ്മിണീ," എന്നു നീട്ടിത്തന്നെ. മറ്റുള്ളവരുണ്ടെങ്കിൽ ഞാൻ സുനന്ദയാണ്.

എന്റെ പ്രതികരണമൊന്നും നോക്കാതെ എത്രയോ തവണ അവർ രഹസ്യമായി ആവർത്തിച്ചു പറഞ്ഞു: "കേസ് നിസ്സാരമാണ്. ഏറ്റവും വലിയ വക്കീലിനെയാണ് ആക്കിയിരിക്കുന്നത്. കയറി ആക്രമിച്ചതല്ല. ആത്മരക്ഷയ്ക്കു ചെയ്തതാണ്. കൊല്ലണമെന്ന് ഉദ്ദേശിച്ചില്ല. അപകടം പറ്റിപ്പോയി. ശിക്ഷിക്കുകയില്ല. അഭിനന്ദിക്കുകയേയുള്ളു, കോടതി. ജനങ്ങൾക്കും നിന്നോട് സ്നേഹവും ആരാധനയും ബഹുമാനവും കൂടിയിട്ടേയുള്ളു. ചാരിത്ര്യം രക്ഷിക്കാൻ യുദ്ധം ചെയ്തതാണെന്ന് അവർക്കറിയാം. നടികളൊക്കെ കൊള്ളരുതാത്തവരാണെന്നല്ലേ പൊതുധാരണ. അപ്പോൾ ഇതൊരു നല്ല

കാര്യമായി പ്രസിദ്ധീകരണങ്ങൾ അനുമോദിക്കുകയാണ് ചെയ്യുന്നത്. മുഖപ്രസംഗങ്ങൾ വരെ എഴുതി വന്നിട്ടുണ്ട്. എല്ലാം ശരിയാകും. പിന്നെ, അരവിന്ദന്റെ കുട്ടിയുടെ കാര്യം. അവളുടെ അസുഖം മാറി. മുഖമിപ്പോൾ മുമ്പത്തേക്കാൾ ചന്തമായി. അരവിന്ദന് പരാതിയില്ല. കേസുമില്ല. മനസ്സിന്റെ സമനില തെറ്റിയാൽ അങ്ങനെ ചില പ്രമാദങ്ങൾ ആർക്കാണ് വരാത്തത്?"

എനിക്ക് ചിരിയും കരച്ചിലും ഒപ്പം വരും. നോക്കണേ പുരോഗതി! എട്ടാംതരം തോറ്റ അമ്മയാണ് വലിയ വാക്കുകൾ പ്രയോഗിക്കുന്നത്. പ്രസിദ്ധീകരണങ്ങളേയും കോടതി കാര്യങ്ങളും മറ്റും മറ്റും നിയന്ത്രിക്കുന്നത്. കണക്കുകൾ കൂട്ടുന്നത്. പണത്തിന്റെ പണി.

മുറിയിലങ്ങനെ ചടഞ്ഞുകൂടിയാൽ പോരെന്ന് അമ്മ പറയും. ശാന്തയായിരിക്കാൻ ഉപദേശിക്കും. കഷ്ടപ്പെട്ടുണ്ടാക്കിയ പ്രശസ്തി നഷ്ടപ്പെടുത്തരുതെന്ന് താക്കീത് തരും. എന്റെ ഉത്സാഹം വർദ്ധിപ്പിക്കാൻ പ്രസിദ്ധീകരണങ്ങൾ നിവർത്തി ചിത്രങ്ങൾ കാണിക്കുകയും ചില ഭാഗങ്ങൾ വായിച്ചു തരികയും ചെയ്യും.

വൈകുന്നേരം വീണ്ടും വരുമ്പോൾ മീരയോ മിനിയോ രണ്ടുപേരുമോ അമ്മയുടെ കൂടെ വരും. അവരുടെ കണ്ണുകളിൽ സഹതാപവും നഷ്ടബോധവും. മീര മൂത്തവൾ. മിനിക്ക് പതിനാറായില്ല. മീരയ്ക്ക് കുറേക്കൂടി പഴയ കാര്യങ്ങൾ ഓർമ്മയുണ്ട്. മിനി തനി ധിക്കാരി.

എന്തിനവരെ പറയുന്നു? നല്ല കുട്ടികളായിരുന്നു. ഞാനാണല്ലോ അവരെ വഴി തെറ്റിച്ചത്. അവർക്ക് ആവശ്യമുള്ളതിലേറെ പണമുണ്ടായതാണ് കുഴപ്പം. അരക്ഷിതത്വത്തിൽനിന്ന് കരകയറട്ടെ എന്നു വിചാരിച്ചു. കയറിയത് അല്പത്വത്തിന്റെ കരയിലേക്കായിപ്പോയി.

അച്ഛൻ പറയാറുള്ളതാണ് ശരി. മറ്റൊന്നും മാറാതെ നിൽക്കുമെങ്കിൽ അവരവരുടെ സ്വഭാവമാണ് അവനവന്റെ വിധി.

എല്ലാവരേയും പൊറുപ്പിക്കാം. സുകുമാരൻചേട്ടനെ പൊറുപ്പിക്കാൻ വയ്യ. സുന്ദരേട്ടന്റെ അനിയനാണ്. പക്ഷേ, അതിൽക്കവിഞ്ഞ ഒരു സാദൃശ്യവുമില്ല. മുഖപ്രകൃതിയുടെ സാദൃശ്യംപോലും വളരെ കുറച്ചേയുള്ളു. ധിക്കാരിയുടെ കാതൽ. പ്രീഡിഗ്രി തോറ്റു. കടമ്പ കടന്നില്ല. എന്നേക്കാൾ രണ്ടര വയസ്സേ കൂടു. സുകുവോ, അവൻ നേരേയാകില്ല എന്നു സുന്ദരേട്ടൻതന്നെ പറയാറുണ്ട്. ഇംഗ്ലീഷേ പറയൂ എന്ന ശാഠ്യം. തെറ്റിച്ചേ പറയൂ എന്നു അത്രതന്നെ ശാഠ്യമുള്ളതുപോലെയും. ഒരു തരം ഉടമസ്ഥതാഭാവമാണ് മൂപ്പർക്കെന്നോട്. പ്രേമമാണെന്ന് പത്രക്കാരോട് പറയുകവരെയുണ്ടായി. ചേട്ടത്തിയമ്മ!

ഒരു കൈയിൽ സിഗരറ്റിന്റെ ടിന്നുമായി മൂപ്പർ വരുന്നത് ഉച്ചയ്ക്കാണ്. വന്നാലുടൻ നിരീക്ഷണമാണ്. സുനിയെന്നു വിളിക്കും. സ്വന്തം കണ്ടുപിടുത്തമാണ്, ആ പേരും. മുടി നേരെയാക്കിയിട്ടില്ല, തടി കൂടിവരുന്നു, സാരി നേരെയല്ല ഉടുത്തിരിക്കുന്നത്..... എന്നിങ്ങനെയാണ് കണ്ടുപിടുത്തങ്ങൾ.

കുറെനേരം കുരങ്ങു കളിപ്പിച്ചിട്ടേ ഞാൻ വിടാറുള്ളു. ഭ്രാന്ത് കാണിക്കും. ഒരാഴ്ച മുമ്പ് ഒരു ദിവസം കണക്കിനൊരു അടികൊടുത്തു. ഏറെക്കാലമായി ഓങ്ങിവെച്ചതായിരുന്നു. ഭ്രാന്തായതുകൊണ്ട് സൗകര്യമായി. അടികിട്ടിയേടമൊന്നു തടവി മൂപ്പർ നാലുപാടും നോക്കി.

എനിക്ക് ചിരി അടക്കാനായില്ല.

4

സന്ധ്യയുടെ വേദന

അരവിന്ദന്റെ കാര്യമാണ് കഷ്ടം. ഹാസ്യനടനാണ്, തിരക്കുണ്ട്. എന്നാലും കാണാൻ വരും. മീനയെ ഒരിക്കലേ കൊണ്ടുവന്നുള്ളു, അവളുടെ മുഖം നേരെയായതിനുശേഷം

ഞാൻ ആലോചിക്കാറുണ്ട്, അരവിന്ദനെ രക്ഷപ്പെടുത്താൻ ശ്രമിച്ചത് എന്റെ തെറ്റാണോ? ഞാൻ അഭിനയിച്ചു തുടങ്ങുമ്പോൾ മീനയ്ക്ക് രണ്ടു വയസ്സേ ആയിരുന്നുള്ളൂ. സിനിമയിലഭിനയിക്കാൻ നഗരത്തിലെത്തിയ അരവിന്ദനും കുടുംബവും വലിയ കഷ്ടപ്പാടിലായിരുന്നു. രണ്ടുപേരും അഭിനയിക്കാൻ തയ്യാറായിരുന്നു. പക്ഷേ, വല്ല ചെറിയ റോളുകളും മാത്രമാണ് കിട്ടിയിരുന്നത്. ഒരു ലൊക്കേഷനിൽ വെച്ച് അരവിന്ദനുമായി ഞാൻ പരിചയപ്പെട്ടു. ചിരിക്കാനുള്ളതേ അരവിന്ദൻ പറയൂ, ചെയ്യൂ. സെറ്റിലെ ജോലിയുടെയും കാത്തിരിപ്പിന്റെയും വിരസത അരവിന്ദൻ പരിഹരിച്ചു.

പെട്ടെന്നൊരു ദിവസം അരവിന്ദന്റെ ഭാര്യ അരവിന്ദനെയും കുഞ്ഞിനെയും ഉപേക്ഷിച്ച് മറ്റൊരാളുടെ കൂടെ പോയി. ഞാനിതറിഞ്ഞത് അരവിന്ദൻ ഒരു ബിറ്റ്റോളഭിനയിക്കാൻ മറ്റൊരു ലൊക്കേഷനിലെത്തിയപ്പോഴാണ്. കൂടെ കുഞ്ഞും ഉണ്ടായിരുന്നു.

സിനിമയിലെ അന്തരീക്ഷം ഡോക്ടർക്കറിയാമോ ആവോ. വലിയ താരങ്ങളാണെങ്കിൽ ഭാര്യ പോയാൽ വലിയ ന്യൂസായി. സഹപ്രവർത്തകരുടെ ദുഃഖപ്രകടനമായി. പോയെങ്കിൽ പോകട്ടെ, ഞാനാകാം പകരം എന്ന ഓഫറുകളായി. ആരും അറിയാത്ത ഒരു പാവത്തിന്റെ ഭാര്യയാണ് പോകുന്നതെങ്കിൽ ആ മാനഹാനിക്ക് പുറമേ സെറ്റിൽ കിട്ടുന്ന അവഹേളനവും സഹിക്കണം. അരവിന്ദൻ സഹിച്ചു. ചിരിച്ചുതന്നെ സഹിച്ചു. മീന തെന്നിത്തെന്നി നടന്നകലാൻ തുടങ്ങിയാൽ അരവിന്ദൻ വിളിച്ചു പറഞ്ഞു, "പെണ്ണേ, തള്ള പോയവഴിക്കു പോകാതെ."

കേട്ടവർ ചിരിച്ചു.

എന്റെ അടുത്ത പടത്തിൽ അരവിന്ദന് ഒരു മുഴുനീള കോമഡി റോൾ ഉണ്ടാക്കിക്കൊടുക്കാൻ എനിക്ക് സാധിച്ചു. അതോടെ അരവിന്ദൻ നിലത്തുനിന്നു പൊങ്ങി. നന്നായി അഭിനയിച്ചു. ആളുകൾക്കിഷ്ടമായി. തിരക്കായി. പണവുമായി.

അരവിന്ദനെ സഹായിക്കാൻ എനിക്ക് പ്രേരണ നല്കിയത് രണ്ടു കാരണങ്ങളാണ്. അമ്മയില്ലാക്കുഞ്ഞായ എന്നെയും കൂട്ടി കേസ് വാദിക്കാൻ പോകുമായിരുന്ന അച്ഛന്റെ ഓർമ്മതന്നെയാണ് പ്രധാന കാരണം. പിന്നെ അരവിന്ദന്റെ ആത്മാർത്ഥതയും. സിനിമാപ്രവർത്തകർക്കിടയിൽ കാണാത്തതാണ് ഈ വാക്കെന്ന് ചുരുക്കത്തിൽ പറയാം.

അങ്ങനെ അരവിന്ദൻ എനിക്കൊരു കൂട്ടായി. പ്രേമമായിരുന്നില്ല. സുന്ദരേട്ടന്റെ സ്ഥാനത്ത് മറ്റൊരാളെ കുടിയിരുത്താൻ എനിക്ക് കഴിയില്ല. വെറും അടുപ്പം. സഹവസിക്കാൻ വിഷമമില്ലായ്മ. പെരുമാറ്റത്തിൽ അനുവദിച്ചു കിട്ടിയ സ്വാതന്ത്ര്യം ദുരുപയോഗപ്പെടുത്താൻ അരവിന്ദൻ എള്ളോളം ശ്രമിച്ചുമില്ല.

ഒരിക്കൽ ഒരു സിനിമാപ്രസിദ്ധീകരണം എന്നേയും അരവിന്ദനേയും കൂട്ടിക്കെട്ടുന്ന തരത്തിൽ ഒരപഖ്യാതി എഴുതിവച്ചു. അരവിന്ദൻ ക്ഷുഭിതനാകുന്നത് അന്നാദ്യമായി ഞാൻ കണ്ടു. അരവിന്ദൻ എഴുതിയയച്ച മറുപടിയിലെ വാചകങ്ങൾ എനിക്കിപ്പോഴും ഓർമ്മയുണ്ട്: "സുനന്ദ എനിക്ക് ആരെങ്കിലുമാണെങ്കിൽ പെങ്ങളാണ്. ഒരു കൊച്ചുപെങ്ങൾ. ആരുടേയും കാമുകിയായിരിക്കാം, പക്ഷേ, എന്റെ അല്ല. സുനന്ദ എനിക്ക് ഒരുപാട് സഹായങ്ങൾ ചെയ്തു. നിരാധാരനും അനാഥനുമായ ഒരു മൂത്ത ചേട്ടനോട് ഒരു കൊച്ചുപെങ്ങൾ ചെയ്യാവുന്നതു മാത്രം. എനിക്ക് അച്ഛനോ അമ്മയോ കൂടപ്പിറപ്പുകളോ ഇല്ല. ഹോട്ടലുകളിൽ എച്ചിൽപ്പാത്രങ്ങൾ കഴുകിയാണ് ഞാൻ മരിക്കാതെ കിടന്നത്. എന്നോട് ആർക്കെങ്കിലും ഈ ഭൂമിയിൽ അനുകമ്പ തോന്നിയെങ്കിൽ അത് സുനന്ദയെന്ന അനിയത്തിക്കാണ്. ദയവുചെയ്ത് അവരെ എന്റെ പേര് പറഞ്ഞ് അപമാനിക്കരുത്. പിന്നെ, എന്റെ ഭാര്യ എന്നേയും കുഞ്ഞിനേയും ഉപേക്ഷിച്ച് മറ്റൊരുവന്റെ കൂടെ പോയി. ഒരു ഭാര്യയെ കൊണ്ടുനടക്കാൻ കഴിയാത്ത ഞാൻ ഒരു കാമുകിയെ നിലനിർത്താൻ കഴിവുള്ളവനാണെന്ന് മാന്യവായനക്കാർ വിശ്വസിക്കുകയുമില്ല...."

ആ മറുപടിയിൽ നിന്നാണ് അരവിന്ദൻ ഒരു അനാഥനാണെന്ന് ഞാൻ മനസ്സിലാക്കിയത്. തന്റെ ചരിത്രം അരവിന്ദൻ പറയാറില്ല. പടുമുള എന്ന് സ്വയം വിശേഷിപ്പിക്കാറുള്ളത് മറ്റെല്ലാതുംപോലെ തമാശയാണെന്നേ ഞാൻ കരുതിയിരുന്നുള്ളു.

പത്രത്തിൽ പരദൂഷണം വന്നപ്പോൾ അരവിന്ദൻ എന്നോട് പറഞ്ഞു, "ക്ഷമിക്കണം."

ഞാൻ ചോദിച്ചു, "എന്തിന്?"

"അല്ല, വെറുതെ ഒരു അപഖ്യാതി," എന്ന് അരവിന്ദൻ തുടങ്ങി.

ഞാൻ ചോദിച്ചു: "അരവിന്ദൻ കൊടുപ്പിച്ചതാണോ വാർത്ത?" ചിരിച്ചുകൊണ്ടാണ് ചോദിച്ചത്.

സിനിമാലോകത്തിൽ ആ പതിവുമുണ്ട്. ചൂണ്ടയിടുന്നതുപോലെ ഒരു വാർത്ത. കൊത്തിയെങ്കിലായി.

ഭാവഭേദം കൂടാതെ അരവിന്ദൻ പറഞ്ഞു, “അല്ല.”

പിന്നീടാണ് പത്രത്തിൽ മറുപടി വന്നത്.

മറുപടി വന്നപ്പോൾ ഞാൻ ചോദിച്ചു: “എന്തിനിത് എഴുതാൻപോയി?”

“ചെന്ന് അവന്മാരെ തല്ലിച്ചതച്ച് പിഴിഞ്ഞ് വണ്ടിക്കൂലിയെടുത്ത് തിരികെപ്പോരികയാണ് വേണ്ടത്.” അരവിന്ദൻ പറഞ്ഞു. “അതിന് നേരമില്ലാത്തതുകൊണ്ട്.”

ഞാൻ ചോദിച്ചു, “ഞാൻ അരവിന്ദന് എന്ത് സഹായം ചെയ്തുവെന്നാണ് പറയുന്നത്?”

“ചെയ്തതെന്തെന്ന് എനിക്കറിയാം.” അരവിന്ദൻ മുഖം കുനിച്ചു.

ഞാൻ സത്യത്തിന് ഒരു വ്യാഖ്യാനമുണ്ടാക്കി: “ഞാൻ സഹായിച്ചത് നിർമ്മാതാവിനെയും വിതരണക്കാരെയുമാണ്. അവർക്ക് നല്ല ലാഭം കിട്ടി.”

“എനിക്കൊന്നും കിട്ടിയില്ലെന്നായിരിക്കാം.” അരവിന്ദൻ ചിരിച്ചു.

അപഖ്യാതി വീട്ടിലും അല്ലറചില്ലറ പ്രശ്നങ്ങളുണ്ടാക്കി. സുകു ധാർമ്മികരോഷം കൊണ്ടു. അമ്മ ചുഴിഞ്ഞ് ചുഴിഞ്ഞ് ചോദിച്ചു. അങ്ങനെയൊരു ബന്ധമുണ്ടെങ്കിൽ അത് ‘ഡേർട്ടി’യാണെന്ന് മിനി പറഞ്ഞു. മീര മാത്രമാണ് പ്രതികരിക്കാതിരുന്നത്. ഒരു ബന്ധവുമില്ലെന്ന് ഞാൻ തറപ്പിച്ചു പറഞ്ഞപ്പോൾ എല്ലാവർക്കും ഒരുവിധം സമാധാനമായി. അമ്മ അപഖ്യാതി എഴുതിയ ലേഖകനെ വിളിച്ച് വഴക്ക് പറഞ്ഞു. പത്രാധിപർക്ക് കത്തെഴുതി. താമസിയാതെ പത്രാധിപരുടെ ദുഃഖപ്രകടനവും ലേഖകന്റെ വിശദീകരണവും അതിന്റെ കൂടെ അരവിന്ദന്റെ മറുപടിയും വന്നു.

ശാന്തമായി, രംഗം.

ഇതിനിടയിൽ മറ്റൊരു കാര്യം ഞാൻ കണ്ടുപിടിച്ചു കഴിഞ്ഞിരുന്നു. മീന എന്ന കൊച്ചുകുട്ടിയെ ഞാൻ വല്ലാതെ ഇഷ്ടപ്പെട്ടുപോയി എന്ന കാര്യം. ആദ്യമാദ്യം സംശയിച്ചും അടുത്തുവരാതെയും നിന്നുവെങ്കിലും പിന്നെപ്പിന്നെ അവളും എന്നോടൊട്ടി. ഞാൻ അവൾക്ക് മിഠായിയും ചെറിയ സമ്മാനങ്ങളും കൊടുത്തു. പകരം അവളെനിക്ക് നനുത്ത ചുണ്ടുകൊണ്ട് ഉമ്മതന്നു.

എന്റെ അക്കാലത്തെ മനഃസ്ഥിതി വളരെ കഷ്ടമായിരുന്നു. സ്നേഹിക്കാൻ ആരെങ്കിലും ഉണ്ടാകുമെന്ന പ്രതീക്ഷ ആകെ തെറ്റിയെന്ന് എനിക്ക് മനസ്സിലായിക്കഴിഞ്ഞിരുന്നു. ഏകാന്തത അസഹ്യമായിരുന്നു. ആ വരൾച്ചയിലൊരു കുളിരും ഉറവുമായാണ് മീന കൺമുന്നിൽ എത്തിയത്.

എല്ലാം ക്രമമായി പറഞ്ഞാലേ വ്യക്തമാവൂ. ഞാൻ നേരത്തെ സൂചിപ്പിച്ചതുപോലെ എല്ലാം ചിന്തയിൽ കുഴഞ്ഞും മറിഞ്ഞും കിടക്കുന്നതുകൊണ്ട് നേരറ്റം പിടിച്ച് കുരുക്കഴിക്കാൻ എനിക്ക് കഴിയുന്നില്ല.

എങ്ങനെയാണതുണ്ടായതെന്ന് വ്യക്തമായി എനിക്കറിയില്ല. ചെറിയ റോളുകളിൽ അരവിന്ദൻ മീനയെ അഭിനയിപ്പിച്ചു തുടങ്ങി. അരവിന്ദന്റെ

കൂടെ സെറ്റിൽ എപ്പോഴും കുട്ടി ഉണ്ടായിരിക്കുമെന്നിരിക്കെ ഏതെങ്കിലും ഒരവസരത്തിൽ ഏറെയൊന്നും ചിന്തിക്കാതെ വല്ല സംവിധായകരും തുടങ്ങിവെച്ചതായിരിക്കാം. ഉദ്ദേശിച്ച കുട്ടിയ കിട്ടാതെവന്നപ്പോൾ കിട്ടിയ കുട്ടിയെ ഉപയോഗിച്ചതായിരിക്കാം തുടക്കം. പിന്നീടത് പതിവായി. കുട്ടിക്ക് പ്രശസ്തിയായി. കളി കാര്യമായപ്പോൾ സ്കൂളിൽപ്പോക്ക് മുടങ്ങി.

എനിക്കിത് ഇഷ്ടമായില്ല. അതിനുള്ള കാരണം മീന വലുതായി ഒരു സിനിമാതാരമാവുന്നത് എനിക്കിഷ്ടമില്ലാത്തതുതന്നെയായിരുന്നു. ഞാൻ ഇഷ്ടപ്പെടുന്ന ആരും എന്റെ തൊഴിലിലേക്ക് നയിക്കപ്പെടരുതെന്ന് ഞാൻ എന്തുകൊണ്ട് വിചാരിക്കുന്നുവെന്നല്ലേ?

പറയാം, പക്ഷേ, അതിനുമുമ്പ് കുറെക്കൂടി കാര്യങ്ങൾ പറയാനുണ്ട്. എന്നെ വല്ലാതെ വിഷമിപ്പിക്കുന്ന കാര്യങ്ങളാണത്.

ഇപ്പോൾ അരവിന്ദൻ എന്നെ കാണാൻ വരുന്നത് എനിക്ക് ഭ്രാന്തു തന്നെയായിപ്പോയി എന്ന വിശ്വാസത്തിലാണ്. തുടക്കത്തിൽ അരവിന്ദന്റെ സംശയം ഞാൻ ഭ്രാന്ത് അഭിനയിക്കുകയാണെന്നായിരുന്നു. മീനയെ ആക്രമിച്ചതിൽപ്പിന്നെ ഈ മട്ടുമാറി. ഒന്നും മനസ്സിലാകാത്തതുപോലെ എന്നെ തുറിച്ചുനോക്കി അരവിന്ദൻ ഇരിക്കും.

ഞാനാണെങ്കിൽ, എനിക്ക് ഭ്രാന്തില്ലെന്ന് ഒരു തരത്തിലും തോന്നാനിടയില്ലാത്ത രീതിയിലേ അരവിന്ദൻ വരുമ്പോൾ പെരുമാറുകപതിവുള്ളൂ. അരവിന്ദന്റെ സന്ദർശനം എനിക്ക് ഇഷ്ടവുമായിരുന്നു.

ഞങ്ങൾക്കിടയിൽ അകലം വീണു. ഭ്രാന്തിന്റെ അകലം. അരവിന്ദന്റെ മനസ്സിൽ എനിക്ക് ഭ്രാന്താണ്. മീനയെ കാണണമെന്ന് എനിക്ക് നിർബ്ബന്ധമായപ്പോൾ വളരെ മടിച്ചാണ് കൊണ്ടുവന്നത്. അകലെ നിർത്തി കാണിച്ചുതന്നു. ഉടനെ കൊണ്ടുപോകുകയും ചെയ്തു.

സുനന്ദമ്മായിക്ക് ഭ്രാന്താണെന്ന് അരവിന്ദൻ അവളെ നേരത്തെ പറഞ്ഞു മനസ്സിലാക്കിയിരുന്നുവെന്നും തോന്നി. ഒരു കണക്കിന് അത് നന്നായി. ഭയത്തോടെയെങ്കിലും വെറുപ്പില്ലാതെ എന്റെ മുഖത്ത് നോക്കാൻ, എനിക്ക് ഒരു അനുകമ്പയുടെ പുഞ്ചിരി നല്കാനും, അവൾക്ക് അതുകൊണ്ട് സാധിച്ചു. അവൾ പെട്ടെന്ന് വളരെയേറെ വളർന്നിരിക്കുന്നുവെന്ന് എനിക്ക് തോന്നി.

ഞാൻ കുട്ടിയെ ഉപദ്രവിച്ചത് ആരും അറിയാതിരിക്കാനും കേസാകാതിരിക്കാനും അരവിന്ദൻ വളരെ പാടുപെട്ടുവെന്ന് എനിക്ക് മനസ്സിലായി.

സർജ്ജറി കഴിഞ്ഞ് പുറത്തിറങ്ങിയതോടെ മീന അംഗീകാരമുള്ള ബാലനടിയായിരിക്കുന്നു. എന്നെ കാണാൻ, അവളെ എനിക്ക് കാണാൻ, അവളെ കൊണ്ടുവന്നത് മേയ്ക്കപ്പോടെയാണ്. അത്ര തിരക്ക്.

അവളെന്റെ മകളായിരുന്നെങ്കിൽ ഈ രംഗത്ത് കാലുകുത്താൻ ഞാനവളെ അനുവദിക്കുമായിരുന്നില്ല. ഞാൻ പരമാവധി ശ്രമിച്ചു. എനിക്ക് ജയിക്കാൻ പറ്റിയില്ല. ഒരു കടുംകൈ ചെയ്തും അവസാനശ്രമം നടത്തി. ഫലമുണ്ടായില്ല.

അവളുടെ ഭാവിയോർത്ത് ഞാൻ കരയാറുണ്ട്. ഒരു ഭാര്യയായോ അമ്മയായോ ഒരു സാധാരണ സ്ത്രീയായിപ്പോലുമോ ജീവിക്കാൻ ജീവിതത്തിൽ എന്റെ മീനക്കിനി സാദ്ധ്യമല്ല. അവൾക്ക് ലോകവും ജീവിതവും ചിരിയും സ്നേഹവും നഷ്ടപ്പെട്ടു കഴിഞ്ഞു.

അവളെ താരമാക്കാനുള്ള ഉത്സാഹത്തിലാണ് അരവിന്ദൻ. സ്വന്തം ജോലി മുടക്കിയും അവളെ അനുഗമിക്കുന്നു. അതാണ് എനിക്ക് മനസ്സിലാകാത്തത്. ഈ രംഗത്തുള്ള എല്ലാ വിഷമതകളും അറിയാവുന്ന ആളാണ് ഇത് ചെയ്യുന്നത്. അതും സ്വന്തം മകളോട്. നിലനില്പിന്റെ പ്രശ്നമല്ല കാരണം. ഇതില്ലാതെതന്നെ അരവിന്ദന് ഒരു നല്ല നിലനില്പുണ്ട്. ഹാസ്യനടനായതുകൊണ്ട് പ്രായം കൂടിയാൽപ്പോലും നിലനില്പ് അപകടത്തിലുമല്ല.

മകളുടെ ജീവിതം തുലഞ്ഞാലും പണവും പ്രശസ്തിയെന്ന മരീചികയും മതിയെന്ന് അരവിന്ദൻ കരുതുന്നില്ലേ? ഉണ്ടെന്നെനിക്ക് തോന്നുന്നു. ഈ കാഴ്ചപ്പാട് അരവിന്ദനിൽ എങ്ങനെയുണ്ടായിയെന്ന് എനിക്കറിയില്ല. എല്ലാവർക്കുമുള്ളത് അരവിന്ദനിലും ഉണ്ടെന്നായിരിക്കാം. പക്ഷെ, എല്ലാവരെപ്പോലെയല്ല ഞാൻ അരവിന്ദനെ കണ്ടത്.

അരവിന്ദനിൽനിന്നും അങ്ങനെ ഇന്നു ഞാൻ അന്യയായി കഴിഞ്ഞിരിക്കുന്നു. മീന അകന്നുപോയി, എന്നേക്കുമായി. അവളോട് ആ കടുംകൈ ചെയ്യുന്നതിനു മുമ്പുതന്നെ എനിക്ക് നന്നായറിയാമായിരുന്നു, ഞാൻ ഉദ്ദേശിച്ച ഫലമുണ്ടായാലും ഇല്ലെങ്കിലും, അവൾ അതോടെ എന്നിൽനിന്ന് തികച്ചും അകലുമെന്ന്. ഇപ്പോൾ ഞാൻ ചെയ്ത കടുംകൈ അവളിൽ വൈരൂപ്യമുണ്ടാക്കാത്തതിൽ സന്തോഷം തോന്നുന്നുണ്ട്. വൈരൂപ്യം ഉണ്ടായിരുന്നെങ്കിലും അരവിന്ദൻ അവളെ അഭിനയിപ്പിക്കുമെന്നുറപ്പുണ്ട്. അവൾക്ക് നല്ലത് വരട്ടെ.

ഊണും ഉച്ചക്കിടപ്പും കഴിഞ്ഞ് ചായ കുടിച്ചാൽ പുറത്തു നടക്കാൻ കൊണ്ടുപോകുന്നുവെങ്കിലും മിക്ക ദിവസങ്ങളിലും ഞാൻ പോകാറില്ല. പല കാരണങ്ങളുമുണ്ട്. പ്രധാനമായത് ഈ മുറിയിലെ ഏകാന്തത ഞാൻ ഇഷ്ടപ്പെടുന്നതുതന്നെ. പുറത്തുപോയാൽ ധാരാളം മനോരോഗികളെയല്ലാതെ ഒന്നും കാണാനില്ല. പൂന്തോട്ടവും ഏതാനും വൃക്ഷങ്ങളും വളരെ ഉയർന്ന കന്മതിലും കാണാം. വൃത്തിയായി വെട്ടിനിർത്തിയ പൂന്തോട്ടം കട്ടിയിൽ മേക്കപ്പിട്ട വേഷംപോലെയാണ് തോന്നുക. ഒരു രസവുമില്ല. കന്മതിലുകൾ കാണാൻ ഞാൻ ആഗ്രഹിക്കുന്നില്ല. വൃക്ഷങ്ങളുടെ ഭാവങ്ങൾ ശ്രദ്ധിക്കാൻ സന്തോഷമാണെനിക്ക്. പക്ഷേ, ഈ മതിൽക്കെട്ടിനകത്തെ എല്ലാ വൃക്ഷങ്ങൾക്കും ഒരേ ഭാവമാണ്. കൂട്ടം തെറ്റി അനാഥമായി, പരിക്കുപറ്റി, ചിറകൊടിഞ്ഞ് വീണ് ചത്തുകിടക്കുന്ന, പക്ഷിയുടെ ഭാവം. ഒരു ചിറകോ ഒരു തൂവലോ മാത്രം ഉയർന്നുനില്ക്കുന്നു.

മനോരോഗികളെ നോക്കി രസിച്ച് ചിരിക്കുന്നവരെ ഞാൻ കാണാറുണ്ട്. സന്ദർശകർ. അർത്ഥമില്ലാത്ത ചേഷ്ടകളും പാട്ടുകളും ചിരിയും കണ്ട് ചില സന്ദർശകർ രസിക്കുന്നു. എനിക്കത് വയ്യ. ഞാനിത് കാണുമ്പോൾ രോഗികളുടെ ഉറ്റവരെയും ഉടയവരെയും കുറിച്ച് ഓർക്കും.

രോഗമില്ലായിരുന്നെങ്കിൽ എങ്ങനെയായിരിക്കും രൂപമെന്ന് ഓർക്കും. പിന്നെ, കരയണമെന്നു തോന്നും.

മുറിയിൽ തനിച്ചിരുന്ന് ഞാൻ സന്ധ്യയുടെ വേദന അനുഭവിക്കും. വെളിച്ചം മങ്ങുന്നതും ഇരുൾ പരക്കുന്നതും മാനം കറുക്കുന്നതും നക്ഷത്രങ്ങൾ കണ്ണീരിറ്റിറ്റ് വീഴ്ത്തുന്നതും എന്നെ വ്യസനിപ്പിക്കുന്നു. പണ്ടേ ഇങ്ങനെയാണ്.

രാത്രി ഭക്ഷണമൊന്നും കഴിച്ചില്ലെങ്കിൽ ഉറക്കം കൂടുതൽ അസഹ്യമാകാതെ കഴിയുമെന്ന് കണ്ടുകിട്ടിയതിനാലാണ് അത്താഴപ്പട്ടിണി കിടക്കുന്നത്.

പേടിസ്വപ്നത്തിലൂടെ വേണം ഏതായാലും ഉറക്കത്തിലേക്ക് നീങ്ങാൻ. അച്ഛന്റെ കൂടെ കഴിഞ്ഞ നല്ല നാളുകൾ ഓർക്കാൻ ഞാൻ ശ്രമിക്കും. മനസ്സിന്റെ കണ്ണാടിയിൽ അച്ഛന്റെ മുഖം വികൃതമാക്കാതെ പിടിച്ചുനിർത്താൻ ശ്രമിക്കും. കഴിയില്ല. ഇപ്പോൾ ഈ എഴുത്തുപണി കിട്ടിയതുകൊണ്ട് കൂടുതൽ എളുപ്പമുണ്ട്. ഇനിയെങ്കിലും തുടക്കത്തിൽനിന്നു തുടങ്ങാം. നാളെ മുതൽ അച്ഛനിൽനിന്നു തുടങ്ങി എല്ലാം പറയാം.

5

ശിലാണികുമാരി

ഇന്നു രാവിലെ ഇൻസ്പെക്ടർ സോമൻ വീണ്ടും വന്നു. ഇനി വരില്ലെന്ന് കരുതിയിരിക്കുകയായിരുന്നു. വ്യക്തമായ ഒരു കുറ്റമാണ്. അന്വേഷണമൊന്നും ആവശ്യമില്ലാത്ത രീതിയിൽ എല്ലാ തെളിവുകളുമുണ്ട്. ഭ്രാന്തുപിടിച്ച രൂപത്തിലാണെങ്കിലും ഞാൻ കുറ്റം സമ്മതിച്ചതുമാണ്. എന്നിട്ടും പൊലീസ് ഇൻസ്പെക്ടർ അന്വേഷണം തുടരുന്നു. ആക്രമിക്കപ്പെട്ട ഗോപകുമാർ മരിക്കുംമുമ്പ് വ്യക്തമായ മൊഴി കൊടുത്തിരുന്നതുപോലും സോമന് ബോദ്ധ്യമായിട്ടില്ലേ?

ഇതൊരു വലിയ തമാശയായിരിക്കുന്നുവെന്നേ പറയേണ്ടു. കാര്യങ്ങൾ നേരെചൊവ്വേ കാണുകയല്ലേ അധികാരികൾ വേണ്ടത്. കുറ്റം തെളിയാതിരിക്കുമ്പോഴല്ലേ വരികൾക്കിടയിലെ വായന വേണ്ടു? പകൽ വെളിച്ചംപോലെ തെളിഞ്ഞ ഒരു കാര്യത്തിന് കൂടുതൽ അന്വേഷണമെന്തിന്?

എങ്ങനെയിരിക്കുന്നു എന്ന ഒരു ചെറുചിരിയോടെയാണ് ഇൻസ്പെക്ടർ കടന്നുവന്നത്. ക്ഷണിക്കാതെ കസേരയിൽ ഇരുന്നു. ആകെയുള്ള കസേര. ഞാൻ അപ്പുറത്ത് മാറിനിന്നു.

"ഇരിക്കു" എന്ന് കല്പന.

ഞാൻ വെറുതെ ചിരിച്ചു. എനിക്ക് ഭ്രാന്താണല്ലോ. വലതുകൈയിലെ വടി ഇടതുകൈയിലടിച്ച് താളംപിടിച്ച് എന്നെത്തന്നെ നോക്കിയുള്ള ഇൻസ്പെക്ടറുടെ ഇരിപ്പ് ഏതോ ഒരു സിനിമയിലെ ഷോട്ട് തയ്യാറായതുപോലെയാണ് എനിക്ക് തോന്നിയത്. 'സയലൻസ്, സ്റ്റാർട്ട് ക്യാമറ' എന്ന് ആരെങ്കിലും ഉടനെ വിളിച്ചു പറയും എന്നുവരെ തോന്നി.

ആരും പറഞ്ഞില്ല. അപ്പോൾ ഞാൻ ഗൗരവത്തോടെ ഉറക്കെ പറഞ്ഞു: "ആക്ഷൻ!"

ഇൻസ്പെക്ടർ ചിരിച്ചു. ഞാൻ അഭിനയിച്ചു: "ഇല്ല, സാർ ഞാൻ ഒന്നും ചെയ്തില്ല. ദൈവമാണേ സത്യം, ദയവു ചെയ്ത് എന്നെ വിശ്വസിക്കൂ. നിരപരാധിയെ പീഡിപ്പിക്കരുത് സാർ..."

"ഡോക്ടർ, താങ്കൾ സിനിമ കാണാറുണ്ടോ?" ഞാൻ ഒന്നിലേറെ സിനിമകളിൽ പറഞ്ഞ വാചകങ്ങളാണിത്.

ഇൻസ്പെക്ടർ വടിയുയർത്തി. "കട്ട്!"

ഞാൻ നിന്നു കിതച്ചു.

ഇൻസ്പെക്ടർ പറഞ്ഞു: "മുഖഭാവം ശരിയായില്ല, കുറച്ചു കൂടി ഉള്ളിളകി പറയൂ. കിതപ്പ് കുറച്ചുകൂടിയാകാം, ഒരടി പിന്നോട്ടു മാറാം, പറച്ചിലിനിടയിൽ."

നാടകം തുടരാൻ തീരുമാനിച്ച് ഞാൻ ചിരിച്ചു. "സോറി, സാർ, ഒന്നു കൂടി നോക്കാം."

"താങ്ക് യൂ, താങ്ക് യൂ" എന്നു സോമൻ.

ഒരു നിമിഷത്തെ ഇടവേളയ്ക്ക് ശേഷം എഴുന്നേറ്റ് മുറിയിൽ ഉലാത്തി സോമൻ പറഞ്ഞു: "സുനന്ദ വളരെ പ്രഗല്ഭയായ ഒരു നടിയാണ്, എന്റെ അഭിനന്ദനങ്ങൾ."

ഞാൻ ചോദിച്ചു: "എന്റെ അഭിനയം ഇഷ്ടമായി, അല്ലേ?"

"വളരെ" എന്നു മുഖത്തുനോക്കാതെ.

എന്നിട്ട്, നടിക്ക് നിർദ്ദേശം നല്കുന്ന സഹസംവിധായകന്റെ മട്ടിൽ ചൂണ്ടിക്കാണിച്ചു: "നോക്കൂ, ഈ കഥാപാത്രം ഭ്രാന്തഭിനയിക്കുകയാണ്. യഥാർത്ഥത്തിൽ ഭ്രാന്തില്ല. കൊലക്കുറ്റം ചെയ്തുവെന്ന് കരുതപ്പെടുന്ന കഥാപാത്രമാണ്. ശിക്ഷ കുറഞ്ഞുകിട്ടാനാണ് ഭ്രാന്തഭിനയിക്കുന്നത് എന്നായിരുന്നു നിയമപാലകരുടെ വിശ്വാസം. ആ വിശ്വാസത്തിന് കഥാന്ത്യത്തിൽ ഇളക്കം തട്ടും. അതുകൂടി കണ്ടുകൊണ്ടുവേണം മുഖത്തെ ഭാവവും ചലനങ്ങളും."

മുഖത്ത് നോക്കാതെയാണ് പറഞ്ഞത്. വടികൊണ്ട് തുടയിലാക്കിയിരുന്നു താളം. ആൾ മിടുക്കനാണെന്നെനിക്ക് മനസ്സിലായി.

ഞാൻ അപേക്ഷിച്ചു: "ആ ടച്ചപ്പ് ഗേളിനെ ഒന്നു വിളിക്കാൻ പറയാമോ, സാർ."

ഒട്ടും മടിക്കാതെ സോമൻ ഉറക്കെ വിളിച്ചു: "ടച്ചപ്പ്!"

സിനിമാ ഷൂട്ടിങ്ങുകളിൽ സംരക്ഷണ ചുമതലയുമായി പല തവണ പങ്കെടുത്ത പരിചയമായിരിക്കണം. നല്ല ഒരു നടനുമാണ് ഇൻസ്പെക്ടറെന്ന് തീർച്ചപ്പെട്ടു.

സോമൻ തുടർന്നു: "ടച്ചപ്പ് വരട്ടെ.. സിറ്റുവേഷൻ പറഞ്ഞതു മനസ്സിലാക്കൂ. വ്യക്തമല്ലേ? ഈ ഘട്ടത്തിൽ കാണികളുടെ മുമ്പിൽ കുറ്റവാളി ഈ കഥാപാത്രമാണ്. വാസ്തവത്തിൽ കഥാനായിക കുറ്റക്കാരിയല്ല എന്നാണ് കഥ. ആർക്കോ എന്തിനോവേണ്ടി കുറ്റമേല്ക്കുകയും ആ കുറ്റത്തിന്റെ ഭാരം ലഘൂകരിക്കാനോ മറ്റെന്തിനോവേണ്ടി ഭ്രാന്ത് അഭിനയിക്കുകയും ചെയ്യുന്നു. ആ കൊച്ചുകുട്ടിയെ അഭിനയിച്ച് ആക്രമിച്ചത് വെറുതെ. അതിന് വേറേയും കാരണമുണ്ടാകാം. അതെല്ലാം ശേഷം ഭാഗങ്ങളിലേ അറിയൂ...."

കൂടെക്കൂടെ എന്നെ ഒളിഞ്ഞുനോക്കുന്നുണ്ടായിരുന്നുവെങ്കിലും അഭിനയിച്ച് ധാരാളം ശീലമുള്ള എന്റെ മുഖത്തുനിന്ന് കടുകിട ഊഹങ്ങൾ കിട്ടുകയില്ലെന്ന് എനിക്കറിയാമായിരുന്നു.

"ശരി, സാർ" എന്ന് ഞാൻ ഉരുവിട്ടുകൊണ്ടിരുന്നു. സെറ്റിൽ അതാണ് പതിവ്. വിവരംകെട്ട സംവിധായകനാണെങ്കിലും മറുപടി അതുതന്നെ, "ശരി, സാർ."

"ഒരു കാര്യം പ്രത്യേകം ശ്രദ്ധിക്കണം." സോമൻ പറഞ്ഞു: "കാണികൾക്ക് ഈ ഘട്ടിൽ തോന്നേണ്ടത് കഥാനായികയ്ക്ക് ഭ്രാന്താണെന്നുതന്നെയാണ്. അഭിനയിക്കുകയാണ് ഭ്രാന്തെന്ന് തോന്നിപ്പോകരുത്. തോന്നിപ്പോയാൽ പടം കൈനീട്ടം വില്ക്കുകയില്ല, രണ്ടാന്നാൾ ചുരുട്ടും, അതിലും വലിയ നാണക്കേടെന്തിരിക്കുന്നു!"

ഞാനുരുവിട്ടു: "ശരി, സാർ."

പെട്ടെന്നു തിരിഞ്ഞ് സോമൻ എന്റെ മുഖത്തു നോക്കി. വടിയുടെ മൂട് ഇടതുകൈവെള്ളയിൽ അമർത്തിയൂന്നി: "കൊമേഡിയൻ, സീരിയസ് റോളിൽ അഭിനയിക്കുന്ന ചിത്രമാണെന്നറിയാമല്ലോ? അത് പ്രത്യേകം ഓർമ്മവേണം, മനസ്സിലായില്ലേ?"

ഞാൻ പാവയെപ്പോലെ തലയാട്ടി: "ശരി, സാർ."

സോമനുമായുണ്ടായ കൂടിക്കാഴ്ചയുടെ ശേഷംഭാഗം വിചിത്രമായിരുന്നു. രംഗമൊന്നു മാറ്റാൻ ഞാൻ നിശ്ചയിച്ചു. പെട്ടെന്ന് സോമന്റെ കഴുത്തിൽ ഞാൻ മുറുകെ പിടിച്ച് ഉറക്കെ വിളിച്ചു പറഞ്ഞു: "കൊല്ലും ഞാൻ! നിന്നേയും ഞാൻ കൊല്ലും! എന്റെ കൈകൊണ്ട് നീ മരിക്കണം."

സോമൻ ശേഷിയുറ്റ കൈകൾകൊണ്ട് എന്റെ പിടിപതുക്കെ വിടുവിച്ചു. കൈവണ്ണയിൽ പിടിച്ച് എന്നെ അടക്കി നിർത്തിയിട്ട് ചിരിച്ചു. "ഭേഷ്! ഒന്നാംതരം! ബോക്സാഫീസ് തകർക്കും!"

ഞാൻ പെട്ടെന്ന് കരയാൻ തുടങ്ങി. "അയ്യോ!, ഞാനെന്താണു ചെയ്തത്! അല്ല, ഞാനല്ല! ഞാനൊന്നും അറിഞ്ഞിട്ടില്ല! ഇത്...ഇത്...."

മേശപ്പുറത്ത് അഴിച്ചുവെച്ചിരുന്ന തൊപ്പിയെടുത്ത് തലയിൽ വെച്ച്, എന്റെ കരച്ചിലോ അലമുറയോ തെല്ലും വക വയ്ക്കാതെ, ഇൻസ്പെക്ടർ പിന്തിരിഞ്ഞു നടന്നു. വാതില്ക്കൽ നിന്നു: "അമ്മിണിക്കുട്ടി, എനിക്കെല്ലാം മനസ്സിലായിട്ടുണ്ട്. ദയവ് ചെയ്ത് എന്റെ ബുദ്ധിയെ വെല്ലുവിളിക്കരുത്. നിങ്ങളുടെ സ്ഥിതി കണ്ടും ഓർത്തും എനിക്ക് ദുഃഖമുണ്ട്. പക്ഷേ, അതല്ലല്ലോ കാര്യം. എന്റെ കടമ അവിടെ അവസാനിക്കുന്നുമില്ല. എന്നെക്കൊണ്ട് കഴിവതും ഞാൻ ചെയ്യും. ഇഷ്ടപ്പെട്ടുവെന്നു വരില്ല, നിങ്ങൾക്ക്. ദയവായി ക്ഷമിക്കുക, വീണ്ടും കാണാം."

വാതിൽ അടഞ്ഞപ്പോൾ ഞാൻ ഉറക്കെ ഉറക്കെ ചിരിച്ചു. ചിരി വന്നിട്ടുതന്നെയാണ് ചിരിച്ചത്. ഇക്കാലത്ത് ഇങ്ങനെയൊരുദ്യോഗസ്ഥനോ എന്ന അത്ഭുതമാണ് ആ ചിരിയിൽ നിന്നെന്നെ രക്ഷപ്പെടുത്തിയത്. സോമന്റെ കഴിവും പൗരുഷവും ആത്മാർത്ഥതയും മറ്റൊരു ചിന്തയും ഉളവാക്കി. ഇത്രയ്ക്ക് പോരിമയുള്ള ഒരു കൂടപ്പിറപ്പ് എനിക്കുണ്ടായിരുന്നെങ്കിൽ എന്ന ചിന്ത. എങ്കിൽ എന്റെ ജീവിതം മറ്റൊരു വഴിക്ക് പോകുമായിരുന്നു. ഞാൻ ഇന്ന് ഇവിടെ ആകുമായിരുന്നില്ല.

തുടർന്ന്, കരയണമെന്നു തോന്നി. ധാരാളം കരഞ്ഞു.

എങ്കിലുകൾക്കെന്തു വിലയെന്ന് ആശ്വസിക്കാൻ കഴിഞ്ഞു. എന്റെ മനസ്സിന് ഇത്ര ബലമില്ലാതെ പോയല്ലോ എന്ന് ആത്മനിന്ദയുണ്ടായി.

ചെറിയ കാര്യങ്ങൾക്ക് ഞാൻ കരയുന്നു. അത്രയും ചെറിയ കാര്യങ്ങൾക്കുതന്നെ ചിരിക്കുകയും ചെയ്യുന്നു. സുന്ദരേട്ടൻ വാഴക്കൂമ്പെന്നു വിളിച്ച് കഴിയാക്കുമായിരുന്നു. ഇതുതന്നെയായിരുന്നു കാരണം. പരിഹാസച്ചുവയോടെയുള്ള വെറുമൊരു തമാശ പറഞ്ഞു കേട്ടാൽ മതി, എനിക്ക് കരച്ചിൽ വരാൻ. നുള്ളിനോവിക്കാനും പിടിച്ചു പറിച്ച് തിന്നും തലയ്ക്കു മേടിയും പാകപ്പെടുത്താനും ഒരു കൂടപ്പിറപ്പില്ലാതെ വളർന്നതിന്റെ ദോഷമാണെന്നും പറയും. ഒരിക്കൽ പറഞ്ഞു, തന്തയുടെ ഏകപുത്രിയായി വളർന്ന് ചീത്തയായതാണെന്ന്. തമാശ പറഞ്ഞതാണ്. ഞാൻ പറഞ്ഞു: "എന്റെ അച്ഛനെ തന്തയെന്നു വിളിക്കരുത്, എനിക്കിഷ്ടമല്ല." "ശരി, എല്ലാം ഇനി സംസ്കൃതത്തിലാക്കിക്കളയാം" എന്നായി സുന്ദരേട്ടൻ. അങ്ങനെയാണ് മൂപ്പർ എനിക്ക് ശിലാണികിശോരിണി എന്ന് ആദ്യവും ശിലാണികുമാരി എന്നു പിന്നീടും പേരിട്ടത്. അമ്മി ശിലതന്നെ. ണി കൂടെ വേണമല്ലോ. അതുകൊണ്ട് ശിലാണികുമാരി.

തോന്നിയ എല്ലാ പേരുകളും മൂപ്പർ വിളിക്കും. ശീലാവതി, പാറുക്കുട്ടി, തങ്കമാളു, കുമ്മിണി, കുഞ്ചുക്കുട്ടി.... ഞാൻ പരാതിയഭിനയിക്കുമെങ്കിലും എനിക്ക് ഇതെല്ലാം ഇഷ്ടമായിരുന്നു. സുന്ദരേട്ടനെ സംബന്ധിച്ച എല്ലാതും ഇഷ്ടമായിരുന്നു. തലയ്ക്ക് മേടി വേദനിപ്പിക്കുമ്പോൾപ്പോലും ഞാൻ പുറമേ നെറ്റി ചുളിക്കുകയും അകത്ത് ചിരിക്കുകയും ചെയ്യും.

അച്ഛന്റെ മുന്നിലേക്ക് വിചാരണയ്ക്ക് വലിച്ചിഴയ്ക്കാറുമുണ്ട് ഞാൻ സുന്ദരേട്ടനെ.

അച്ഛാ, എന്റെ തലയ്ക്ക് മേടിയെന്ന് ഞാൻ ചിണുങ്ങും.

"അമ്മാമാ, ഇവളെന്നെ നായാടിയെന്നു വിളിച്ചു," സുന്ദരേട്ടൻ അന്യായം ഫയലാക്കും.

അച്ഛൻ ചിരിക്കും: "സുന്ദരാ, അവളുടെ തലയിലേയ് വല്ലാതെ മേടണ്ട. അകത്ത് കളിമണ്ണാണ്. പൊട്ടും.... പിന്നെ, മോള് അവനെ നായാടിയാക്കണ്ട. വടംകെട്ടി കഴുത്തിലിട്ട് പിന്നാലെ നടത്തും!.... പോ, രണ്ടും!"

ഞാനാണ് ജയിച്ചതെന്ന് ഞാനും അല്ലെന്ന് സുന്ദരേട്ടനും വാദിക്കും. അതിനൊരു വഴക്കുണ്ടാവും. അച്ഛൻ വിളിച്ച് മുന്നിൽ ഇരുവരേയും പരസ്പരം പുറകു തിരിഞ്ഞു ഇരുത്തും. മുഖത്തോടു മുഖം കണ്ടാലല്ലേ വഴക്കുണ്ടാവൂ!

ആദ്യം തിരിഞ്ഞു നോക്കുന്ന ആൾ തോല്ക്കുന്നു. പക്ഷേ, സുന്ദരേട്ടൻ അച്ഛന്റെ ശ്രദ്ധ വല്ലവഴിക്കും തിരിഞ്ഞാൽ ശബ്ദമുണ്ടാക്കാതെ എണീറ്റുപോകും! ഏറെക്കഴിഞ്ഞ് ഞാൻ തിരിഞ്ഞുനോക്കുമ്പോൾ എനിക്ക് ഭ്രാന്തുപിടിക്കും.

6

പാറ്റാട

അമ്മയില്ലെന്ന കാര്യമൊഴിച്ചാൽ ഞാൻ ഒരു ഭാഗ്യവതിയായ കുട്ടിയായിരുന്നു. അച്ഛൻതന്നെയായിരുന്നു ആ ഭാഗ്യത്തിന്റെ ഉറവിടം. ഒരിക്കലും ശാസിക്കാത്ത അച്ഛൻ. ഓർമ്മയുദിക്കുന്നതുതന്നെ അച്ഛന്റെ മടിയിലിരുന്നുകൊണ്ടാണ്.

മൂന്നു വശവും തിണ്ണയുള്ള വലിയ പൂമുഖത്ത് കിഴക്കേതിണ്ണയുടെ ഓരത്ത് വലിയ ചാരുകസേരയിൽ മെലിഞ്ഞ ചടച്ച അച്ഛൻ ഇരിക്കും. അച്ഛന്റെ മടിയിൽ ഞാൻ. തിണ്ണയിൽ കോടതികടലാസുകളുടെ കെട്ടുകൾ ഉണ്ടാവും. എല്ലുകൾ എണ്ണിയെടുക്കാവുന്ന മട്ടിൽ തോർത്തുമുണ്ടുമായി അച്ഛൻ കടലാസുകൾ ഓരോന്നായി നോക്കും. ഞാൻ മുറ്റത്ത് കറ്റകളും പ്രാവുകളും കോഴികളും ഇടകലർന്ന് ഒരുങ്ങുന്ന രംഗവും നോക്കി ഇരിക്കുകയോ അച്ഛന്റെ മാറിൽ കിടന്നുറങ്ങുകയോ ചെയ്യും.

മുറ്റത്തിന്റെ അരികു പിടിച്ചു നില്ക്കുന്ന വലിയ മരങ്ങളുടെ നിഴലിൽ കുളിരും തേവിടിശ്ശിപൂക്കളുമുണ്ടാവും. തെക്കുവശത്തെ തൊഴുത്തിൽ പശുക്കൾ ഉണങ്ങിയ വൈക്കോൽ ക്രാന്തിത്തിനും. മുടന്തൻ രാവുണ്ണിയാശാൻ എല്ലാത്തിനേയും വഴക്കു പറഞ്ഞ് മുറ്റത്തൂടെ നടക്കും. ചിലപ്പോൾ കക്ഷികൾ തിണ്ണകൾ നിറഞ്ഞു വന്നുകൂടും.

അടുക്കളയിൽ തായിമ്മ എന്ന തടിച്ചി അമ്മായി പണിയെടുക്കും. അവർ മരിച്ചപ്പോൾ ചില അകന്ന ബന്ധുക്കൾ വന്നപ്പോൾ മാത്രമാണ് അവരുടെ പേര് ദേവകിഅമ്മ എന്നായിരുന്നു എന്ന് ഞാൻ അറിഞ്ഞത്. ഞാൻ അവരെ തായിമ്മ എന്നു വിളിച്ചു. അവർതന്നെ വിളിപ്പിച്ചു ശീലിപ്പിച്ചതായിരിക്കണം. അതിലെ 'മ്മ' എന്നത് അമ്മ എന്നതിന്റെ പ്രതിരൂപമായി അവരും ഞാനും കണ്ടുവോ? എന്റെ അമ്മയായി ചമയാൻ അവർ ഒരുക്കലും ബദ്ധപ്പാട് കാണിച്ചിട്ടില്ല. വളരെ കുറച്ചേ സംസാരിക്കൂ. അതും അവരുടെ ദേഹപ്രകൃതി വെച്ചുനോക്കിയാൽ വളരെ താഴ്ന്ന ഒച്ചയിൽ.

വാതിൽ മറഞ്ഞുനിന്ന് അച്ഛനോട് സംസാരിക്കുന്നത് കേട്ടാൽ അവരാണ് സംസാരിക്കുന്നതെന്നു തോന്നുകയില്ല. അച്ഛനേക്കാൾ കുറഞ്ഞത് പത്തു വയസ്സെങ്കിലും കൂടുതലുണ്ടായിരുന്നിരിക്കണം. പക്ഷേ, വാതിൽ മറഞ്ഞു നിന്നേ സംസാരിക്കൂ. അച്ഛന് വിളമ്പിക്കൊടുക്കുവാൻപോലും വയ്യ. എല്ലാം ഒരുക്കി വാതിൽ മറഞ്ഞ് നില്ക്കും. അച്ഛൻ വിളമ്പി കഴിക്കും. അവർക്ക് എത്രയാണ് ശമ്പളം കൊടുത്തിരുന്നതെന്നോ, അവരും ഞങ്ങളുമായുള്ള രക്തബന്ധം എന്തായിരുന്നുവെന്നോ എനിക്ക് ഇപ്പോഴും വ്യക്തമായി അറിയില്ല.

വലിയ വീട്. തട്ടിൻപുറത്ത് ആരും കയറാറില്ല. പൂമുറ്റത്തിനോട് ചേർന്ന ഓഫീസ് മുറിയിലും അതിനടുത്തുള്ള കിടപ്പുമുറിയിലും ഭക്ഷണം കഴിക്കാൻ മാത്രം തളത്തിലുമായി അച്ഛനും ഞാനും ഒതുങ്ങിക്കൂടും. കിടപ്പുമുറിയിൽ അമ്മയുടെ ഒരു ചിത്രമുണ്ടായിരുന്നു. എന്നെ സംബന്ധിച്ചിടത്തോളം അത് ആ മുറിയുടെ ഒരു ഭാഗമായിരുന്നു. ആ ചിത്രത്തിൽ ഞാൻ കാണേ അച്ഛൻ നോക്കുമായിരുന്നില്ല. അതെന്റെ അമ്മയാണെന്ന് അച്ഛൻ എപ്പോഴാണ് പറഞ്ഞുതന്നതെന്ന് ഓർമ്മയില്ല. അച്ഛനാണോ പറഞ്ഞുതന്നതെന്നും അറിയില്ല. തായിമ്മയാകാനിടയില്ല. അവർക്കൊരു മനസ്സുതന്നെ ഉണ്ടായിരുന്നുവോ എന്നും ഉണ്ടായിരുന്നെങ്കിൽ ആ മനസ്സിൽ എന്തായിരുന്നുവെന്നും എനിക്കെന്നല്ല, ആർക്കും അറിയില്ല. വൃത്തിയുള്ള ഒന്നരയും മുണ്ടും ഉടുത്ത് മുടിയിൽ തുളസിപ്പൂ ചൂടി തടിച്ച ദേഹപ്രകൃതിയുമായി അവർ കഴിഞ്ഞു. അവർക്ക് നന്നായി പാട്ടുപാടാൻ അറിയാമെന്ന് ഞാൻ മനസ്സിലാക്കിയതു പോലും എനിക്ക് പത്തുപതിനഞ്ച് വയസ്സായതിൽപ്പിന്നെയാണ്. വേറേയും പല അത്ഭുതകരങ്ങളായ കഴിവുകളും അവർക്കുണ്ടായിരുന്നിരിക്കണമെന്ന് എനിക്ക് തോന്നാറുണ്ട്, പില്കാലത്ത്.

രാവിലെ അച്ഛന്റെ കൂടെ പുഴയിൽ പോയി കുളിച്ച് അമ്പലത്തിൽ തൊഴുത് അച്ഛന്റെ കൂടെ കാപ്പി കുടിച്ച് അച്ഛന്റെ കൂടെ കോടതിയിൽ പോകുന്ന ഓർമ്മയാണ് എനിക്ക് ആദ്യത്തെ ഓർമ്മയായി ഇന്നുമുള്ളത്. നിറഞ്ഞ കോടതിയിൽ ഞാൻ മാത്രമായിരിക്കും ഒരു കുട്ടി. അതുകൊണ്ട് എനിക്ക് ധാരാളമായി ലാളനയും ലഭിച്ചു. അച്ഛന്റെ പഴയ കാറിൽ കോടതിയിലേക്ക് ഈ യാത്രയും തിരിച്ചുവരവും എനിക്ക് വളരെ ഇഷ്ടമായിരുന്നു.

കോടതിയിൽ നിന്നു വന്നാൽ അച്ഛൻ മുറ്റത്ത് എന്റെ കൂടെ കളിക്കും. മണലിൽ വരച്ചും വട്ടുകളിച്ചും ഞങ്ങൾ വൈകുന്നേരങ്ങൾ കഴിച്ചുകൂട്ടി. ആ നേരത്ത് കക്ഷികൾ വന്നാൽ അച്ഛൻ ഒറ്റ വാചകത്തിൽ അവരെ തിരിച്ചയക്കും. “നാളെ വരൂ.” കക്ഷികളിൽ മിക്കവാറും പേർക്ക് ഇതറിയാമായിരുന്നു. അറിയാത്തവർ ഒരിക്കലേ ഈ തെറ്റ് ചെയ്യാറുമുള്ളു.

വർഷത്തിലും തുലാവർഷത്തിലും വൈകുന്നേരങ്ങളിൽ കഥകൾ പറഞ്ഞുതന്ന് മടിയിലിരുത്തും. അച്ഛന് എത്ര കഥകളാണ് അറിയാമായിരുന്നത്! എന്നുമെന്നും പുതിയ കഥകൾ!

വെയിൽ താണുവീഴുന്ന വൈകുന്നേരങ്ങളിൽ വയലിലെ ഉയർന്ന വരമ്പിലൂടെ എന്നെ വിരലിൽ ഞാത്തി അച്ഛൻ നടക്കും. ഓളമടിക്കുന്ന പച്ചയുടെ താളം അങ്ങനെയാണ് എനിക്ക് പ്രിയപ്പെട്ടതായത്. അലസമാടുന്ന തെങ്ങിൻതലപ്പുകളുടേയും ഇളകിയാടുന്ന കമുങ്ങിൻ ശിഖരങ്ങളുടേയും ചലനഭാവങ്ങൾ അന്നുതന്നെ എനിക്ക് പിടികിട്ടി.

നടത്തത്തിനിടയിൽ എന്റെ നൂറുനൂറു ചോദ്യങ്ങൾക്ക് അച്ഛൻ മറുപടി പറയും. ഉപചോദ്യങ്ങളുണ്ടാവും. ക്ഷമയോടെതന്നെ ഉത്തരം കിട്ടും.

മടങ്ങിപ്പോരുമ്പോൾ എന്നെ വാരിയെടുത്താണ് അച്ഛൻ നടക്കുക. നേരം ഇരുട്ടിയിരിക്കും. നടക്കണമെന്ന് ഞാൻ ശാഠ്യം പിടിക്കുമ്പോഴെല്ലാം അച്ഛൻ ചിരിച്ചുകൊണ്ട് പറയും: “വേണ്ട, അമ്മൂ, വെളിച്ചം മങ്ങി, വല്ല ഇഴജന്തും...”

തൊടീലും ചുറ്റി നടക്കാറുണ്ട്. ഇലഞ്ഞിപ്പഴവും കാരപ്പഴവും അച്ഛൻ പൊട്ടിച്ചും പെറുക്കിയും തരും. മഞ്ചാടിക്കുരുവും കുന്നിക്കുരുവും ശേഖരിച്ചു തരും. വല്യ മടാവുകളുടെ പേരും പ്രതാപവും പറഞ്ഞുതരും. തെക്കിനിയിൽ, പെരുന്തൻ, ചക്കരച്ചുണ്ടൻ, പുളിയൻ.... പിടിച്ചാൽ പിടിയെത്താത്ത വൻ മരങ്ങൾ.

പക്ഷികളേയും മൃഗങ്ങളേയും പൂക്കളേയും പരിചയപ്പെടുത്തിത്തരും. അങ്ങനെയാണ് പാറ്റാട എന്ന അത്ഭുത ജീവിയേയും ഞാൻ കണ്ടത്. വലിയൊരു അണ്ണാന് വവ്വാലിന്റെ ചിറകുകൾ. അണ്ണാനെന്നും പറയാൻ വയ്യ. അണ്ണാനുമല്ല, പൂച്ചയുമല്ല. അങ്ങനെയൊരു ജന്തു. പറക്കാൻ വളരെയൊന്നും വയ്യ. തെങ്ങിന്മേൽ അണ്ണാനെപ്പോലെ കയറും. മുകളിൽനിന്ന് ഒരു ചാട്ടം. ചിറകുകൾ വിടർത്തി അടുത്ത തെങ്ങിൻചുവട്ടിലേക്കൊരു ഡൈവിങ്ങാണ്. തുടർന്ന് അതിന്മേൽ കയറും. ആ ജീവിയുടെ ദയനീയാവസ്ഥ ഇന്നും ഞാൻ കണ്ണിൽ കാണുന്നു. നിസ്സഹായത, ജീവിക്കാനുള്ള വ്യഗ്രത, രക്ഷപ്പെടാനുള്ള ത്വര, കാണിച്ചുതന്നത് അച്ഛനാണ്. കണ്ടത് ഞാൻ മാത്രമല്ല. മുടന്തൻ രാവുണ്ണിയാശാനും കണ്ടു. രാവുണ്ണിയാശാൻ ബഹളം കൂട്ടി. തെങ്ങിൽ വിടരുന്ന മൊച്ചിങ്ങയും കരിക്കും നശിപ്പിക്കുന്ന ജീവിയാണ്, പിടിക്കണം, കൊല്ലണം. ആളുകളെ കൂട്ടി നായാട്ടായി. പാറ്റാട തെങ്ങിന്മേൽ കയറിയാൽ ആരെങ്കിലും പിന്നാലെ കയറും. അടുത്ത തെങ്ങിലും അതിനടുത്ത തെങ്ങിലും ഇതാവർത്തിക്കും. അങ്ങനെയൊരു പട. സാധുജീവി അവസാനം തളർന്നു വീണപ്പോൾ രാവുണ്ണിയാശാൻ മുടന്തിമുടന്തി ചെന്ന് ചുമലിലെ തോർത്ത് അതിന്റെ പുറത്തിട്ട് ചുരുട്ടി കൂട്ടിപ്പിടിച്ചു.

എനിക്ക് വിസ്തരിച്ച് കാണിച്ചു തന്നു.

അതിന്റെ കണ്ണുകളിലെ ദയനീയമായ നിസ്സഹായാവസ്ഥ എന്നെ കരയിച്ചു. എനിക്ക് അന്ന് അഞ്ച് വയസ്സുണ്ടായിരുന്നുവെന്നു തോന്നുന്നു. അതിനെ വിട്ടയയ്ക്കണമെന്ന് എനിക്ക് വാശി.

“എന്താ ഈ പറേണു, കുട്ടീ, ഒരു കരിക്കും ബാക്കിവയ്ക്കില്ല. അശ്രീകരം” എന്ന് രാവുണ്ണിയാശാൻ.

അതൊന്നും എനിക്ക് പ്രശ്നമല്ല. എനിക്കതിനെ വിടണം. കരച്ചിലായി.

വിട്ടയച്ചേക്കാൻ അച്ഛൻ പറഞ്ഞു.

എന്നാൽ ദൂരെയെവിടെയെങ്കിലും കൊണ്ടുചെന്നു വിട്ടയക്കാം എന്നായി രാവുണ്ണിയാശാൻ. വിട്ടയക്കുന്നത് എവിടെയായാലും അതെനിക്ക് കാണണമെന്നു ഞാൻ.

അങ്ങനെ, ഓടിപ്പിടിക്കാൻകൂടിയവർ നോക്കിനില്ക്കെ പാറ്റാടയെ തൊടിയുടെ മൂലയിലെ പാമ്പിൻകാവിൽ വിട്ടയച്ചു.

പിറ്റേന്നു അതിന്റെ പിറ്റേന്നുമൊക്കെ രാവുണ്ണിയാശാൻ വാടിവീണ കൊച്ചിങ്ങകൾ പെറുക്കി കൈയിൽ പിടിച്ചു മുറ്റത്തുടെ നടന്നു ആരോടെന്നില്ലാതെ പറഞ്ഞു: "ഒക്കെ നശിപ്പിച്ചു ആ ജന്തു!"

അച്ഛൻ കേൾക്കാനായിരുന്നു.

പാറ്റാടയുടെ കാര്യം ഇപ്പോൾ ഓർക്കാൻ കാരണമുണ്ട്. എന്റെ രീതിയും അതിന്റെ പറക്കൽപോലെയായി. കിട്ടിയേടത്ത് പൊത്തിപ്പിടിച്ച് കയറി. അവിടെ രക്ഷയില്ലാതെ വന്നപ്പോൾ മറ്റൊരു മരത്തിന്റെ കടയിൽ പാറിവീണു. പിന്നെ, മൂന്നാമതൊന്നിന്റെ. നാലാമതും.

തളർന്നുപോയി.

ഇപ്പോൾ മുണ്ടിട്ട് പിടിച്ച നിലയിലാണ്.

പിടിച്ചതോ, മറ്റാരുമല്ല. ഞാൻതന്നെ!

സന്ധ്യക്ക് കുളത്തിൽ കൊണ്ടുപോയി മേലുകഴുകിക്കുന്നതും അച്ഛനാണ്. അച്ഛനും മേലുകഴുകും. ഈ സന്ധ്യകളിലാണ് എന്നെ അച്ഛൻ നീന്താൻ പഠിപ്പിച്ചത്.

ഞാൻ കൈകാലിട്ടടിച്ച് വെള്ളം കുടിച്ചപ്പോഴൊക്കെ അച്ഛൻ ചിരിച്ചു. അച്ഛൻ ചിരിക്കാറില്ല. ചിരിച്ചു കൊണ്ടാണു പറഞ്ഞത്: "വെള്ളം കുടിച്ചാലേ നീന്താൻ പഠിക്കൂ!" രണ്ടുമൂന്നു വട്ടം പറഞ്ഞു.

രാവിലെ അച്ഛന്റെ മുഖം പൊതുവിൽ പ്രസന്നമായിരിക്കും. കോടതിയിലും തിരികേയും കേസുമായി ബന്ധപ്പെട്ട ആലോചനകളിൽ ഗൗരവമാണ് ഭാവം.

വൈകുന്നേരങ്ങളിൽ, പക്ഷേ, ദുഃഖമാണ്, സന്ധ്യകളിൽ വിശേഷിച്ചു.

ഒരു സന്ധ്യക്കാണ് അമ്മ മരിച്ചതും ഞാൻ ജനിച്ചതുമത്രെ.

ശപിക്കപ്പെട്ട ഒരു സന്ധ്യക്ക്.

സന്ധ്യ അടുക്കുന്തോറും അച്ഛൻ ഓർമ്മകളിൽ നഷ്ടപ്പെടുന്നു.

ദുഃഖം തളംകെട്ടിക്കാണുക സന്ധ്യക്ക് പൂജാമുറിയിൽ വിളക്ക് കൊളുത്തി പ്രാർത്ഥിക്കുമ്പോഴാണ്. ചില സന്ദർഭങ്ങളിൽ പ്രാർത്ഥനയിൽ കൂമ്പിയ കണ്ണുകൾ അച്ഛൻ തുറക്കുമ്പോൾ കണ്ണീർത്തുള്ളികൾ ഉതിരുന്നത് കണ്ടിട്ടുണ്ട്. അപൂർവ്വമായി മാത്രം.

റെക്കാർഡുകൾ നോക്കാനുണ്ടെങ്കിൽ എന്നെ മടിയിലിരുത്തി അവ നോക്കും. ഇല്ലെങ്കിൽ, നിലാവുള്ള നേരമാണെങ്കിൽ എന്നെ ചുമലിലേറ്റി മുറ്റത്ത് ഉലാത്തും.

ഭക്ഷണം തരുന്നതും അച്ഛൻ. ഉരുട്ടി വായിൽ തരും. അതിനിടയിൽ തലയിൽ വെള്ള പാണ്ടുള്ള മീനിന്റെയും ലങ്ക ദഹിപ്പിച്ച ഹനുമാൻ എന്ന വാനരന്റെയും കഥ പറഞ്ഞുതരും. വാലിൽ തീ കത്തിച്ച് കെട്ടിട

ത്തിൽനിന്ന് കെട്ടിടത്തിലേക്ക് ചാടി തീവെച്ച വാനരൻ.

"വാല് പൊള്ളൂല്ല്യേ" എന്ന് എന്റെ ചോദ്യം.

"തുണി ചുറ്റീതാണ്" എന്ന് മറുപടി. അത് മതിയാവില്ലെന്ന് കണ്ട് ഇങ്ങനേയും: "ഹനുമാന്റെ വാല് അവയവമല്ല ആയുധമായിരുന്നു."

"എന്നുച്ചാലോ" എന്ന് ഞാൻ പിന്നേയും.

"മുറ്യായ്യാലും വെന്താലും ഒന്നും വേദനിക്കില്ല്യേ." മുറിഞ്ഞു പോയാലും വളരും എന്ന് വിശദീകരണം.

കുഴച്ചുരുട്ടിയ ചോറ് എന്റെ വയറ്റിലെത്തുന്നത് ഞാൻ പോലും അറിയാറില്ല.

ആ നേരങ്ങളിൽ എവിടന്നോ ഒരു നെടുവീർപ്പ് ഞാൻ ചിലപ്പോൾ കേൾക്കാറുണ്ട്. ഏതോ വാതിൽ മറഞ്ഞു നില്ക്കുന്ന തായിമ്മയായിരുന്നു.

രാവുണ്ണിയാശാന്റെ തെക്കുപുറത്തുനിന്നുള്ള ചുമയും കേൾക്കാം. നെഞ്ചിൽ എന്നും മൂപ്പർക്ക് കഫക്കെട്ടാണ്. കാറിക്കാറി ചുമച്ച് നീട്ടിനീട്ടി തുപ്പും. രാത്രിയിലും കേൾക്കാം.

ഉറക്കിക്കിടത്തി അച്ഛൻ കൂടെ കിടക്കുകയാണ് പതിവ്.

എന്റെ അച്ഛൻ ഇന്നില്ലാത്തത് എത്ര നന്നായി! ഉണ്ടായിരുന്നെങ്കിൽ എനിക്ക് ഈ കുറിപ്പ് എഴുതേണ്ടിവരുമായിരുന്നില്ല എന്നത് മറ്റൊരു കാര്യം. എന്നാലും..... ഇല്ല്യാത്തതാണ് നന്നായത്.

7

ആളുണ്ടല്ലോ ഓപ്പെ....

പതുക്കെ, വളരെ പതുക്കെയാണ് എന്റെ യഥാർത്ഥ സ്ഥിതിയെന്തെന്ന് എനിക്ക് മനസ്സിലായത്. അഞ്ചു വയസ്സിൽ സ്കൂളിൽ ചേർത്തു. കോടതിയിൽ പോകുന്നു വഴിയിൽ അച്ഛൻ സ്കൂളിലാക്കും. സ്കൂളിലാക്കാൻവേണ്ടി നേരത്തെ പുറപ്പെടും എന്നു പറയുന്നതായിരിക്കും കൂടുതൽ ശരി.

ഒന്നാംക്ലാസിലെ അദ്ധ്യാപിക വളരെ സ്നേഹത്തോടെ പെരുമാറി. സ്കൂളിൽ പോയിത്തുടങ്ങി ഏറെത്താമസിയാതെ ഒരു കാര്യം ഞാൻ മനസ്സിലാക്കി: എല്ലാവർക്കും അമ്മയുണ്ട്, എനിക്കില്ല. അന്നുതന്നെ അച്ഛനോടു ചോദിക്കുകയും ചെയ്തു, "എന്റെ അമ്മയെവിടെ, അച്ഛാ?"

ചോദ്യം അച്ഛൻ പ്രതീക്ഷിക്കുകയായിരുന്നുവെന്ന് വേണം കരുതാൻ. ചിരിച്ചുകൊണ്ടാണ് പറഞ്ഞത്: "അമ്മൂന്റമ്മ മരിച്ചുപോയി."

എവിടേയ്ക്കോ പോയി എന്നു പറയുന്നതുപോലെ.

എനിക്ക് മനസ്സിലായില്ല.

പൂമുഖത്ത് അച്ഛന്റെ മടിയിൽ ഇരിക്കുകയായിരുന്നു. ശരറാന്തൽ വിളക്ക് കത്തുന്നുണ്ടായിരുന്നു. ചുവരിൽ പല്ലികളും മുറ്റത്ത് മണ്ണട്ടകളും ചിലച്ചു.

പിന്നെ എന്തു ചോദിക്കണമെന്നറിയാതെ ഞാൻ പരുങ്ങി. മരിക്കുകയെന്നാൽ എന്തെന്ന് എനിക്ക് അറിയില്ലായിരുന്നു. അച്ഛൻ മന്ത്രംജപിക്കുന്നതുപോലെ പറഞ്ഞു: "അച്ഛന്റെ അച്ഛനും അമ്മേം ഒക്കെ മരിച്ചുപോയീലോ. അതുപോലെ അമ്മൂന്റമ്മേം മരിച്ചുപോയി.... അതിനെന്താ? അതൊന്നും സാരല്ല്യ...."

പിന്നീട് പലപ്പോഴായി അച്ഛൻതന്നെയാണ് ജനനത്തേയും മരണത്തേയും ജീവിതത്തേയും പറ്റി പറഞ്ഞു തന്നത്. വലിയ കാര്യങ്ങളാണ് പറയുന്നതെന്ന ഭാവമില്ലാതെ, നിസ്സാരമട്ടിൽ.

വീട്ടിൽ വല്ലപ്പോഴുമായി വിരുന്നുവരുന്ന അകന്ന ബന്ധുക്കൾ എന്നെ മറ്റു ചില കാര്യങ്ങൾ ഭംഗ്യന്തരേണ പഠിപ്പിച്ചു. അച്ഛനേക്കാൾ പത്തുപതിനഞ്ചു വയസ്സ് പ്രായമുള്ളു, അച്ഛനേക്കാൾ ദേഹപുഷ്ടിയുള്ള, ഏതോ ഒരു അമ്മായി ഒരിക്കൽ വന്നപ്പോൾ അച്ഛനുമായി ഏറെനേരം തർക്കിക്കുന്നത് ഞാൻ കേട്ടു.

ഞാൻ ഓർക്കുന്നു:

"നാല്പതു വയസ്സല്ലേ ആയിള്ളൂ, നെണക്ക് കുട്ടാ?"

"അതുകൊണ്ട്?"

"അല്ല, ഞാൻ വിചാരിക്ക്യേരുന്നു."

അച്ഛന്റെ നനുത്ത ചിരി: "എന്തേ ഓപ്പ വിചാരിച്ചത്?"

"കുട്ട്യേ നോക്കാനെങ്കിലും ആരെങ്കിലും ഒരാള്....."

"ഓപ്പേ, അതിനു ഞാൻ പോരേ?"

"അല്ല, മതി. എന്നാലും...."

അച്ഛന്റെ തീരുമാനം: "വേണ്ട, വേറെ ആരും വേണ്ടോപ്പേ."

"വേണ്ടെങ്കിൽ വേണ്ട. ഞാൻ പറേണ്ടതു പറഞ്ഞു. ഒരു പെങ്കുട്ട്യാണ്. മടീലും തലേലും ഏറ്റി നടന്നാ മത്യോ? അലകും പിടിം പടിയേണ്ടേ? അന്യനൊരുത്തന്റെ കൂടെ കഴിയാനുള്ളതല്ലേ? അതോണ്ട് പറയാണ്.... പോയ്യോരൊക്കെ പോയി. മടക്കിവിളിച്ചാൽ വര്വോ? വരില്ല. അതും വിചാരിച്ച് മുനിഞ്ഞിരിക്കണോ? ഇരുന്നുട്ടെന്താ പ്രയോജനം? നാലുകെട്ടും അഞ്ചാമ്പുരേം ഒക്കെ കെടക്കണ കെടപ്പ് കണ്ട്ല്യേ? അകത്ത് ഒരാളില്ല്യാണ്ടേ കഴീല്ല്യ."

"ആളുണ്ടല്ലോ ഓപ്പേ."

"അതൊന്നും പോരാ. ആരെങ്കിലും ഉണ്ടായാലൊന്നും പോരാ. ഉത്തരവാദപ്പെട്ടവര് ആരെങ്കിലും വേണം. നീയാണെങ്കിൽ കേസ്സും കോടതീം ആയി അങ്ങട്ടു പോകും. നാലു പൊറോം ഒന്ന് നോക്ക്. ശുദ്ധ അനാഥം."

"ഓപ്പക്കിപ്പോൾ എന്താ വേണ്ടു?"

"എനിക്കൊന്നും വേണ്ട. ഇവിടെ വന്നുനിക്കാൻ എനിക്ക് പറ്റണ സ്ഥിത്യല്ല, നെണക്കറിയാലോ. അപ്പോപ്പിന്നെ....."

"പറഞ്ഞോളൂ."

"തെക്കെ തട്ടിലകത്ത് ഒരാളുണ്ട്. മുപ്പതായിട്ട്ള്ളു. നല്ല കാര്യപ്രാപ്തീം മൊഖശ്രീം. ചൊവ്വദോഷം കൊണ്ട് നിന്നതാ. നെന്റെ ജാതകം ചേരും. ഞാൻ നോക്കിച്ചു. അവര് നമ്മുടെയൊക്കെ നെലയ്ക്ക് ചേർന്നോരും ആണല്ലോ. വേണച്ചാൽ...."

"വേണ്ടോപ്പേ."

"നീയെന്താ കുട്ടാ സന്ന്യസിക്കാനാ ഭാവം?"

അച്ഛൻ എന്നെ ഉറക്കിക്കിടത്തിയതായിരുന്നു. ഞാൻ ഉറങ്ങിയിരുന്നില്ല. കിടപ്പറയുടെ വാതിൽ തുറന്നു കിടന്നു. ആ വാതിൽക്കൽ തായിമ്മ നില്ക്കുന്നതും കണ്ടു. പൂമുഖത്തായിരുന്നു, തർക്കം.

"അതേന്നു വെച്ചോളൂ."

"കഷ്ടാണ്, ട്ടോ."

"എനിക്കിനി ഇതാണ് സന്തോഷം."

"ഏത്?"

"ഒന്നിന്റേം കൊറവ് തോന്നുന്ന്ല്ല്യ."

"ശര്യാണ്. അമ്മാളുട്ടിക്ക് പകരം നിക്കാൻ ആരെക്കൊണ്ടും പറ്റില്യ, സമ്മതിച്ചു. അവൾക്കും നെണക്കും ആ കുട്ടിക്കും യോഗ്ണ്ടായ്ല്യ, എന്താ ചെയ്യാ! എന്നാലും, പൊന്ന് വെച്ചേടത്ത് പൂവെങ്കിലും വെയ്ക്കാലോ, വേണച്ചാൽ."

"വേണച്ചാലല്ലേ?"

"എന്ത്ന് വേണ്ടാന്ന് വെയ്ക്കണം, കുട്ടാ? പ്രായായ്യാലേ അറിയൂ. ഒരു താങ്ങും തണലുമൊക്കെ..."

"ആർക്ക്, ഓപ്പേ?"

"എല്ലാവർക്കും ഒരാളെടെ കാര്യം പ്രത്യേകിച്ച് പറേണ്ല്യ. മനുഷ്യാവസ്ഥയല്ലേ? നാളെതന്നെ നമ്മക്കാർക്കെങ്കിലും എന്തെങ്കിലും വശക്കേട് വന്നാൽ ഒരു കുട്ടിള്ളത്...."

മൗനത്തിന്റെ ഇടവേള.

അച്ഛന്റെ നെടുവീർപ്പ്: "അത് ശരിയാവ്ല്ല്യ, ഓപ്പേ."

"നോക്ക്യാലല്ലേ അറിയൂ?"

"പെഴച്ചാൽ പിന്നെ, ഓപ്പേ, തിരുത്താൻ പറ്റാത്ത കാര്യാണ്."

"പെഴക്കില്ല്യേടോ, ഞാനല്ലേ പറേണ്? ആളുംതരും അറിയാൻ ഞാനെന്താ അത്ര മോശാണോ? അമ്മാളുട്ടി മതീന്ന് പറഞ്ഞതും ഞാനല്ലേ, കുട്ടാ? വേറൊരാളല്ലാലോ?"

"എന്തിനാ നിർബ്ബന്ധിക്കണ്? ഓപ്പക്കറിയില്ല്യേ? അമ്മ വേറെ, രണ്ടാമത്തെ അമ്മ വേറെ. അമ്മൂന് എന്തെങ്കിലും അസുഖം വരാൻ ഇടയായ്യാൽ എനിക്ക് പൊറ്ക്ക്ല്ല്യ. ഓപ്പ പറേണത് എന്റെ നന്മ വിചാരിച്ചാണ്, എനിക്കറ്യാം. ഓപ്പ, പക്ഷേ, എന്റെ സ്ഥാനത്തുനിന്ന് ഒന്നു നോക്കൂ."

മൗനത്തിന്റെ നീണ്ട ഇടവേള, ഒരിക്കൽക്കൂടി.

ഓപ്പ നീട്ടി മൂളി നിർത്തി: "നിന്റെ ഇഷ്ടം. നീയ്യ് പറയണതും ശര്യാണ്. ഞാൻ ഒന്നേ കരുതീള്ളൂ. വേണച്ചാൽ താമസിപ്പിക്കാൻ വയ്യ. കൊല്ലം നാലഞ്ചായ്ല്ല്യേ, മുറിവുണങ്ങിട്ടുണ്ടാവുംന്ന് വിചാരിക്കേം ചെയ്തു. അമ്മാളുട്ടി ഇത് പറഞ്ഞേന് എന്നോട് പൊറുക്ക്വോ ആവോ, പോയ്യേടത്ത്."

"മുറിവെങ്ങനെ ഒണങ്ങാനാ, ഓപ്പേ?"

"ചെനത്തി നോവിച്ചത് പൊറുത്തേക്ക്."

"സാരല്ല്യ."

കാലം വളരെ വേഗം നീങ്ങുകയായിരുന്നു.

ഒരു കൊല്ലം കൊണ്ട് അച്ഛന് എന്നെ മാറത്തു കിടത്തിയാൽ ശ്വാസം മുട്ടുന്ന തരത്തിൽ ഞാൻ വലുതായി. ചുമലിലെടുത്ത് പത്തടി നടന്നാൽ അച്ഛൻ കിതയ്ക്കുമെന്നായി. പഴയ ഉടുപ്പുകൾ പാകമല്ലാതായി.

ഞാൻ അച്ഛനിൽനിന്ന് ഒരു തരത്തിൽ അകലുകയും മറ്റൊരു തരത്തിൽ അച്ഛനോട് കൂടുതൽ അടുക്കുകയുമായിരുന്നു.

അക്കാലത്ത് രണ്ട് മാറ്റങ്ങൾകൂടി ഉണ്ടാവുകയും ചെയ്തു. ഒന്ന് കുറുപ്പുമാഷ് വീട്ടിലെ ഒഴിഞ്ഞു കിടന്ന പത്തായപ്പുരയിൽ താമസം തുടങ്ങിയതുതന്നെ. മറ്റൊന്ന് മുടന്തൻ രാവുണ്ണിയാശാന്റെ മരണം.

രാവുണ്ണിയാശാൻ ധാരാളമായില്ലെങ്കിലും എല്ലാ രാത്രിയിലും മദ്യം കഴിക്കുമായിരുന്നു. പണിയൊക്കെ ഒതുക്കി ഒരു പോക്കാണ്. വരുമ്പോൾ ചുമയ്ക്കും കുറവുണ്ടാകും. നീട്ടിനീട്ടിയുള്ള തുപ്പലിന് ഊക്കു കൂടിയിരിക്കും. സ്ഥിരമായ പിറുപിറുപ്പിനു പകരം പഴയ ഏതോ നാടകത്തിലെ രാജാപ്പാർട്ടിന്റെ ശ്ലോകം പതുക്കെ മൂളുന്നുണ്ടാവും: 'എന്തു വല്ലഭേ' എന്നാണ് തുടക്കം. ലഹരിയുടെ ഊക്കനുസരിച്ച് രാഗാലാപം വിസ്തരിച്ചാവും. എങ്ങനെ ആലപിച്ചാലും ഈ തുടക്കത്തിനപ്പുറം പോവില്ല. ശ്ലോകം ബാക്കിയെന്തെന്ന് എനിക്കറിയില്ല. ഒരുപക്ഷേ, രാവുണ്ണിയാശാനും അറിഞ്ഞുകൂടായിരുന്നുവോ? നിശ്ചയമില്ല.

തായിമ്മ പിറുപിറുക്കും: "ഓ, രാജാപ്പാർട്ടിന്റെ വരവായി!"

ടോർച്ചോ അരിപ്പച്ചൂട്ടോ ഉപയോഗിക്കുന്ന പതിവില്ല. അന്നും അങ്ങിനെ ഇരുട്ടിൽ നടന്നു വന്നതായിരുന്നു. നേരം പുലർന്നപ്പോൾ ആളില്ല. പശുക്കളെ കറന്നുകിട്ടാഞ്ഞ് തായിമ്മ തിരച്ചിലായി. വർഷങ്ങളായി അങ്ങനെയൊരു തിരച്ചിൽ ആവശ്യമുണ്ടായിട്ടില്ല. വീടാകെ തിരഞ്ഞിട്ടും കണ്ടുകിട്ടാതെ തായിമ്മ പൂമുഖവാതിൽ മറഞ്ഞുനിന്ന് അച്ഛനോട് വിവരം പറഞ്ഞു. അച്ഛൻ എന്നേയും കൂട്ടി പുഴയിലേക്ക് പുറപ്പെടുകയായിരുന്നു.

ഇടവപ്പാതി തുടങ്ങിയ ദിവസങ്ങൾ. ശക്തിയായ മഴ. ഇടിയും കാറ്റും രാത്രിയിൽ തിമർത്തതാണ്. മുറ്റത്ത് പച്ചിലകൾ തെറിച്ച് പാറി വീണുകിടക്കുന്നു. നനുത്ത ചില്ലകളും അതിരിലെ തേവിടിശ്ശിച്ചെടികൾ തലമറിഞ്ഞ്, തകിടം മറിഞ്ഞ്, കിടക്കുന്നു.

തെല്ലിട നിന്ന് അച്ഛൻ ചിന്തിക്കുന്നത് കണ്ടു. നെറ്റിയിൽ ചുളിവുകൾ ഉണ്ടായി. ആ ചുളിവുകൾ കാണാൻ എനിക്ക് ഇഷ്ടമായിരുന്നു. പെട്ടെന്നുണ്ടാവും. പെട്ടെന്നുതന്നെ മായും.

അച്ഛൻ പറഞ്ഞു: "ഏതായാലും ഞാൻ കുളിച്ചു വന്നിട്ടു നോക്കാം; എന്തോ പിശകുണ്ട്."

"പതിവില്ലാത്തതാണ്," തായിമ്മ സൂചിപ്പിച്ചു. :"പശുക്കളെ ഞാൻ കറന്നോളാം."

കുളിച്ചു തൊഴുതു വന്നപ്പോഴേക്ക് വിവരം പറയാൻ ആളെത്തിയിരുന്നു. "രാവുണ്ണിയാശാൻ വീട്ടിൽനിന്ന് ഒന്നരനാഴിക അകലെ വയലിൽ പുതുവെള്ളത്തിൽ മരിച്ചു കിടക്കുന്നു."

ഊണും കഴിഞ്ഞ് പത്തായപ്പുരയുടെ ഉമ്മറത്ത് പതിവുപോലെ കിടക്കാൻ പോയ ആളാണ്. എന്തിന് എഴുന്നേറ്റു? എന്തിനീ ഒന്നോന്നര നാഴിക അകലെ പോയി? തൊട്ടടുത്ത് വീടുകൾപോലുമില്ല. എങ്ങനെ മരിച്ചു? ആർക്കും അറിഞ്ഞുകൂടാ. ഒരു നിശ്ചയവുമില്ലായിരുന്നു.

അന്വേഷണവും പരിശോധനയുമൊക്കെ വേണ്ടിവന്നു. ഒരു പരിക്കുമില്ല. ശ്വാസംമുട്ടിയൊന്നുമല്ല, ഹൃദയം നിന്നാണ് മരിച്ചത് എന്നു പറയുന്നത് കേട്ടു.

പത്തായപ്പുരയുടെ ഉമ്മറത്ത് കൊണ്ടുവന്നു കിടത്തിയപ്പോൾ ഞാനും ചെന്നു കണ്ടു. മുതിർന്നവർക്കിടയിലൂടെ തല നീട്ടി നോക്കിക്കണ്ടു. അത്ഭുതം തോന്നി–രാവുണ്ണിയാശാന്റെ പഴയ മുഖവും ഈ മുഖവും തമ്മിൽ ഒരു സാമ്യവും തോന്നിയില്ല. മരിച്ചത് മറ്റൊരാളോ എന്നു എനിക്ക് സംശയം തോന്നി. അന്നാദ്യമായി ഞാനൊരു മൃതദേഹം കാണുകയായിരുന്നു. സ്വരം വിറപ്പിച്ചുകൊണ്ട് 'എന്തു വല്ലഭേ...' എന്ന പാട്ടും ആ മുഖവും ഇന്നും ഞാൻ കൃത്യമായി ഓർക്കുന്നു.

മരിക്കുകയെന്നാൽ എന്താണെന്ന് അന്ന് എനിക്ക് മനസ്സിലായി. രണ്ടു മൂന്നു നാഴിക അകലെ താമസിക്കുന്ന പെങ്ങളേയും കുട്ടികളേയും കാണാൻ പുറപ്പെട്ടതാണ് ആശാൻ എന്ന് പിന്നീടാണ് മനസ്സിലായത്. ബന്ധുവായി ആശാന് ഭൂമിയിൽ വേറെയാരും ഉണ്ടായിരുന്നില്ല.

ആ പെങ്ങൾ മറ്റാരുമല്ല. സുന്ദരേട്ടന്റെ അമ്മതന്നെ. രാവുണ്ണിയാശാന് കഥകളിപ്പെട്ടി ചുമക്കലും ചുട്ടിക്ക് മാവ് വെണ്ണപോലെ അരയ്ക്കലും തിരശ്ശീല പിടിക്കലുമൊക്കെയായിരുന്നു ആദ്യകാലത്ത് ജോലി. കഥകളിപ്പെട്ടിയുമായി വീണു അരയിൽ എല്ലുപൊട്ടിയാണ് മുടന്തുണ്ടായത്. ചെറുപ്പകാലത്തുണ്ടായ അപകടം. ഏറെക്കാലമായി വീട്ടിൽ സ്ഥിരതാമസമായിരുന്നു.

കുറുപ്പുമാഷ് വന്നതോടെ രാവുണ്ണിയാശാന്റെ മരണമുണ്ടാക്കിയ വിടവ് നികന്നു. പത്തായപ്പുരയിൽ ആളായി. അച്ഛന്റെ പ്രായമുള്ള കുറുപ്പ്മാഷ് വടക്കനാണ്. മുടി നീട്ടി വളർത്തിയിട്ടുണ്ട്. അടുത്ത സ്കൂളിലെ മാഷാണ്, എന്റെ സ്കൂളിലെ. താമസിക്കാൻ അച്ഛൻ സ്ഥലം അനുവദിച്ചതായിരുന്നു. ഭക്ഷണത്തിനും താമസത്തിനും പ്രതിഫലമായി എന്നെ പഠിപ്പിക്കാൻ ചുമതലയുമേറ്റിരുന്നു.

8

തനിയെ ഉണ്ടായ ഉണർവ്

കുറുപ്പുമാഷ് പാട്ടും ഡാൻസും അഭ്യസിച്ചിരുന്നു. ഇതിൽ രണ്ടിലുമായിരുന്നു കൂടുതൽ താല്പര്യവും. ഉപജീവനത്തിന് സ്കൂളിൽ കുട്ടികളെ കണക്കും ഭൂമിശാസ്ത്രവും പഠിപ്പിച്ചു.

എന്നേയും ഇതുതന്നെ പഠിപ്പിക്കാനുള്ള ശ്രമമാണ് മാഷ് ആദ്യം തുടങ്ങിയത്. പഠിക്കാൻ ഞാൻ സാമാന്യം മിടുക്കിയായിരുന്നതുകൊണ്ട് ഇതിന്റെ ആവശ്യമില്ലായിരുന്നു.

അമ്മുക്കുട്ടി എന്നു മാഷ് മാത്രമാണ് എന്നെ വിളിച്ചത്. ഒരു ദിവസം ചോദിച്ചു: "അമ്മുക്കുട്ടിക്ക് പാട്ടു പഠിക്കണോ?" നല്ലൊരു വീണയായിരുന്നു മാഷ്ടെ പ്രധാന സ്വത്ത്. പട്ടിൽ പൊതിഞ്ഞ് പൊന്നുപോലെ സൂക്ഷിക്കുന്നു വീണ!

ചോദ്യത്തിന് ഞാൻ ഉത്തരമൊന്നും പറഞ്ഞില്ല. അന്ന് നല്ല പരിചയമില്ലായിരുന്നു. ചിരിച്ചു നിന്നു.

മാഷ് തന്നെ അച്ഛനോട് സമ്മതം ചോദിക്കുകയായിരുന്നു. വൈകുന്നേരത്ത് പൂമുഖത്ത് അച്ഛൻ മാഷുമായി തെല്ലിട സംസാരിച്ച് ഇരിക്കാറുണ്ട്. ലോകകാര്യങ്ങളാണ്. മടിയിലും മാറത്തുമല്ലെങ്കിലും ഞാൻ അച്ഛന്റെ അരികിലുമുണ്ടാകും, ചുറ്റിപ്പറ്റി.

മാഷ് ചോദിക്കുന്നത് കേട്ടു: "ഞാൻ കുട്ടിയെ കുറച്ചു പാട്ട് പഠിപ്പിച്ചു നോക്കട്ടെ?"

എന്നെ അണച്ചുനിർത്തി അച്ഛൻ ചോദിച്ചു: "പഠിക്കണോ അമ്മുവിന് പാട്ട്?"

ആ വീണ ഒന്നു തൊടണമെന്ന് എനിക്ക് ആഗ്രഹമുണ്ടായിരുന്നു. മാഷ് അതെടുത്ത് ശ്രുതി ചേർത്ത് പരമരഹസ്യമായി മൂളുന്നത് ഞാൻ കണ്ടിരുന്നു.

ഞാൻ തലയാട്ടി.

അതങ്ങനെയാണ് തുടങ്ങിയത്.

മാഷ്ക്ക് വലിയ ഉത്സാഹമായി.

എനിക്കും.

കുറച്ചു ദിവസം കഴിഞ്ഞപ്പോൾ പാട്ടിന്റെ കൂടെ നൃത്തവുമായി. ഏറെ താമസിയാതെ മാഷ്ടെ വീട്ടുകാരി അമ്മിണിയമ്മയും പത്തായപ്പുരയിൽ വന്നു താമസമാക്കി. കലവറയിൽനിന്ന് അളവു കൊടുക്കും. പത്തായപ്പുരയിൽ അടുപ്പുണ്ടായി. അവർക്ക് കുട്ടികളില്ലാത്തതുകൊണ്ടോ എന്തോ അമ്മിണിയമ്മയ്ക്ക് ഞാൻ പ്രിയപ്പെട്ടതുമായി. ചെറിയമ്മ എന്ന് വിളിച്ചോളൂ എന്ന് എന്നെ അവർ പ്രോത്സാഹിപ്പിച്ചത് ഞാൻ ഓർക്കുന്നു. എന്റെ ദിവസത്തിൽ ഏറിയ പങ്കും അവരുടെ കൂടെയായി.

അവരുടെ കുറുകിയ നെറ്റിയിൽ നേർത്ത ചുണ്ടുകളും നന്നേ മെലിഞ്ഞ ശരീരവും അരിമുല്ലമൊട്ടുപോലെ വെളുവെളുന്നനെയുള്ള പല്ലുകളും കലവറയില്ലാത്ത പുഞ്ചിരിയും ആരേയും എളുപ്പത്തിൽ ആകർഷിക്കുന്നതായിരുന്നു.

രാവുണ്ണിയാശാന്റെ മരണം കഴിഞ്ഞ് ഏറെ താമസിയാതെ സുന്ദരേട്ടൻ വീട്ടിൽ സ്ഥിരതാമസമായി. സുന്ദരേട്ടന്റെ അമ്മയെ അച്ഛൻ ആളയച്ച് വിളിപ്പിച്ചതായിരുന്നു. സുന്ദരേട്ടനും അച്ഛനും അമ്മയും കൂടിയാണ് വന്നത്.

കുറുപ്പുമാഷെപ്പോലെ ഒരു ചെറിയ സ്കൂളിലെ മാഷാണ് സുന്ദരേട്ടന്റെ അച്ഛൻ. ആരോഗ്യം മോശം. ഒരു ഞായറാഴ്ചയാണ് അവർ വന്നത്.

ചെറിയമ്മയെ കിട്ടിയതോടെ അച്ഛന്റെ കൂടെ അല്ലാതായി എന്റെ കുളിയും കളിയും. അന്നും കുളിയും തൊഴലും കഴിഞ്ഞ് വന്നതായിരുന്നു. പൂമുഖത്ത് സംസാരം കേട്ടു. അച്ഛൻ കുളിക്കാൻ പുറപ്പെടുന്നേയുള്ളു.

ഇരിക്കാൻ പറഞ്ഞ്, കാപ്പി കൊടുക്കാൻ ഏർപ്പാടാക്കി, കുറുപ്പുമാഷ് പരിചയപ്പെടുത്തി അച്ഛൻ പോയി.

സുന്ദരേട്ടനെ ആദ്യം കണ്ട ആ ദിവസം ഇന്നും ഇന്നലെ എന്നപോലെ ഞാൻ ഓർക്കുന്നു. വരയൻ ഷർട്ടും ഒരു നീലട്രൗസറും. മുഖത്ത് നീരസവും വ്യസനവും ചേർന്ന ഒരു ഭാവം.

രാവുണ്ണിയാശാൻ ഏറെക്കാലം പണിയെടുത്തതാണ്. എന്തെങ്കിലും കൊടുക്കാമെന്നു കരുതി അച്ഛൻ ആളെ അയച്ച് വിളിപ്പിച്ചതായിരുന്നു. കുളിച്ചു വന്നു കാപ്പി കുടിച്ച് റെക്കാർഡുകൾ നോക്കാൻ തുടങ്ങുന്നതിനു മുമ്പ് അച്ഛൻ കാര്യത്തിലേക്ക് കടന്നു. കടലാസുപൊതി ചാരുകസേര കൈയിൽ എടുത്തുവെച്ചു. "ഇതു സ്വീകരിക്കണം. കുറച്ചേയുള്ളു. ഏറെക്കാലം ഇവിടെ ഞങ്ങളെ സഹായിച്ചതാണല്ലോ."

സുന്ദരേട്ടന്റെ അമ്മ അപ്പുറത്ത് പത്തായപ്പുരയിലായിരുന്നു. ചെറിയമ്മയുമായി വർത്തമാനത്തിലായിരുന്നു. സുന്ദരേട്ടൻ പൂമുഖത്തിണ്ണ ചാരി വിരലുകൾ തിരുപ്പിടിച്ച് നിന്നു. സുന്ദരേട്ടന്റെ അച്ഛൻ തിണ്ണയിൽ ഇരിക്കുകയായിരുന്നു, അച്ഛന്റെ ക്ഷണമനുസരിച്ച്.

അച്ഛൻ തുടർന്നു: "ഞായറാഴ്ചയാണല്ലോ, ഉണ്ടിട്ട് പോയ്യാ മതി."

അച്ഛൻ നീട്ടിയ പൊതി വാങ്ങാൻ സുന്ദരേട്ടന്റെ അച്ഛൻ തയ്യാറായില്ല.

സുന്ദരേട്ടന്റച്ഛൻ പതുക്കെ പറഞ്ഞു: "അതൊന്നും ഇപ്പൊ വേണ്ട. ആവശ്യാവുമ്പോ ചോദിക്കാം."

പതുക്കെയേ ആ അച്ഛൻ എന്നും സംസാരിച്ചിട്ടുള്ളു. വളരെ പതുക്കെ. സുന്ദരേട്ടന്റെ അമ്മയാണ് ഉറക്കെയുറക്കെ സംസാരിക്കുക.

"എന്റെയൊരു കടമ തീർക്കാംന്ന് വിചാരിച്ചു." അച്ഛൻ നനുക്കെ ചിരിച്ചു, ക്ഷമാപണഭാവത്തിൽ. മറുപടിയും ക്ഷമാപണ സ്വരത്തിലായിരുന്നു: "മറിച്ച് ഒന്നും തോന്നരുത്. പണ്ടത്തെപ്പോലെയല്ല, ഇപ്പൊ ശമ്പളൊക്കെ കിട്ട്ണണ്ട്. കഷ്ടി തെകയും. പിന്നെ, വലിയ വലിയ ആവശ്യങ്ങള് വര്ണേള്ളു. അപ്പോ ഞാൻ വരാം. ഇവന്റെ താഴെ രണ്ട് പെങ്കുട്ട്യോളാണ്."

അച്ഛൻ സുന്ദരേട്ടനെ അടിമുടിയൊന്നു നോക്കി: "പേരെന്താ?"

സുന്ദരേട്ടനു മാത്രം കഴിയുന്ന, ആരേയും അലിയിക്കുന്ന ഒരു പുഞ്ചിരിയോടെ, പെട്ടെന്നു മറുപടി വന്നു: "സുന്ദരൻ."

അച്ഛൻ ഉറക്കെ ചിരിച്ചു: "അതല്ല പേരെങ്കിലും അങ്ങനെ വിളിക്കാം എന്നു ഞാൻ വിചാരിച്ചു."

സുന്ദരേട്ടന്റെ മുഖം നാണംകൊണ്ട് കുനിഞ്ഞു.

അച്ഛൻ ചോദ്യമായി: "പഠിക്കാൻ മിടുക്കനാണോ?"

സുന്ദരേട്ടൻ പുഞ്ചിരിച്ചതേയുള്ളു.

മകനുവേണ്ടി അച്ഛനാണ് പറഞ്ഞത്: "സദാ നേരും കള്യാണ്, പക്ഷേ, പരീക്ഷ കഴിഞ്ഞാൽ മാർക്ക് കിട്ടാറ്ണ്ട്. എന്താ വിദ്യാന്നറീല്ല്യ. ഇപ്പൊ പക്ഷേ, ഒരു വിഷമം..."

"അതെന്താ?" അച്ഛൻ താല്പര്യത്തോടെ ചോദിച്ചു.

"എന്റെ സ്കൂളിലെ എട്ടാം തരും കഴിഞ്ഞു, കഴിഞ്ഞ കൊല്ലം. ഇപ്പോ മൂന്നും രണ്ടും അഞ്ച് നാഴികവഴി രാവിലേം വൈകുന്നേരും നടക്കണം. ഇവിടെ വരെ വരണ്ടേ? രണ്ടു നാഴിക നടക്കാൻ കൂടെ ഞാൻണ്ടാവും...."

വളരെ പെട്ടെന്നാണ് അച്ഛൻ ആ തീരുമാനമെടുത്തത്: "ആട്ടെ, ഒരു കാര്യം ചെയ്യാം. വിരോധല്ല്യെങ്കിൽ ഇവിടെ താമസിക്കാം. സ്ഥലം ധാരാളം, ആളാണെങ്കിൽ കഷ്ടി. പിരിഞ്ഞിരിക്കാൻ രണ്ടുകൂട്ടർക്കും വെഷമല്ല്യെങ്കിൽ..."

"ബുദ്ധിമുട്ട്യാവില്ല്യേ?"

"ആവ്ല്ല്യ."

"ആലോചിക്കാം."

"ആലോചിക്കാനൊന്നൂല്ല്യ" എന്ന് അച്ഛൻ.

"മഹാ വികൃതിയാണ്, ഈ കാണ്ണ കക്ഷിയൊന്നുംല്ല." സുന്ദരേട്ടന്റച്ഛൻ ചിരിച്ചു: "തനിച്ച് താമസിച്ച് ശീലും ഇല്ല്യ."

"പത്തുപതിമൂന്ന് വയസ്സായില്ല്യേ?" എന്നു സുന്ദരേട്ടന്റച്ഛനോട് പറഞ്ഞ് അച്ഛൻ സുന്ദരേട്ടനെ അഭിമുഖീകരിച്ചു: "എന്താ ഒരു കുത്ത് നോക്ക്ണോ?"

സുന്ദരേട്ടൻ തന്റെ അച്ഛന്റെ നേർക്ക് മുഖമുയർത്തി. "അച്ഛൻ നിശ്ച യിക്കുമ്പോലെ..."

അത് വളരെ ഇഷ്ടമായി, അച്ഛന്. അച്ഛൻ ഉറക്കെ ചിരിച്ചു: "അപ്പോ തനിക്ക് സ്വന്തായിട്ട് ഇഷ്ടങ്ങളൊന്നൂല്ല്യേ?"

അതിന് സുന്ദരേട്ടൻ മറുപടി പറഞ്ഞുമില്ല. അതും അച്ഛന് ഇഷ്ടമായി.

സുന്ദരേട്ടന്റച്ഛൻ പതുക്കെ പറഞ്ഞു: "വെറുതെ ഇവിടെ താമസിപ്പി ക്കാൻ....താമസിപ്പിക്ക്ണേന് പ്രതിഫലം തരാൻ ത്രാണില്ല്യാന്നല്ല, തരാൻ വയ്യേനീം....ആകെപ്പാടെ.."

"അതു നന്നായി" എന്ന് അച്ഛൻ നെടുവീർപ്പിട്ടു. "എനിക്കൊരു ആങ്കുട്ടീണ്ടെങ്കിൽ അവൻ ഇവിടെ താമസിക്കണേന് എനിക്കാരെങ്കിലും പ്രതിഫലം തര്വോ മാഷേ?"

"അതില്ല."

"പിന്നെന്താ?" അച്ഛൻ വീണ്ടും സുന്ദരേട്ടനെ നേരിട്ടു: "സുന്ദരന് ഇവിടെ നിക്കാൻ ഇഷ്ടാണോ?"

സുന്ദരേട്ടൻ വീണ്ടും തന്റെ അച്ഛന്റെ മുഖത്തേക്ക് നോക്കി.

സുന്ദരേട്ടന്റച്ഛൻ പുഞ്ചിരിച്ചു, അപ്പൊഴാദ്യമായി. സുന്ദരേട്ടന്റെ പുഞ്ചി രിയുടെ ഉറവിടമെന്തെന്ന് ആ പുഞ്ചിരി വ്യക്തമാക്കി: "ഇനി കുറെയൊക്കെ സ്വയം നിശ്ചയിക്കാം. ഇഷ്ടാച്ചാൽ നിന്നോളൂ. ശനീം ഞായറും വന്നാ മതി. നടക്കണ്ടല്ലോ. ഉച്ചയ്ക്ക് പട്ടിണീം കെടക്കണ്ട."

അങ്ങനെയാണ് ആ തീരുമാനം ഉറച്ചത്. അടുത്ത ഞായറാഴ്ച സുന്ദ രേട്ടൻ തന്റെ അച്ഛന്റെ കൂടെ പുസ്തകക്കെട്ടും തുണിപ്പെട്ടിയുമായി എത്തി.

സ്കൂളിൽപോക്ക് കാറിലായി. അരനാഴികയില്ല ദൂരം. ഉച്ചഭക്ഷണം സ്കൂളിലെത്തും. വൈകുന്നേരം കാറ് വരും. ഓടിക്കുന്നത് അച്ഛൻതന്നെ.

ആദ്യത്തെ ദിവസം നടക്കാൻ ഒരുങ്ങിയതാണ്. അച്ഛൻ തടഞ്ഞ് ചിരിച്ചു: "അമ്മാവൻ കാറുംകൊണ്ട് കോടതീപ്പോണ വഴീലാ സ്കൂള്!"

സുന്ദരേട്ടൻ അച്ഛനെ അമ്മാവൻ എന്ന് വിളിച്ച് തുടങ്ങി. ആദ്യം മടിച്ച് മടിച്ച്. പിന്നെ സഹജവാസനപോലെ, ചാഞ്ചല്യം കൂടാതെ.

തന്റെ ഇരുവശങ്ങളിലുമായി അച്ഛൻ ഞങ്ങളെ കിടത്തി ഉറക്കി.

തുടക്കത്തിൽ എനിക്ക് നീരസം തോന്നി. എന്റെ സ്ഥാനം പകു തിയും പോയതുപോലെ. കളിക്കാൻ ഒരു ആളായതുകൊണ്ട് പിന്നീട് ഞാനത് മറന്നു.

അങ്ങനെ, പതിമൂന്ന് കൊല്ലങ്ങളിലെ ബന്ധമാണ് ഞാനും സുന്ദരേ ട്ടനും തമ്മിലുണ്ടായിരുന്നത്.

സുന്ദരേട്ടൻ വന്നതോടെ അച്ഛന് ജീവിതത്തിൽത്തന്നെ പുതിയൊരു ഉണർവ്വുണ്ടായതുപോലെയായി. എന്റെ കാര്യങ്ങൾ അന്വേഷിക്കാൻ മറ ന്നാലും സുന്ദരേട്ടന്റെ കാര്യം മറക്കില്ല. സുന്ദരേട്ടൻ ഒഴിവുദിവസങ്ങ ളിൽപ്പോലും വീട്ടിൽ പോകാതെയായി. അച്ഛൻ നിർബ്ബന്ധിച്ച് പറഞ്ഞയക്കണം, പടിയിറങ്ങണമെങ്കിൽ.

സുന്ദരേട്ടന്റച്ഛനെ സുന്ദരേട്ടന് വലിയ കാര്യമായിരുന്നു. അച്ഛന്റെ കാര്യങ്ങൾ എപ്പോഴും പറയും. "അച്ഛന്റെ കൈയക്ഷരം എന്റേതിനേക്കാൾ നല്ലതാ, അച്ഛൻ പാഠമാല ചൊല്ലുന്നത് കേൾക്കേണ്ടതാണ്..." എന്നിങ്ങനെ. അമ്മയെപ്പറ്റി സുന്ദരേട്ടൻ ഒന്നും പറയാറുമില്ല. അനിയത്തിമാരുടെ കാര്യമാണെങ്കിൽ ഒട്ടുമില്ല.

വീടേതായാലും നിറഞ്ഞു. എന്റെ കാലിലെ ചിലങ്കകൾ, വീണയുടെ കമ്പി, സുന്ദരേട്ടന്റെ ഈണത്തിലുള്ള ചിരി, ചെറിയമ്മയുടെ മധുരമുള്ള സ്വരം, നൃത്തത്തിന്റെ ചുവടുകൾ, പാട്ടിന്റെ ഈണം....

എങ്ങുനിന്നെന്നില്ലാതെ ഊറിക്കൂടിയ ഒരു ഉണർവ്വായിരുന്നു അത്.

പ്രായത്തിലേറെയായിരുന്നു സുന്ദരേട്ടന്റെ ബുദ്ധിയുടെ വളർച്ച. നിയമപുസ്തകങ്ങളുടേതല്ലാത്ത ഒരു ലൈബ്രറി വീട്ടിലുണ്ടായിരുന്നു. അതിന്റെ താക്കോൽ അച്ഛൻ സുന്ദരേട്ടനെ ഏല്പിച്ചു കഴിഞ്ഞിരുന്നു, രണ്ടുകൊല്ലത്തിനകം.

എന്നോട് ഒരു പ്രത്യേക മമതയായിരുന്നു സുന്ദരേട്ടന്. അമ്മയില്ലാത്ത കുട്ടിയാണെന്ന് അച്ഛൻ സുന്ദരേട്ടനോട് പറഞ്ഞിരുന്നുവോ? അതോ തനിയെ ഉണ്ടായതായിരുന്നുവോ? അച്ഛന്റെ പ്രകൃതംവെച്ചു നോക്കിയാൽ അങ്ങനെയൊരു കാര്യം സുന്ദരേട്ടനോട് പറഞ്ഞിരിക്കാനിടയില്ല.

9

സുന്ദരേട്ടനെപ്പോലെ സുന്ദരേട്ടൻ മാത്രം

സുലഭമായി വെള്ളവും വെളിച്ചവും വളവും കിട്ടിയ ചെടിപോലെ സുന്ദരേട്ടന്റെ മനസ്സും ദേഹവും വളർന്നു. കൂടെ ഞാനും വളരുകയായിരുന്നു. എല്ലാവരുടെയും കണ്ണിലുണ്ണിയാകാൻ സുന്ദരേട്ടന് എളുപ്പം കഴിഞ്ഞു. ചിലപ്പോൾ, ആ കാലങ്ങളിൽ എനിക്ക് അസൂയ തോന്നിയിരുന്നു. തായിമ്മക്കും അച്ഛനും കുറുപ്പുമാഷ്ക്കും ചെറിയമ്മയ്ക്കുമെല്ലാം സുന്ദരേട്ടൻ മകനായി. സ്നേഹം ചോദിച്ചു വാങ്ങുകയായിരുന്നുമല്ല. താണ നിലത്തേയ്ക്ക് വെള്ളം ഒഴുകിച്ചെല്ലുന്നതുപോലെ എല്ലാവരുടെയും പ്രിയം സുന്ദരേട്ടനിലേക്ക് ഒഴുകി ഒന്നിക്കുകയായിരുന്നു. പുഞ്ചിരിയോടെയല്ലാതെ സുന്ദരേട്ടനെ കാണാൻ കഴിഞ്ഞില്ല. കറുത്ത മുഖം ആരും കാണുകയില്ല. ആര് എന്ത് പറഞ്ഞാലും ഉടൻ റെഡി... വൈമനസ്യമില്ല. പക്ഷേ, സ്വന്തം കാര്യം കടുകട്ടിയുമാണ്. അസാമാന്യമായ മനസ്സുറപ്പ് അക്കാലത്തുതന്നെ സുന്ദരേട്ടൻ കാണിച്ചിരുന്നു. മനസ്സുറപ്പെന്നല്ല, നിശ്ചയബുദ്ധിയും.

പണത്തെക്കുറിച്ചും ലോകത്തെക്കുറിച്ചും കുട്ടിത്തത്തിൽക്കവിഞ്ഞ ബോധവുമുണ്ടായിരുന്നു.

കുറുപ്പുമാഷ് എത്രയോ തവണ സുന്ദരേട്ടനെ ക്ഷണിച്ചു, പാട്ടു പഠിക്കാൻ, ഡാൻസിന്റെ ചുവട് വെച്ചുനോക്കാൻ. സുന്ദരേട്ടൻ ചിരിച്ച് ഒഴിഞ്ഞു. ഇഷ്ടമാണ്, പക്ഷെ, എന്ന ഭാവം. എന്നാലും ഞാൻ പാട്ടുപാടുന്നതും നൃത്തം പഠിക്കുന്നതും കണ്ടുനില്ക്കാൻ, സമയമുള്ളപ്പോഴെല്ലാം വരും. എന്റെ സഭാകമ്പം തീരാൻ ഇത് ഉപകരിച്ചു. ചില ദിവസങ്ങളിൽ ഡാൻസോ പാട്ടോ കഴിയുമ്പോൾ സുന്ദരേട്ടന്റെ മുഖത്ത് ഒരു പ്രത്യേകമായ തിളക്കമുണ്ടാവും. ഇഷ്ടപ്പെട്ടു എന്നതിന്റെ സൂചന. പാട്ടോ ഡാൻസോ നന്നായി എന്ന് ഒരിക്കലും പറഞ്ഞില്ല. മുഖത്തെ ആ തിളക്കം മാത്രമായിരുന്നു സൂചന. എനിക്കതു ധാരാളം മതിയായി. കുറച്ചുകൂടി കഴിഞ്ഞപ്പോൾ വിശേഷിച്ചും.

സുന്ദരേട്ടൻ ചിന്തയിൽ നഷ്ടപ്പെട്ടിരിക്കുന്ന നിമിഷങ്ങൾ ഉണ്ടാകാറുണ്ടെന്ന് കുറച്ചുകൂടി കഴിഞ്ഞാണ് ഞാൻ കണ്ടെത്തിയത്. എനിക്ക് രണ്ടുനാലു വയസ്സുകൂടിയായപ്പോൾ. എന്താണാലോചിച്ചിരുന്നത്? ഏകാഗ്രതയോടെയുള്ള ചിന്തയായിരുന്നു. പഠിക്കുന്ന വിഷയത്തെക്കുറിച്ചായിരുന്നില്ല. അത് തീർച്ചയായിരുന്നു. അത്തരമൊരു മുഖഭാവമായിരുന്നു. ഒളിഞ്ഞുനോക്കി കണ്ടുപിടിച്ചതാണ് ഞാൻ. താടിക്ക് കൈയുമൂന്നി കുനിഞ്ഞുള്ള ഇരിപ്പ്. മുടി വലത്തേ നെറ്റിയിലേക്ക് ഇടത്തുനിന്ന് കോതിയത് താഴേക്ക് ഊർന്നുകിടക്കും. ചുണ്ടുകൾ വലിയുകയും അയയുകയും ചെയ്യും. അതിനനുസരിച്ച് ചെവി ഇളകും. വലിയ ചെവികൾ. ആനച്ചെവികൾ എന്നുതന്നെ പറയാം. തലയുടെ പിന്നിൽ രണ്ട് ചുഴികളുണ്ട്.

അന്നൊക്കെ എന്താണാലോചിച്ചിരുന്നതെന്ന് പില്കാലത്തെങ്കിലും ചോദിക്കണമെന്ന് ആശിച്ചു. അതിനൊന്നും നേരം കിട്ടിയില്ല. കിട്ടുന്നതിനു മുമ്പ്....

വീട്ടിൽ യാതൊരു അസൗകര്യവും ഉണ്ടായിരുന്നില്ല. സ്വാതന്ത്ര്യക്കുറവും ഒട്ടുമുണ്ടായിരുന്നില്ല. അന്യന്റെ വീടാണെന്ന തോന്നലിന്റെ പൊടിപോലും സുന്ദരേട്ടനിൽ ഉണ്ടാകാൻ തക്ക യാതൊന്നും സംഭവിക്കാറുമില്ല. എന്നിട്ടും ചിലപ്പോൾ അന്യത്വം തോന്നിയിരുന്നുവോ? സ്വന്തം വീടിനെക്കുറിച്ചായിരുന്നുവോ ചിന്തിച്ചിരുന്നത്?

ഞങ്ങളെ കൂട്ടിക്കെട്ടുകയെന്ന ഉദ്ദേശ്യത്തോടെയായിരുന്നുവോ അച്ഛൻ സുന്ദരേട്ടനെ ഇങ്ങനെ ദത്തെടുത്തത് എന്നു പില്ക്കാലത്ത് ഞാൻ അമ്പരന്നിട്ടുണ്ട്. കണക്കുകൾ കൂട്ടി പെരുമാറുന്ന പ്രകൃതം അച്ഛന് തീരെ ഇല്ലായിരുന്നു. കക്ഷികളോടുപോലും കണക്കു പറയുന്ന സ്വഭാവമില്ല. ഇതിവിടെ ഇരിക്കട്ടെ എന്ന് തിണ്ണയിൽവെച്ചുകൊണ്ട് പോകുന്നത് മാത്രമാണ് സ്വീകരിക്കാറ്. ഗുമസ്ഥൻ അപ്പുമേനോൻ ചിലപ്പോൾ ഇക്കാര്യം ധ്വനിപ്പിച്ച് സംസാരിക്കുന്നതും കേട്ടിട്ടുണ്ട്.

"കള്ളന്മാരാ ഒക്കെ, കാശ് കണക്ക് പറഞ്ഞ് വാങ്ങണം" എന്നായിരുന്നു അപ്പുമേനോന്റെ നിലപാട്. കാസരോഗി. നിയമം കടുകട്ടി. എഴുത്ത് ഒന്നാന്തരം.

ഉപദേശം കേട്ട് അച്ഛൻ പുഞ്ചിരിക്കും. ചപ്രത്തലമുടി നരച്ചതിൽ തുളസിക്കതിരും ചെത്തിപ്പൂവും മുഖത്താകെ വസൂരിക്കലയുമായി ഏങ്ങിവലിച്ച് അപ്പുമേനോൻ കഴിഞ്ഞു.

സുന്ദരേട്ടനെ അച്ഛൻ സ്വീകരിച്ചത് അത്ര കണക്കുകൂട്ടിയൊന്നുമാവില്ല എന്നുതന്നെയാണ് കരുതേണ്ടത്. പഠിക്കാൻ മിടുക്കനും മുഖശ്രീയുള്ളവനുമായ ഒരു കുട്ടി. അങ്ങനെ തുടങ്ങിയതാണ്. സുന്ദരേട്ടന്റെ മട്ടും മാതിരിയും കൂടുതലായി അറിഞ്ഞപ്പോൾ കൂടുതൽ ഇഷ്ടപ്പെട്ടിരിക്കണം. ആരേയും കാണിക്കാൻ മാത്രമായി സുന്ദരേട്ടൻ വൃത്തിയായി പെരുമാറുകയായിരുന്നില്ല. സ്വാഭാവികരീതി അതായിരുന്നു. മകനെപ്പോലെ അച്ഛൻ സ്നേഹിച്ചുപോയെങ്കിൽ അത്ഭുതമില്ല.

കുറെ കൊല്ലങ്ങൾ കഴിഞ്ഞ് മകളെ കല്യാണം കഴിച്ചുകൊടുക്കാമെന്ന് അത്ര നീട്ടിയെറിഞ്ഞു കാണാൻ മനുഷ്യാവസ്ഥയെപ്പറ്റി തീരാദുഃഖം തിന്നേണ്ടിവന്ന അച്ഛൻ ഒരുങ്ങിയിരിക്കില്ല.

ഒരു കാര്യത്തിലും പ്രത്യുപകാരം ആവശ്യപ്പെടാൻ അച്ഛൻ തയ്യാറുമില്ലായിരുന്നു. അതിനും പുറമേ, കാലം പോകെ പോകെ നിയമപുസ്തകങ്ങളിലെന്നതിനേറെ തത്ത്വശാസ്ത്രത്തിലും വേദാന്തത്തിലുമാണ് അച്ഛൻ കൂടുതൽ തല്പരനായതും.

ഏറെക്കാലമായി നന്നായി അടുത്തറിയാവുന്ന ഒരാൾ, പ്രിയപ്പെട്ട ഒരാൾ, എനിക്ക് ജീവിതത്തിൽ കൂട്ടായി ഉണ്ടാകുന്നതിൽ അച്ഛൻ വളരെ സന്തുഷ്ടനായിരുന്നുവെന്നത് ശരി. അതിൽ സംശയവുമില്ല. അച്ഛൻ, കാര്യങ്ങൾ തീരുമാനമായതിൽപ്പിന്നെ തുറന്നുതന്നെ പറഞ്ഞ വസ്തുതയുമാണിത്.

പക്ഷേ, ഓരോ ഘട്ടത്തിലും തീരുമാനം തികച്ചും സുന്ദരേട്ടന്റെയും മൂപ്പരുടെ അച്ഛന്റേയുമായിരുന്നു.

വെളുപ്പിനെഴുന്നേറ്റാണ് സുന്ദരേട്ടന്റെ വായന. പിന്നെയില്ല. രാത്രി ഒന്നൊന്നര മണിക്കൂർ മാത്രം. ഇത്രയും കൊണ്ട് സ്കൂൾ കാര്യങ്ങൾ തീരണമെന്നായിരുന്നു ശാഠ്യം. പിന്നെ മറ്റു പുസ്തകങ്ങൾ. വായിക്കുന്ന പുസ്തകത്തിലുള്ള താല്പര്യമനുസരിച്ച് വായനയുടെ സമയം നീളും. ചിലപ്പോൾ അച്ഛൻ പാതിരാത്രിയിൽ പറയുന്നത് കേൾക്കാം: "ഇനി നാളെപ്പോരെ? നേരം വളരെയായി."

സ്കൂൾ മദ്ധ്യവേനലവധിക്ക് അടച്ചപ്പോഴും സുന്ദരേട്ടൻ മിക്ക ദിവസങ്ങളിലും വീട്ടിൽത്തന്നെയായിരുന്നു. സ്വന്തം വീട്ടിൽ വല്ലപ്പോഴുമൊന്ന് പോയി വരും. വായനയാണ് പണി കണ്ടത്.

രണ്ടാംവർഷവും മൂന്നാംവർഷവും ഇതുതന്നെ. രോഗം വരാറില്ല. പരാതിയില്ല. ഒരു കാര്യത്തിലും സ്വന്തം ഇഷ്ടാനിഷ്ടങ്ങളില്ല. കിട്ടിയ ഭക്ഷണം എന്തായാലും പുണ്യം, ആരെന്തു പറഞ്ഞാലും പുഞ്ചിരി. ഒരു മൂളിപ്പാട്ട് പാടുന്നത് ഞാൻ കേട്ടിട്ടില്ല. ഒരു ചിത്രം കോറിവരയ്ക്കുന്നത് ഞാൻ കണ്ടിട്ടില്ല. കളിക്കാൻ വിളിച്ചാൽ കൂടെ വരും. ഒരു കളിയിലും ജയിക്കണമെന്ന് നിർബ്ബന്ധമില്ല. കാര്യത്തിൽ അങ്ങനെയല്ലാതാനും.

ഹൈസ്കൂളിലെ അവസാന പരീക്ഷ കഴിഞ്ഞപ്പോൾ ഒരു സന്നിഗ്ദ്ധാവസ്ഥ വന്നു. അവധിയായിട്ടും സുന്ദരേട്ടൻ വീട്ടിൽ പോകാൻ ധൃതി കാണിച്ചില്ല. ദിവസങ്ങൾ നീങ്ങി. ഇതിലെന്തെങ്കിലും പ്രത്യേകതയുണ്ടെന്ന് ഞങ്ങളാരും കരുതിയില്ല.

ദൈവഭക്തി കടുകട്ടയാണ്. അമ്പലത്തിൽ ചെന്നാൽ ഏറെനേരം തൊഴുത് നില്ക്കും. എന്താണ് പ്രാർത്ഥിച്ചിരുന്നതെന്നറിയില്ല. ചുണ്ടനങ്ങില്ല. മുഖത്ത് ശാന്തത തളിരിട്ട് നില്ക്കും. തൊഴുത് കൺതുറക്കുമ്പോൾ, കണ്ണുകളിൽ തിളക്കവും കാണാം.

അവധി തുടങ്ങിയിട്ട് ഒരാഴ്ച കഴിഞ്ഞ് ഒരു ദിവസം സുന്ദരേട്ടന്റെ അമ്മ അപ്രതീക്ഷിതമായി കടന്നുവന്നു. സുന്ദരേട്ടനും ഞാനും അച്ഛനും തളത്തിൽ കാപ്പി കഴിക്കുകയായിരുന്നു.

"വരൂ, വരൂ" എന്ന് അച്ഛൻ ക്ഷണിച്ചു.

"ഇവനെ കണ്ടില്ല്യ, എന്തുപറ്റിയെന്നു അന്വേഷിക്കാംന്ന് വിചാരിച്ചു" മുഖവുരയില്ലാത്ത പ്രസ്താവനയായിരുന്നു.

"കാലും മുഖവും കഴുകി കാപ്പി കുടിക്കാൻ പോരൂ."

തായിമ്മ വാതിലിന്റെ മറവിൽ നിന്നു മുഖം കാട്ടി.

"ഇങ്ങന്യായ്യാൽ പറ്റ്ല്ല്യല്ലൊ." സുന്ദരേട്ടന്റമ്മ പരാതി പറഞ്ഞു. "സ്കൂൾ പൂട്ട്യാലെങ്കിലും...എന്തേ സുന്ദരാ നീയിവിടെ അങ്ങട് ഒട്ടിപ്പോയ്യ്യോ? നൊന്തു പെറ്റ എന്നെ കാണണ്ടാന്നായ്യോ?"

ചിരിച്ചുകൊണ്ടാണ് ചോദിച്ചതെങ്കിലും മറുപടിയായി അച്ഛൻ ചിരിച്ചുവെങ്കിലും സുന്ദരേട്ടൻ മിണ്ടിയില്ല. അമ്മയെ തറപ്പിച്ചൊന്നു നോക്കിയെന്നു എനിക്ക് തോന്നി. അതോടെ അവർ പിന്നീടൊന്നും ചോദിക്കാതെയുമായി.

കുറെ കഴിഞ്ഞ് സുന്ദരേട്ടൻ ലൈബ്രറിയിലെ ചാരുപടിയിൽ പുസ്തകവുമായി കിടക്കുന്നേടത്തും സുന്ദരേട്ടന്റമ്മ കാപ്പികുടി കഴിഞ്ഞെത്തി. പതിഞ്ഞ ഒച്ചയിലാണ് സുന്ദരേട്ടൻ സംസാരിച്ചത്: "അമ്മ എന്ത്നേ ഇങ്ങട്ട് പോന്നത്? അന്വേഷിച്ച് ഇങ്ങട്ട് വരര്ത് എന്നു ഞാൻ പറഞ്ഞീരുന്ന്ല്ലേ? ഞാൻ അങ്ങട്ട് വര്ല്ല്യേ?"

ഊണു കഴിഞ്ഞ്, തായിമ്മയോടും ചെറിയമ്മയോടും ഒരുപാട് വർത്തമാനങ്ങൾ പറഞ്ഞ്, വെയിലാറിയേ സുന്ദരേട്ടന്റമ്മ പോയുള്ളു.

പോകുമ്പോൾ സുന്ദരേട്ടനോട് ചോദിച്ചു: "എന്നാണ് വരവ്?"

ശാസനാസ്വരം അന്നാദ്യമായി സുന്ദരേട്ടനിൽനിന്ന് ഞാൻ കേട്ടു: "അമ്മ ചെന്ന് അച്ഛന്റെ കാര്യം വല്ലതും അന്വേഷിക്കൂ."

അമ്മയും മകനും ഒരു നിമിഷം മുഖത്തോട് മുഖം നോക്കി നിന്നു. സുന്ദരേട്ടൻ പതറിയില്ല.

അമ്മ പോയി.

സുന്ദരേട്ടന് മികച്ച വിജയവുമായി പരീക്ഷാഫലം വന്നു. സ്കൂളിൽ ഏറ്റവും കൂടുതൽ മാർക്കുള്ള വിദ്യാർത്ഥി.

അച്ഛൻ അണച്ചുനിർത്തി പുറത്ത് ഇരടി ഒറ്റവാചകം പറഞ്ഞു: "മിടുക്കന്തന്നെ!"

എട്ടു വയസ്സായ എനിക്ക് ദേഷ്യം വന്നു. ഞാൻ ആവർത്തിച്ച് കളിയാക്കി: "എന്താ ഒരാളുടെ ഒരു പവറ്! ഹായ് എന്താപ്പൊ ഒരാളടെ ഒരു പവറ്!"

അന്നു വൈകുന്നേരം സുന്ദരേട്ടൻ വീട്ടിൽ പോയി. പിറ്റേന്ന് അച്ഛനേയും കൂട്ടിയാണ് വന്നത്. അച്ഛന്മാർ ഒത്തുകൂടുന്നത് ഒരു വല്ലാത്ത കാഴ്ചയായിരുന്നു. ജന്മാന്തരങ്ങളിലെ അടുപ്പം പോലെ. രണ്ടുപേർക്കും കൂടി ഒരു നിധി കിട്ടിയതു പോലെയും.

സുന്ദരേട്ടന്റച്ഛൻ പറഞ്ഞു: "ടി ടി സി ക്ക് പറഞ്ഞയച്ച് ഒരു മാഷാക്കാംന്നാണ് ഞാൻ വിചാരിച്ചിരുന്നത്. എന്റെ അച്ഛൻ അദ്ധ്യാപകനായിരുന്നു. ഞാനും...നന്നമോശോന്നല്ല ഇപ്പോ. കോളേജിലെ ചെലവ് താങ്ങാൻ എന്നെക്കൊണ്ട് സാധിക്കാനും വെഷമം."

"ഒരു വാഹനം വേണന്നല്ലേയുള്ളു." അച്ഛൻ ചിരിച്ചു, "ഇവിടെ താമസിച്ചാൽ കോളേജിൽ പോയി വരാലോ. ആയാളുടെ ഇഷ്ടം

പോലെയാവട്ടെ. അല്ലാതെ നമ്മളെന്തു പറയാനാ? മാഷാവ്ണെങ്കിലും ഒരു ഡിഗ്രിയെടുത്ത് മാഷായിക്കൂടെ? അതല്ലേ ഭേദം?"

അങ്ങനെ സുന്ദരേട്ടൻ മറ്റൊരു നാലു കൊല്ലത്തേക്ക് വീട്ടിൽ തുടർന്നു. സൈക്കിളുമായി കോളേജിൽ പോയിത്തുടങ്ങി. ഗുമസ്ഥൻ അപ്പുമേനോൻ കൂടെക്കൂടെ പറഞ്ഞു: "റോട്ടിലൊന്നും വീണു ആ സൈക്കിൾ ചീത്തയാക്കണ്ടാട്ട്വോ, കുട്ട്യേ?"

മഴക്കാലത്ത് പല ദിവസങ്ങളിലും അച്ഛൻ കാറിൽ കൊണ്ടുപോയി, ടൗണിൽ പോകാനുണ്ടെന്ന ഭാവത്തിൽ. മറ്റ് ആവശ്യങ്ങളൊന്നുമില്ലെന്ന് അച്ഛനും സുന്ദരേട്ടനും ഒരുപോലെ അറിയാമെന്നതായിരുന്നു തമാശ.

ചരിത്രവും സാമ്പത്തികശാസ്ത്രവുമാണ് സുന്ദരേട്ടൻ പഠിക്കാൻ തെരഞ്ഞെടുത്തത്. അച്ഛൻ ചോദിക്കുന്നത് കേട്ടു: "എന്തേ മറ്റേ ഗ്രൂപ്പ് വേണ്ടാന്ന് വെച്ചതെടോ?"

സുന്ദരേട്ടൻ കുസൃതിച്ചിരി ചിരിച്ചു: "നിയമം പഠിക്കാനാണമ്മാവാ."

അന്തിച്ചു നിന്നുപോയെങ്കിലും അച്ഛന്റെ കണ്ണുകൾ സന്തോഷം കൊണ്ട് നിറയുന്നത് ഞാൻ കണ്ടു.

10

പ്രിയപ്പെട്ടാൽ 'ശ്രീ' വേണ്ടാ!

സുന്ദരേട്ടൻ അച്ഛനെ ഒരു മാതൃകാപുരുഷനായി കണ്ടു. ജീവിതം രൂപപ്പെടുത്തേണ്ടതു അതുപോലെയാണെന്ന് നിശ്ചയിച്ചിരുന്നു. അച്ഛന് സുന്ദരേട്ടൻ പ്രാണനുമായിക്കഴിഞ്ഞിരുന്നു.സൈക്കിളിനെക്കുറിച്ചുള്ള അപ്പുമേനോന്റെ താക്കീത് ഒരു ദിവസം ഫലിച്ചു. സൈക്കിൾ ഒരു ഭാരവണ്ടിയിൽ തട്ടി വീണു. സുന്ദരേട്ടന്റെ ഇടതുകൈ ഒടിഞ്ഞു. മുള കയറ്റിയ ഭാരവണ്ടി വലിച്ചിരുന്നവർ പിന്നിൽ വന്ന സൈക്കിൾ നോക്കാതെ വണ്ടി അല്പമൊന്നു തിരിച്ചതായിരുന്നുവത്രെ.പ്രകൃത്യാ ശാന്തനായ അച്ഛൻ അന്നത്തെപ്പോലൊരു കോലാഹലം അതിനു മുമ്പോ പിമ്പോ ഒരിക്കലും കാണിച്ചിട്ടില്ല. ഓടുകയായിരുന്നു. വലിയ ആസ്പത്രിയിൽ കൊണ്ടുപോയി പ്ലാസ്റ്ററിടീച്ച് കൊണ്ടുവന്നു.

അച്ഛന് എല്ലാവരോടും ദേഷ്യം. സുന്ദരേട്ടൻ കൂടെക്കൂടെ പറഞ്ഞു കൊണ്ടിരുന്നു: "സാരല്ല്യ. ഇപ്പൊ വേദനില്ല്യ മാറി."

അതൊന്നും അച്ഛന്റെ ചെവിയിൽ വീണില്ല. പിറ്റേന്നും അതിന്റെ പിറ്റേന്നും ഇതുതന്നെയായിരുന്നു അവസ്ഥ. വീണ ശ്രുതി നോക്കിയ കുറുപ്പുമാഷ്ക്ക് അച്ഛന്റെ വക കണക്കിന് കിട്ടി: "എന്താ അത്? കുട്ടി കൈയൊടിഞ്ഞ് കെടക്കണു. ഇപ്പൊ വേണോ ഈ വീണവായന?"

ഏതോ കേസിന്റെ എന്തോ പ്രശ്നവുമായി വന്ന ഗുമസ്ഥനും കിട്ടി കണക്കിന്: "ആരോടെങ്കിലും പകരം ഹാജരാകാൻ പറയൂ. കുട്ടീടെ കൈയ് മുറിഞ്ഞിരിക്കണു."

കാറ്റും മഴയും ബസും കോടതിയും ഒന്നും സാധാരണ രീതിയിൽ നടന്നുകൂടെന്ന് അച്ഛന് ശാഠ്യമുള്ളതുപോലെ.

സ്ലിങ്ങിലിട്ട കൈ മാറത്തും മറ്റേ കൈയിൽ പുസ്തകവുമായി കിടക്കുന്ന സുന്ദരേട്ടനെ നോക്കി ഞാൻ വാതിൽക്കൽ ചെന്നു നിന്നു ചിരിച്ചു. മറ്റേ കൈയിലും കെട്ടിയാൽ വൈക്കോൽ പൂതം കളിക്കാൻ

പാകമാവുമെന്നാണ് എനിക്കു തോന്നിത്. എന്റെ ചിരി കണ്ട് സുന്ദരേട്ടനും ചിരിച്ചു. പക്ഷേ, അച്ഛന് എന്റെ ചിരി തീരെ ഇഷ്ടമായില്ല.

"എന്താ അമ്മൂ ചിരിക്കണു? എന്തേപ്പൊ ചിരിക്കാൻണ്ടായ്യേ?"

രാത്രിയിൽ സുന്ദരേട്ടൻ ഉറങ്ങുമ്പോൾ അച്ഛൻ കൈയിന് പാറാവിരിക്കും. അച്ഛൻ എന്നെ തൊട്ടു കിടക്കണമെന്നായിരുന്നു എന്റെ നിർബ്ബന്ധം. മാറിയാൽ ഞാൻ ഉണരും. ഉറക്കത്തിൽനിന്നുണർന്ന് അച്ഛാ എന്ന് ഉറക്കെ വിളിച്ചാൽ അച്ഛന് ചുണ്ടത്ത് വിരൽ ചേർത്ത് താക്കീത് തരികയും മറ്റേ കൈകൊണ്ട് സുന്ദരേട്ടനെ ചൂണ്ടിക്കാണിക്കുകയും ചെയ്യും.

സുന്ദരേട്ടൻ എത്ര അപേക്ഷിച്ചിട്ടും പിന്നീട് സൈക്കിൾ സവാരി അച്ഛൻ അനുവദിച്ചില്ല. യാത്ര സ്ഥിരമായി കാറിലായി. ആയിടയ്ക്കു അച്ഛൻ ഒരു ഡ്രൈവറെക്കൂടി വെച്ചിരുന്നതുകൊണ്ട് എളുപ്പവുമായി.

കോളേജ് കഴിഞ്ഞപ്പോഴേക്ക് എനിക്ക് പന്ത്രണ്ടു വയസ്സായി. ഞാൻ സുന്ദരേട്ടന്റെ കളിക്കൂട്ടുകാരിയല്ലാതെയുമായി. കോളേജ് കഴിഞ്ഞു എന്തു ചെയ്യണമെന്ന കാര്യത്തിൽ സുന്ദരേട്ടന് സംശയമൊന്നുമില്ലായിരുന്നു. നിയമം പഠിക്കണം.

സുന്ദരേട്ടന്റെ അച്ഛൻ വീണ്ടും വന്നു. ഇത്തവണ ചെലവുകളെക്കുറിച്ചോ മറ്റെന്തിനെയെങ്കിലുംകുറിച്ചോ ചർച്ചയുണ്ടായില്ല. ചർച്ചതന്നെയുണ്ടായില്ല. പരീക്ഷയുടെ ഫലമറിയുന്നതിനു മുമ്പുതന്നെ സുന്ദരേട്ടൻ അച്ഛനോട് പറഞ്ഞിരുന്നു: "ലോ കോളേജിൽ ചേരണം."

പരീക്ഷാഫലത്തെക്കുറിച്ച് സംശയമില്ലാതിരുന്നതുകൊണ്ട് അതിനുള്ള ഒരുക്കങ്ങൾ നേരത്തെ തുടങ്ങിയിരുന്നു.

ഒരു ദിവസം രാവിലെ കുളിച്ച് തൊഴുത് അച്ഛന്റേയും സുന്ദരേട്ടന്റച്ഛന്റേയും കാൽതൊട്ട് വന്ദിച്ച് പുതിയ ഹോൾഡാളും പെട്ടിയും ഉടുപ്പുമായി സുന്ദരേട്ടൻ പോയി.

പോകുമ്പോൾ സുന്ദരേട്ടൻ അമ്മയോട് യാത്ര പറയുകയോ അമ്മയെ വന്ദിക്കുകയോ ഉണ്ടായില്ല. അവരും വന്നിരുന്നു.

അന്നത്തെ സന്ധ്യ ഞാൻ ഇന്നും ഓർക്കുന്ന ഒരു സന്ധ്യയാണ്. അച്ഛൻ കൂട്ടിലിട്ട വെരുകിനെപ്പോലെ പൂമുഖത്തുനിന്ന് മുറിയിലേക്കും തിരികേയും നടന്നുകൊണ്ടിരുന്നു.

"ശ്ശെ, ശ്ശെ" എന്ന് കൂടെക്കൂടെ പറയുന്നുണ്ടായിരുന്നു.

വ്യക്തമായ ശൂന്യത അനുഭവപ്പെട്ടു.

എനിക്കാണെങ്കിൽ, സുന്ദരേട്ടൻ എന്റെ ദിനചര്യയിൽ എന്തുമാത്രം വലിയ പങ്കാണ് വഹിച്ചിരുന്നതെന്ന് അന്നാണ് മനസ്സിലായത്. അമ്പലത്തിൽ തൊഴാൻ എന്നെ കൈപിടിച്ചു കൊണ്ടുപോകും. എന്റെ പുസ്തകങ്ങളെല്ലാം പൊതിഞ്ഞുതരും. ഒരുമിച്ചാണ് ഭക്ഷണം. അച്ഛന് ഇരുവശവുമായി കിടത്തം. വീട്ടിൽ എവിടെ നോക്കിയാലും സുന്ദരേട്ടനുണ്ടാവും. പൂമുഖത്ത് സുന്ദരേട്ടന്റെ ചെരിപ്പ്. പത്തായപ്പുരയിലെ ചായ്പ്പിൽ സുന്ദരേട്ടന്റെ വീഴ്ചയുടെ സ്മാരകമായ ഒടിഞ്ഞ സൈക്കിൾ. പിൻപുറത്ത് സുന്ദരേട്ടന്റെ ഉടുപ്പുകൾ ഉണങ്ങാനിട്ടിരിക്കും. സുന്ദരേട്ടന്റെ പുസ്തകം, പേന, കൈയക്ഷരം–വീട് നിറയെ സുന്ദരേട്ടൻ.

പോയപ്പോൾ ശൂന്യം.

മാസാന്ത്യങ്ങളിൽ വരുമ്പോൾ നേരിയ അന്യത. ആളെ അറിയാത്തതു പോലെ. വേഷപ്പകർച്ച മുഴുവനാകാൻ എന്നപോലെ ഒരു ചെറിയ മീശയും!

"സുന്ദരൻ പോയിട്ടാവും അമ്മുക്കുട്ടിക്ക് ഒരു വല്ലായ്മ, അല്ലേ?" ചെറിയമ്മ ചോദിക്കും.

അതെയെന്ന് ഞാൻ തല കുലുക്കും.

"ഇങ്ങട്ട് വരും, വ്യസനിക്കണ്ടാട്ട്വോ?" എന്ന സാന്ത്വനത്തിന്റെ കൂടെ അവരെന്തിനാണ് പതിവിലേറെ ചിരിക്കുന്നതെന്ന് എനിക്ക് പതുക്കെപ്പതുക്കെയേ മനസ്സിലായുള്ളു.

മനസ്സിലായപ്പോൾ സുന്ദരേട്ടന്റെ കാര്യംതന്നെ ഞാൻ ആരോടും പറയാതെയായി. ചെറിയമ്മയെ കാണുമ്പോൾ സുന്ദരേട്ടനെപ്പറ്റി കേൾക്കാൻ കൗതുകം തോന്നിയെങ്കിലും കേട്ടാൽ ഞാൻ ഓട്ടവുമായി.

എന്റെ മനസ്സ് മാറിവരികയായിരുന്നു. ഒരു പൊല്ലാപ്പായാണ് ആദ്യം ഞാൻ സുന്ദരേട്ടനെ കണ്ടത്. അച്ഛന്റെ സ്നേഹം അല്പമെങ്കിലും പങ്കിട്ട് കൊടുക്കേണ്ടിവന്നതിലുള്ള വിഷമംതന്നെയായിരുന്നു കാരണം. പിന്നെ, ഇണങ്ങിയപ്പോൾ കളിയിൽ കൂട്ടുകാരനായി. ഉടമസ്ഥാവകാശമുള്ള ആങ്ങളയാകലായിരുന്നു അടുത്ത പടി. അവസാനം ഇതൊന്നുമല്ലാതായി. എന്തായി എന്ന് നിശ്ചയമില്ലാതെയുമായി. എന്തായാലും എല്ലാമായി എന്റെ സുന്ദരേട്ടൻ എന്ന് മനസ്സ് പറഞ്ഞു തുടങ്ങി. അങ്ങനെ എന്നോടുതന്നെ പറയാൻ എനിക്കു നാണം തോന്നി.

പഴയ കടലാസുകൾ തിരയുകയാണെന്ന ഭാവത്തിൽ അച്ഛൻ കിടപ്പറയിലെ മേശവലിപ്പിൽ പരതുന്നതും ഒരു പുസ്തകമെടുത്ത് നോക്കിയിരിക്കുന്നതും കാണാം. ഹൈസ്കൂളിലെ മാസികയായിരുന്നു അത്. ഏറ്റവും മിടുക്കനായ വിദ്യാർത്ഥികളുടെ ചിത്രം അതിൽ അടിച്ചുവന്നിരുന്നു. ഞാൻ അത് കണ്ടുപിടിച്ചു. ആരും കാണുന്നില്ലെങ്കിൽ ഞാനും അതെടുത്ത് നോക്കി.

കോളേജിലെ കോമേഴ്സ് ഗ്രൂപ്പിന്റെ ഫോട്ടോ അച്ഛൻ ഭിത്തിയിൽ തൂക്കിയിരുന്നു. അതിൽ ഒരു മൂലയിൽ മൂപ്പർ നില്പുണ്ടായിരുന്നു.

സുന്ദരേട്ടന്റെ വളർച്ചയുടെ രണ്ടു ഘട്ടങ്ങൾ.

അച്ഛന്റെ ദേഹം കൂടുതൽ ശോഷിച്ചുവരുന്നുമുണ്ടായിരുന്നു. ഒരിക്കൽ കോടതിയിൽനിന്നു വന്ന് കാപ്പി കുടിച്ചിരിക്കെ തലചുറ്റി വീണു. ചാരുകസേരയടക്കം ചെരിഞ്ഞു വീഴുകയായിരുന്നു. നെറ്റിയിൽ ഒരു ചെറിയ മുറിവുണ്ടായി ബഹളം കേട്ട് പത്തായപ്പുരയിൽനിന്ന് കാൽച്ചിലങ്കകളോടെ ഞാൻ ഓടിവന്നപ്പോൾ അപ്പുമേനോൻ പിടിച്ചുനേരെയിരുത്തി മുറിവ് കഴുകി കെട്ടുകയാണ്. അച്ഛൻ നനുത്ത ഭാഷയിൽ എന്നോട് പറഞ്ഞു. "അച്ഛനൊന്നുല്ല്യാട്ടോ, അമ്മു."

ഡോക്ടർ വന്നു. മരുന്നുകളായി, വിശ്രമിക്കണമെന്നായി. ഹാർട്ട് എന്ന വാക്ക് ഹൃദയത്തിന് ഇംഗ്ലീഷാണെന്ന് എനിക്കറിയാമായിരുന്നു. ആ വാക്ക് ഡോക്ടർ പറയുന്നതു കേട്ടു. അച്ഛൻ ഡോക്ടറോട് പറഞ്ഞു: "സുന്ദരൻ പാസായിവരോളം ഒരുവിധം കഴിച്ചുകൂട്ടണം. അത്രയേ വേണ്ടൂ."

"അറിയിക്കണ്ടേ?" എന്ന് അപ്പുമേനോൻ ഡോക്ടർ പോയപ്പോൾ ചോദിക്കുന്നതു കേട്ടു. വേണ്ടെന്ന് അച്ഛൻ.

അത് ശരിയല്ലെന്ന് എനിക്കു തോന്നി. എനിക്ക് പേടിയായി. രാവുണ്ണിയാശാന്റെ രണ്ടു മുഖങ്ങൾ എന്റെ ഓർമ്മയിൽ തെളിഞ്ഞു.

കിടപ്പറയിലെ കൊച്ചു മേശപ്പുറത്ത് കാർഡും ഇൻലന്റും ഒക്കെ ഉണ്ടായിരുന്നു. അവിടെയിരുന്നാണ് അച്ഛൻ കക്ഷികൾക്ക് കത്തെഴുതാറ്. സുന്ദരേട്ടനും അച്ഛൻ എഴുതാറുണ്ട്. ഇങ്ങോട്ടുള്ള മേൽവിലാസത്തിന് റബ്ബർസ്റ്റാമ്പു കുത്തിയ ഉരുപ്പടികൾ. സുന്ദരേട്ടന്റെ കത്തുകൾ ഹൈസ്കൂൾ മാസികയിലാണ് അച്ഛൻ സൂക്ഷിച്ചുവയ്ക്കുക എന്നും എനിക്കറിയാം.

കത്ത് എങ്ങനെയാണ് എഴുതുകയെന്ന് എനിക്കറിയില്ലായിരുന്നു. മുകളിൽ 'ശ്രീ' എന്നെഴുതി. പ്രിയപ്പെട്ട ശ്രീ സുന്ദരേട്ടന് എന്ന് ഇടത്തേ മൂലയിൽ എഴുതി. തുടർന്ന് ഇങ്ങനേയും: "അച്ഛൻ വീണു. ബോധംകെട്ടു. ഇപ്പൊ മാറി. ഡോക്ടർ വന്നു. പോയി. അറിയിക്കേണ്ട എന്നു അച്ഛൻ പറഞ്ഞു. എനിക്ക് പേടീണ്ട്."

സുന്ദരേട്ടന്റെ ഒരു കത്ത് തപ്പിപ്പിടിച്ച് മറുവശത്ത് മേൽവിലാസമെഴുതി. പിറ്റേന്ന് സ്ക്കൂളിൽ പോകുമ്പോൾ ഡ്രൈവറെക്കൊണ്ട് പെട്ടിയിലിടുവിച്ചു.

അച്ഛൻ കോടതിൽ പോകാതായി. പകൽ മുഴുവൻ പൂമുഖത്ത് ചാരുകസേരയിൽ കിടപ്പുതന്നെ. രാത്രി കിടപ്പറയിലും.

മൂന്നാം ദിവസം സുന്ദരേട്ടൻ നട്ടുച്ചയ്ക്ക് വിയർത്തുകുളിച്ച് ഓടിവന്നു. അതൊരു വരവുതന്നെയായിരുന്നു. ബസിറങ്ങി നില്ക്കാതെ ഓടുന്നതു ഞാൻ കണ്ടു.

ഒരു ശനിയാഴ്ച

പരിഭ്രമിച്ചും കിതച്ചു അച്ഛന്റെ മുന്നിൽ വന്നുനിന്ന സുന്ദരേട്ടനോട് അച്ഛൻ ചിരിച്ചു: "ഇതെന്തു കഥ?"

"എന്തേണ്ടായ്യേ?"

"ഹേയ്, ഒന്നൂണ്ടായ്ല്യ. ഒന്നങ്ങട് വീണു, അത്രന്നെ. ഇത്പ്പൊ ആരാ അറീച്ചെ?"

"അമ്മു."

അച്ഛന്റെ മുഖം അത്ഭുതംകൊണ്ട് വിടരുന്നത് ഞാൻ കണ്ടു. അത്ഭുതത്തിന്റെ കൂടെ എനിക്ക് ഒറ്റനോട്ടത്തിൽ മനസ്സിലാകാത്ത മറ്റൊരു ഭാവവുമുണ്ടായിരുന്നു. ഒരു ചോദ്യത്തിന്റെ അംശങ്ങൾ.

വാതിൽക്കൽനിന്ന് ഞാൻ പറഞ്ഞു: "എനിക്ക് പേട്യായിട്ട്ടേത്."

ഊണു കഴിക്കാൻ നില്ക്കാതെ സുന്ദരേട്ടൻ ഡോക്ടറെ കാണാൻ പോയി. തിരികെ വന്നത് മ്ലാനമായ മുഖവുമായിട്ടായിരുന്നു. അതു കണ്ട് അച്ഛൻ പറഞ്ഞു: "സാരല്ല്യെടൊ."

പിറ്റേന്നു വൈകുന്നേരം മടങ്ങിപ്പോകും മുമ്പ് സുന്ദരേട്ടൻ മറ്റാരും കേൾക്കാതെ എന്നോട് പറഞ്ഞു: "മേലിളകാന് സമ്മതിക്കേണ്ട. മനസ്സിലായോ?"

സ്വയമറിയാതെ ഞാൻ ചോദിച്ചുപോയി: "ഇനെന്നാവര്യ?"

"വേഗം വരാം. വല്ലതും വിശേഷണ്ടെങ്കിൽ കത്തെഴുതിക്കോളൊണ്ടു. കത്തെഴുതുമ്പോ ഈ അക്ഷരം വേണ്ട. പോക്കറ്റിൽനിന്ന് ഞാനയച്ച കത്തെടുത്ത് നിവർത്തി വിരലുന്നി 'പ്രിയപ്പെട്ട ശ്രീ സുന്ദരേട്ട'ന്റെ 'ശ്രീ' ചൂണ്ടിക്കാണിച്ചു.

11

ആയതു തെങ്ങുതന്നെ

ഇതായിരുന്നു രീതി.

വിവാഹം നിശ്ചയിക്കുന്നതിന് എത്രയോ മുമ്പുതന്നെ ഏറെക്കാലമായി വിവാഹിതരായവരുടെ രീതിയിലായിരുന്നു ഞങ്ങളുടെ മനോഭാവം. ജന്മനാ വിവാഹിതർ.

ഡോക്ടർ ഓരോ തവണ വരുമ്പോഴും അച്ഛൻ പറഞ്ഞുകൊണ്ടിരുന്നു: "ഇല്ല ഡോക്ടറെ, പേടിക്കണ്ട, ഞാൻ മരിക്കില്ല. അതിനൊരു സമയണ്ട്."

ചിരിച്ചുകൊണ്ടാണ് പറയാറ്.

പക്ഷേ, ആ സമയവും മുഴുവൻ ശരിയായില്ല.

ഒരു മാസത്തിനകം അച്ഛൻ വീണ്ടും കോടതിയിൽ പോകാൻ തുടങ്ങിയെങ്കിലും പഴയ ആരോഗ്യം വീണ്ടുകിട്ടിയില്ല. നെഞ്ചുവേദനയുണ്ടായിരുന്നത് അച്ഛൻ ആരേയും അറിയിക്കാതെ കഴിച്ചുകൂട്ടി. കിതപ്പ് പ്രകടമായിത്തന്നെ കാണാമായിരുന്നു.

സുന്ദരേട്ടൻ വരുന്ന ദിവസങ്ങളിൽ വളരെ ഉല്ലാസവാനായി കാണിക്കാൻ അച്ഛൻ നന്നേ പാടുപെട്ടു. ഭക്ഷണക്രമത്തിൽ കർശനമായ നിയന്ത്രണമുണ്ടായിരുന്നു. അതുപോലും തെറ്റിക്കാൻ വെമ്പി, പ്രസന്നതയും ആരോഗ്യവും അഭിനയിക്കാൻ. ലോ കോളേജിലെ, അച്ഛൻ പഠിച്ച കോളേജിലെ, പഴയ കഥകൾ പറഞ്ഞു. നിയമകാര്യങ്ങൾ ചർച്ച ചെയ്തു. സുന്ദരേട്ടൻ മടങ്ങിപ്പോകുന്നതിനിടയിലുള്ള സമയത്തിന്റെ സിംഹഭാഗവും ഉണർന്നുതന്നെയിരിക്കാൻ ശ്രമിച്ചു. ഉറങ്ങിയാൽ അത്രയും സമയം പോകില്ലേ?

സുന്ദരേട്ടൻ ഇതെല്ലാം കണിശമായി അറിഞ്ഞു പെരുമാറി. സൂക്ഷിക്കാൻ എന്നോട് രഹസ്യമായി ശട്ടംകെട്ടി. ഞങ്ങൾക്കു മാത്രമായുണ്ടായ ആദ്യത്തെ രഹസ്യവും അതായിരുന്നു.

ഇങ്ങനെയാണെങ്കിലും അച്ഛന്റെ മുന്നിൽ സുന്ദരേട്ടൻ യാതൊരു ഉൽക്കണ്ഠയും കാണിച്ചില്ല. സാധാരണ രീതിയിൽ പെരുമാറി.

സുന്ദരേട്ടന്റെ നിയമപഠനം കഴിഞ്ഞു കിട്ടിയപ്പോൾ ഏറ്റവും വലിയ സന്തോഷം അച്ഛനുതന്നെയായിരുന്നു. പിന്നെ, എനിക്കും.

സന്നദെടുത്ത് കോടതിയിൽ പോകാൻ തുടങ്ങിയ ദിവസം വീട്ടിലൊരു ഉത്സവമായിരുന്നു. സുന്ദരേട്ടന്റെ വീട്ടിൽനിന്ന് എല്ലാവരും വന്നിരുന്നു. അന്നാണ് മീരയേയും മിനിയേയും ഞാൻ ആദ്യമായി കണ്ടത്.

ഇരുവരും ഒരുമിച്ച് കോടതിയിലേക്ക് പുറപ്പെടുന്നതിനുമുമ്പായി അച്ഛനും സുന്ദരേട്ടന്റെ അച്ഛനും തമ്മിൽ വക്കീലുദ്യോഗത്തെപ്പറ്റി ഒരു ചെറിയ ചർച്ചയുണ്ടായി. സുന്ദരേട്ടന്റെ ചെവിക്കുവേണ്ടിയായിരുന്നു അത് എന്നു അന്നെനിക്ക് മനസ്സിലായില്ല.

അച്ഛൻ പറഞ്ഞു: "നീതി ദൈവത്തിന്റേതാണ്, അവസാനത്തിൽ, അത് വളച്ചൊടിക്കാൻ ആരെങ്കിലും ശ്രമിക്കുന്നത് തടയാൻ ശ്രമിക്കാനേ നമുക്ക് കഴിയൂ."

അച്ഛൻ വേദാന്തത്തിൽ കൂടുതൽ സമയം ചെലവഴിക്കാൻ തുടങ്ങി. പൂമുഖത്ത് അച്ഛന്റെ ചാരുകസേര ഒഴിഞ്ഞു കിടന്നു. അതിനരികിൽ ഒരു ചൂരൽകസേരയിൽ പകരം സുന്ദരേട്ടനിരിപ്പായി, രാവിലെ. പഴയ രേഖകൾ, കക്ഷികൾ, ഗുമസ്ഥൻ...

ആ ഇരിപ്പ് ഞാൻ ഒളിഞ്ഞു നോക്കിനില്ക്കും. എനിക്ക് ചിരിവരും. മനസ്സിൽപ്പറയും: "ഓ, ഒരു കുട്ടിവക്കീല് വന്നിരിക്ക്ണു!"

എനിക്ക് ചിരിക്കാൻ എല്ലാറ്റിലുമേറെ വക നല്കിയത് സുന്ദരേട്ടന്റെ മുഖത്തെ ഗൗരവമാണ്. എന്തൊരു കട്ടിപിടിച്ച ഗൗരവം!

അച്ഛൻ കിടപ്പുമുറിയിൽ കട്ടിലിൽ മലർന്നു കിടന്ന് *ഗീതയോ ഉപനിഷത്തോ* വായിക്കുകയായിരിക്കും. ഇരിക്കുന്നേടത്തുനിന്നെണീറ്റ് സുന്ദരേട്ടൻ വല്ലപ്പോഴും അച്ഛന്റെ മുമ്പിൽ ചെല്ലും. സംശയം തീർക്കാനാണ്. വക്കാലത്ത്, അഫിഡവിറ്റ്, കാലഹരണം, ലാ ഓഫ് കോൺട്രാക്ട്, മണ്ണാങ്കട്ടി! ഞാൻ ആരും കാണാതെ ചിരിക്കും

ചിലപ്പോൾ അച്ഛൻ നിർദ്ദേശിക്കും: "ശരിയാണ്, ആ വക്കാലത്ത് നമുക്ക് വേണ്ട. ആർക്കെങ്കിലും കൊടുത്തേക്കട്ടെ."

പ്രത്യക്ഷത്തിൽത്തന്നെ കള്ളക്കേസുമായി വരുന്നവർക്കുള്ള മറുപടി.

"ചോദിച്ചിട്ടാവാംന്ന് വിചാരിച്ചു."

"ചോദിക്കാനൊന്നുല്ല്യ."

"ശരി."

കോടതിവിട്ട് വൈകുന്നേരം വന്നാൽ ഈ ഗൗരവമോ പ്രശ്നങ്ങളോ ഒന്നുമില്ല. വട്ടുകളിക്കാൻ പടിഞ്ഞാറേ മുറ്റത്ത് എന്റെ കൂടെ വരും!

മത്സരിച്ച് ജയിക്കുന്നത് സുന്ദരേട്ടന് ഇഷ്ടമുള്ള കാര്യമായിരുന്നു. അങ്ങനെയാവണം സെൻട്രൽ സർവ്വീസ് പരീക്ഷയ്ക്ക് എഴുതാൻ തോന്നിയത്. അതിനു മുതിർന്നില്ലായിരുന്നുവെങ്കിൽ എന്റെ സുന്ദരേട്ടൻ എനിക്ക് നഷ്ടപ്പെടുകയില്ലായിരുന്നു.

ഒരു വേള അങ്ങനെ വിചാരിക്കാനും വയ്യ. അങ്ങനെയല്ലെങ്കിൽ മറ്റൊരു തരത്തിലായിരിക്കാം എനിക്ക്....ആ നഷ്ടമുണ്ടായിരുന്നിരിക്കുക.

ക്ഷമിക്കണം, ഡോക്ടർ, എങ്കിലുകൾക്ക് ഒരു വിലയുമില്ലെന്ന കാര്യം ഞാൻ വീണ്ടും മറന്നേ പോകുന്നു. ഓർമ്മിക്കാൻ ശ്രമിക്കാം.

ഐ എ എസ് പരീക്ഷയല്ലേ, കിട്ടിയാലും കിട്ടിയില്ലെങ്കിലും ശ്രമിച്ചു നോക്കുന്നത് നല്ലതാണെന്ന അഭിപ്രായമായിരുന്നു അച്ഛനും ഉണ്ടായിരുന്നത്.

സുന്ദരേട്ടൻ വീണ്ടും പുസ്തകങ്ങളിൽ ആണ്ടു തുടങ്ങി. എനിക്ക് ഒരു പരാതിയുമുണ്ടായില്ല. വീട്ടിൽ എവിടെയെങ്കിലും ഉണ്ടായാൽ മതിയായിരുന്നു എനിക്ക്. ഇടയ്ക്കൊരു ശബ്ദം കേൾക്കണം. ചിരിയായാൽ ഏറ്റവും നല്ലത്. ചുമയായാൽപ്പോലും മതി.

വക്കീലായതിൽപ്പിന്നേയും സുന്ദരേട്ടൻ അച്ഛനേയും അമ്മയേയും മറ്റും കാണാൻ കൂടെക്കൂടെ പോകുമായിരുന്നു. അമ്മ അന്വേഷിച്ചു വരികയും ചെയ്യും. അമ്മ വന്നുപോയാൽ സുന്ദരേട്ടന്റെ മുഖം കറുത്തിരിക്കും. ഒരു കാരണവും വേണ്ട.

ഞാൻ ചോദിക്കാൻതന്നെ തീരുമാനിച്ചു. ചോദിക്കുകയും ചെയ്തു: "അമ്മ വന്നാലെന്താ മൊകത്തൊരു കുട്ടിക്കലം കമ്ഴ്ത്തിയേപോലെ?"

"ആരു പറഞ്ഞു?"

"ആരെങ്കിലും പറയണോ? കണ്ടാൽ അറിഞ്ഞൂടെ? ഇല്ല്യാച്ചാൽ ആ കണ്ണാടീല് ഒന്നു നോക്കൂ."

മങ്ങിവരുന്ന വെയിലിൽ പുസ്തകം നിവർത്തി മുറ്റത്ത് നടക്കുകയായിരുന്നു. മുണ്ടും തോളത്ത് ഒരു വലിയ കാരണവരുടെ മട്ടിൽ ഒരു തോർത്തും. അങ്ങനെയാണ് വായന. റോഡിൽനിന്ന് മുറ്റത്തേക്കുള്ള വഴിയുടെ അറ്റത്ത് പടിപ്പുരയ്ക്കരുകിൽ തണലില്ലാത്ത മുറ്റത്ത്.

വായിച്ചിരുന്ന പുസ്തകം മടക്കി സുന്ദരേട്ടൻ പുസ്തകമടക്കം കൈകൾ പിന്നിൽ പിണച്ചുകെട്ടി നിലത്ത് നോട്ടമൂന്നി നിന്നു.

"ഞാൻ വെറുതെ ചോദിച്ചതാണേയ്" ഞാൻ ഒഴിയാൻ ശ്രമിച്ചു.

പ്രയാസം ലഘൂകരിക്കാൻ ഞാൻ ശ്രമിച്ചു:

"എന്തിനാ വെറുതെ...."

"വെറുതെ അല്ല, സുന്ദരേട്ടന്റെ മുഖം കൂടുതൽ ഇരുണ്ടു. എനിക്കറ്യം. എനിക്കറ്യാംന്ന് അമ്മയ്ക്കും അറിയാം. കൊത്യേള്ളു, അമ്മയ്ക്ക്, കൊറെ പണ്ടം വേണം, പാത്രം വേണം. ഉടുപ്പു വേണം. അച്ഛൻ..."

ഞാൻ തൂണുപോലെ നിന്നു കേട്ടു.

സുന്ദരേട്ടൻ തുടർന്നു: "ദുരാഗ്രഹം മൂത്താൽ പിന്നെ ചിലർക്ക് എന്താ ചെയ്യാന്ന്ല്ല്യ. അച്ഛനാണെങ്കിൽ..."

കേട്ടു നില്ക്കാൻ എനിക്കായില്ല: "ഞാൻ പോട്ടെ, അച്ഛൻ വിളിക്കും."

കേൾക്കാത്തമട്ടിലാണ് സുന്ദരേട്ടൻ പറഞ്ഞത്: "പറേണ്ടാന്ന് വിചാരിച്ചതാണ്. നീയാരോടും പറേണ്ട."

"ഇല്ല്യ."

അങ്ങനെ ഞങ്ങൾക്കിടയിൽ രണ്ടാമതൊരു രഹസ്യംകൂടിയുണ്ടായി. ആ രഹസ്യം കാത്തു സൂക്ഷിക്കാൻ ഇന്നുവരെ എനിക്ക് സാധിച്ചു. ഇനി അതിന്റെ ആവശ്യമുണ്ടെന്നു തോന്നുന്നില്ല. അമ്മയില്ലാത്ത ദുഃഖം ആവശ്യത്തിലേറെ അനുഭവിച്ച ആളാണ് ഞാൻ. സുന്ദരേട്ടനോ അമ്മയുണ്ടായതിന്റെ ദുഃഖമാണ് അനുഭവിച്ചത്.

സുന്ദരേട്ടന് അമ്മയെ ഇഷ്ടമായിരുന്നു. അമ്മയെ ഇഷ്ടപ്പെടാതിരിക്കാൻ ഏതു കുട്ടിക്കാണ് കഴിയുക? സുന്ദരേട്ടന്റെ മനസ്സിൽ കുട്ടിക്കാലം മുതൽ എന്ത് നടന്നുകൊണ്ടിരുന്നെന്ന് ഇപ്പോൾ ഡോക്ടർക്ക് ഊഹിക്കാം. സ്നേഹിക്കുന്നവരെ വെറുക്കുകയും ചെയ്യേണ്ടിവരുന്നവരുടെ ഗതികേട് ചെറുതല്ല. ഈ അടുത്ത കാലത്തായി ഞാനും ഇതനുഭവിക്കുന്നു.

പഠിത്തം കഴിഞ്ഞ് വന്നതിൽപ്പിന്നെ സുന്ദരേട്ടന് അച്ഛൻ വേറൊരു കിടപ്പുമുറി ഒരുക്കിക്കൊടുത്തു. ഞാൻ ഉറങ്ങിയത് പിന്നീടും അച്ഛന്റെ കൂടെത്തന്നെയായിരുന്നു.

സുന്ദരേട്ടൻ അടുത്ത കൊല്ലം പോയി പരീക്ഷ എഴുതി തിരിച്ചു വന്നു. അച്ഛൻ ചോദിച്ചു: “എങ്ങനെ?”

സുന്ദരേട്ടൻ ചിരിച്ചതേയുള്ളു.

അച്ഛനും ചിരിച്ചു: “ആ, ആയാലൊരു തെങ്ങ്, പോയാലൊരു തേങ്ങ.”

റിസൾട്ടു വന്നപ്പോൾ, പക്ഷേ, തെങ്ങായിത്തന്നെയാണ് കണ്ടത്.

അച്ഛനുപോലും അതു വിശ്വസിക്കാൻ പ്രയാസമായതുപോലെ എനിക്കു തോന്നി. അത്രയും പ്രയാസം എനിക്കുണ്ടായില്ല. കാരണം, സുന്ദരേട്ടൻ എന്തിനുപോയാലും ജയിച്ചേവരു എന്ന വിശ്വാസമായിരുന്നു എനിക്ക്.

ഞാൻ അക്കൊല്ലം കോളേജിൽ പോകാൻ തുടങ്ങിയിരുന്നു.

വിജയവാർത്തയുടെ സന്തോഷം ആറിയപ്പോൾ അച്ഛന്റെ മുഖത്ത് ദുഃഖം ഞാൻ വ്യക്തമായി കണ്ടു. കക്ഷികൾ അനാഥരാകും. വീട് ശൂന്യമാകും. ഒറ്റപ്പെടും.

അതു സുന്ദരേട്ടനും കണ്ടിരിക്കണം. കൂടിക്കാഴ്ചയ്ക്ക് കടലാസു വന്നപ്പോൾ ഒരുക്കമൊന്നും കണ്ടില്ല.

മുഖത്ത് ചോദ്യചിഹ്നവുമായി അച്ഛൻ സുന്ദരേട്ടനെ നേരിട്ടു.

സുന്ദരേട്ടൻ പുഞ്ചിരിച്ചു: “വേണ്ടമ്മാവാ.”

അതു പറ്റില്ല്യാന്ന് അച്ഛൻ.

“ഒരു വാശി നോക്കീതാണ്, അതു നടന്നു. എനിക്ക് ഇതൊക്കെ മതി. ഇവടെ ആരാ? പോരെങ്കിൽ അസുഖം...”

സുന്ദരേട്ടനെ വാചകം അവസാനിപ്പിക്കാൻ അച്ഛൻ സമ്മതിച്ചില്ല: “പോണം.”

അതൊരു കല്പനയായിരുന്നു.

അതിനു മുമ്പൊരിക്കലും ഉണ്ടാകാത്ത ഒരു കല്പന.

അടിയേറ്റതുപോലെയാണ് സുന്ദരേട്ടൻ നിന്നത്. “ശരി.”

പിറുപിറുക്കുന്നതുപോലെ ആവർത്തിച്ചു: “ശരി.”

അച്ഛൻ, തെറ്റുതിരുത്തുന്ന മട്ടിൽ, സാധാരണ സ്വരത്തിലേക്കു മടങ്ങി: "ഇത്ര കഷ്ടപ്പെട്ട് കിട്ടീത് വേണ്ടാന്നുവെക്ക്യെ? ആ പ്രശ്നേ ഇല്ല്യ. ഇവിടത്തെ കാര്യങ്ങളൊന്നും സാരല്ല്യ. അതൊക്കെ എങ്ങനേങ്കിലും നടക്കും. അതൊന്നും വിചാരിച്ച്...."

മുഖം കുനിച്ച് സുന്ദരേട്ടൻ പറഞ്ഞു: "പോവാം."

"പോയ്യ്യാപ്പോരാ," അച്ഛൻ മുന്നിലേക്ക് നീങ്ങി നിന്നു. "മിടുക്കനായി ജയിച്ചും വരണം. തോറ്റൂന്നു പറഞ്ഞ് പോരാനൊന്നും നോക്കേണ്ട. മന സ്സിലായ്യ്യോ? തിരിഞ്ഞുനോക്കാൻ മെനക്കെടണ്ട."

പോസ്റ്റിങ് വന്നാപ്പിന്നെ..." സുന്ദരേട്ടൻ മുഖം തിരിച്ചു. വീട്ടിൽ നില്ക്കാൻ പറ്റുകയില്ലെന്ന് പറയാൻ തുടങ്ങുകയായിരുന്നു.

അതിനു മുമ്പ് അച്ഛൻ ഇടയിൽ കയറി: "നമുക്ക് ശാസ്താവിനൊരു ഉദയാസ്തമനപൂജ കഴിപ്പിക്കാം, പോസ്റ്റിങ്ങായ്യാൽ."

ഒന്നും മിണ്ടാതെ പിന്തിരിഞ്ഞ് മുറിയിൽ കടന്നു വാതിൽ പതുക്കെ ചാരി സുന്ദരേട്ടൻ ഒരു ചെറിയ കുട്ടിയെപ്പോലെ ഏങ്ങലടിച്ചു കരയാനാണ് തുടങ്ങിയത്. ശബ്ദം കടിച്ചമർത്തുകയായിരുന്നു.

എന്തു ചെയ്യണമെന്നറിയാതെ ഞാൻ പൂമുഖവാതിൽക്കൽനിന്നു.

ഇടത്തു മാറ് അടക്കിപ്പിടിച്ച് അച്ഛൻ ചാരുകസേരയിൽ വീണു. ഓടി ച്ചെന്ന എന്നോട് പ്രയാസപ്പെട്ടു പറഞ്ഞു: "രണ്ടു....വെള്ള ഗുളിക.... സാരല്ല്യ."

12

ഇരുപത്തഞ്ചും പതിനേഴും

ഇന്റർവ്യൂ കഴിഞ്ഞു പരിശീലനത്തിനു പോകാനുള്ള കല്പന വന്നപ്പോൾ സുന്ദരേട്ടൻ ആകെ അസ്വസ്ഥനായി കാണപ്പെട്ടു. ജീവിതത്തിൽ വലിയ ഒരാളാകാനുള്ള മോഹം ഒരുവശത്ത്, അച്ഛനെ പിരിഞ്ഞുപോകാനുള്ള വൈമനസ്യം മറുവശത്ത്. നാടും വീടും വിട്ട് അച്ഛൻ എങ്ങും സ്ഥിരമായി ചെല്ലുകയോ നില്ക്കുകയോ ഇല്ലെന്ന് സുന്ദരേട്ടന് തീർച്ചയായും അറിയാമായിരുന്നു. വഴി പിരിയുന്നതിന്റെ തുടക്കമാണിതെന്ന് നല്ല ബോദ്ധ്യവുമുണ്ടായിരുന്നു.

തനിച്ചു കിട്ടിയപ്പോൾ എന്നോട് ചോദിച്ചു: “നെണക്ക് സന്തോഷമാണോ അമ്മു?”

പരീക്ഷ ജയിച്ചതിലും സ്ഥാനം കിട്ടിയതിലുമൊക്കെ എനിക്ക് സന്തോഷമാണെന്ന് ഞാൻ പറഞ്ഞു. പിരിഞ്ഞുപോകുന്നതിൽ സന്തോഷക്കുറവുണ്ടെന്ന് ഞാൻ പറഞ്ഞില്ല. പറയാൻ പാടില്ലല്ലോ. നല്ലൊരു കാര്യത്തിനു പുറപ്പെടുമ്പോൾ അശുഭം പറയാതിരിക്കാനുള്ള വകതിരിവ് എനിക്കുണ്ടായിരുന്നു. വലിയ ഒരു കാര്യമാണ് കിട്ടിയിരിക്കുന്നതെന്ന അറിവുമുണ്ടായിരുന്നു.

മാത്രമല്ല, എവിടെപ്പോയാലും എന്റെ സുന്ദരേട്ടൻ എനിക്കായി തിരികെ വരുമെന്ന് എനിക്ക് തീർച്ചയുമുണ്ടായിരുന്നു. അങ്ങനെയൊന്നും തമ്മിൽ പറഞ്ഞിരുന്നില്ല എന്നാലും അത് സംശയമില്ലാത്തതായിരുന്നു.

ഞങ്ങൾ ഒരുമിച്ച് ജീവിക്കാൻ പോകുന്നവരാണെന്ന പൂർണ്ണ ബോദ്ധ്യം എനിക്കുണ്ടായതെങ്ങനെയെന്ന് എനിക്കറിയില്ല. തനിയേ മുളച്ചുണ്ടായതായിരുന്നു. പലപ്പോഴായി ആ ബോദ്ധ്യം വളർന്നുവന്നു.

മഴ തിമർത്തു പെയ്യുന്ന ഒരു ഉച്ചയ്ക്ക് ജനാലയിലൂടെ വരുന്ന നേർത്ത വെളിച്ചത്തിൽ എന്തോ വായിച്ചുകൊണ്ടിരിക്കുകയായിരുന്ന സുന്ദരേട്ടൻ വാതിൽക്കൽ നോക്കിനിന്ന എന്നെ മുഖമുയർത്തി നോക്കിയ

ആ ഒരു നിമിഷത്തിലാണോ അത് മുളച്ചത്? ഒരു ഓണക്കാലത്ത് കൃഷ്ണ കിരീടം മാതേവരുടെ തലയിൽ കുത്താൻ ശ്രമിക്കവേ, അതിലുണ്ടായിരുന്ന എറുമ്പുകൾ എന്റെ കൈയിൽ അരിച്ചുകയറി കടിക്കുകയും ഞാൻ മുഖം കോട്ടി അസഹ്യതയോടെ കൈ കുടയുകയും ചെയ്തപ്പോൾ എന്നെ നോക്കി സുന്ദരേട്ടൻ ചിരിച്ചപ്പോഴാണോ? കുളിച്ച് ഈറൻ മാറുകയായിരുന്ന മുറിയിലേക്ക് പതിവുപോലെ ഒന്നുമാലോചിക്കാതെ കടന്നുവരികയും (എന്തോ തിരഞ്ഞുവന്നതായിരുന്നു) "എന്താ ഈ കാട്ടണത്, പോവുട്ട്വോ" എന്ന് ഞാൻ നാണിച്ചപ്പോൾ മാത്രം അബദ്ധം മനസ്സിലാക്കുകയും നാണിക്കുകയും മുറി വിട്ടോടുകയും പിന്നീട് ചിരിക്കുകയും ചെയ്തപ്പോഴായിരുന്നുവോ? അങ്ങനെയങ്ങനെ നൂറുനൂറ് സന്ദർഭങ്ങളിൽ എപ്പോഴെങ്കിലുമാണ് ആ ബോദ്ധ്യം മുളച്ചതും വളർന്നതും. എന്റെ ഭരതനാട്യത്തിന്റെ അരങ്ങേറ്റത്തിന് അച്ഛനും സുന്ദരേട്ടനുമൊക്കെ വന്നിരുന്നു. കോളേജ് ആനിവേഴ്സറിക്കായിരുന്നു. എന്റെ മനസ്സു നിറയെ ബേജാറായിരുന്നു. കാറിലാണ് ഞങ്ങൾ പോയത്. കുറുപ്പുമാഷും ചെറിയമ്മയും എല്ലാം ഉണ്ടായിരുന്നു. കാറിൽവെച്ചും അരങ്ങിൽ പ്രത്യക്ഷപ്പെടും മുമ്പ് അണിയറയിൽ വന്നു സുന്ദരേട്ടൻ പറഞ്ഞു: "പേടിക്കാനൊന്നുല്ല്യ. നന്നാവും." എല്ലാം കഴിഞ്ഞ് തിരികെ പോരുമ്പോഴാകട്ടെ, സുന്ദരേട്ടൻ ഒന്നും പറഞ്ഞില്ല. ഒരു അത്ഭുതജീവിയെ നോക്കിയിരിക്കുന്നതുപോലെ സുന്ദരേട്ടൻ എന്നെ നോക്കുന്നത് ഞാൻ കണ്ടു. സുന്ദരേട്ടന്റെ മുഖത്തെ സന്തോഷം എന്റെ ജീവിതത്തിൽ എനിക്കു കിട്ടിയ ഏറ്റവും വലിയ സമ്മാനമായിരുന്നു. ഇത്രയൊന്നും ഞാൻ പോലും പ്രതീക്ഷിച്ചില്ല എന്നൊരു ഭാവം. പിറ്റേന്നു തൊട്ട് എന്നോടുള്ള പെരുമാറ്റം കുറച്ചൊരു ബഹുമാനത്തോടെയായിപ്പോയി! ചിരിയും സങ്കടവും ഒപ്പമാണ് ഉള്ളിൽ ഉണ്ടായതെനിക്ക്!

"അമ്മാവനാണെങ്കിൽ സുഖല്ല്യ, എന്താ വേണ്ടതെന്നാലോചിക്ക്യാ ഞാൻ." സുന്ദരേട്ടൻ പതുക്കെ പറഞ്ഞു. സന്ധ്യകളിൽ അകാരണമായുണ്ടാകാറുള്ള നേർത്ത ദുഃഖവും പേറി തുറന്ന മുറ്റത്ത് ഇരുവരും തനിച്ച് നില്ക്കുകയായിരുന്നു.

ഞാൻ മുഖത്തു നോക്കാതെ പറഞ്ഞു: "ഒന്നും ആലോചിക്കാനില്ല്യ."

ചോദ്യമുണ്ടായത് എന്റെ നേരെ തിരിഞ്ഞ് മുഖത്ത് നോക്കിയാണ്: "എന്നാരു പറഞ്ഞു?"

"അച്ഛൻ."

വെളിച്ചം മങ്ങുമ്പോൾ ദൂരങ്ങൾ കുറയുമല്ലോ. നിന്നേടത്തു നിന്നിളകിയില്ല ഇരുവരുമെങ്കിലും ഞങ്ങൾ കൂടുതൽ അടുത്തുവന്നു.

ഓർക്കാപ്പുറത്ത് മറ്റൊരു ചോദ്യം വന്നുവീണു: "നീയ് എന്റെ കൂടെ പോര്ണ്വോ, അമ്മു?"

അപ്രതീക്ഷിതമായ അമൃതവർഷം.

ആ സമയത്ത് ഞാനത് പ്രതീക്ഷിച്ചില്ലായിരുന്നു. സുന്ദരേട്ടന് ഇരുപത്തിയഞ്ച്, എനിക്ക് പതിനേഴ്. പില്ക്കാലത്തെപ്പോഴെങ്കിലുമേ

അതുണ്ടാകൂ എന്നായിരുന്നു എന്റെ ചിന്ത. തയ്യാറായിരുന്നില്ല. അവിടന്ന് ഓടിപ്പോകണമെന്നും സുന്ദരേട്ടനെ കെട്ടിപ്പിടിക്കണമെന്നുമുള്ള രണ്ട് പരസ്പരവിരുദ്ധങ്ങളായ അത്യാഗ്രഹങ്ങളിൽപ്പെട്ട് ഞാൻ നട്ടംതിരിഞ്ഞു.

"നീയെന്താണ് ഒന്നും മിണ്ടാത്തത്?"

ഈശ്വരാ...എന്റെ മനസ്സ് ശ്വാസംമുട്ടി പിറുപിറുത്തു. ഞാനെന്തു പറയാനാണ്! ഞാൻ...ഞാൻ...

തൊണ്ട വരണ്ടുപോയതുപോലെ.

ഈ സ്വപ്നത്തിൽ നിന്നുണരല്ലേ എന്നു മാത്രം പ്രാർത്ഥിച്ചു.

സുന്ദരേട്ടൻ നിലത്തു നോട്ടമൂന്നി പറഞ്ഞു: "ഞാൻ പോവാ, എന്നെങ്കിലും നീയും അമ്മാവനും എന്റെ കൂടെ വരുമെന്ന് ഒരു ഉറപ്പുണ്ടെങ്കിൽ ഞാൻ പോകാം....അല്ലെങ്കിൽ..."

"അച്ഛൻ ഇവിടന്ന് എങ്ങട്ടും പോര്ല്ല്യ."

"നീയോ, അമ്മു? നീയ് വന്നാൽ അമ്മാവൻ എപ്പഴെങ്കിലും വരാതിരിക്ക്ല്ല്യ."

"ഞാൻ...ഞാൻ...വര്ണ്ണ്ട്."

അത്രയും പറഞ്ഞു കഴിഞ്ഞപ്പോൾ പിന്നെ ഒരു നിമിഷം അവിടെ നില്ക്കാൻ എനിക്ക് കഴിഞ്ഞില്ല. ഒറ്റ ഓട്ടം വെച്ചു കൊടുത്തു, അകത്തേക്ക്.

അച്ഛനും സുന്ദരേട്ടനും ഞാനാണ് വിളമ്പിക്കൊടുക്കാറ്, അത്താഴം അന്നതിനും പോയില്ല. കൂടെയിരിക്കാനും ചെന്നില്ല. മനസ്സ് ചെല്ലുന്നേടത്ത് ശരീരത്തെ എത്ര വലിച്ചിട്ടും കൊണ്ടെത്തിക്കാൻ കഴിഞ്ഞില്ല.

അച്ഛൻ അന്വേഷിക്കുന്നതു കേട്ടു. തായിമ്മ വന്നു വിളിച്ചു.

മുഖത്തു നോക്കാതെ വിളമ്പിക്കൊടുത്തു. മുഖത്തു നോക്കാതെ ഉണ്ടെന്നു വരുത്തി. ഒഴിവുകഴിവ് ഒന്നും പറഞ്ഞില്ല. ഒളിഞ്ഞു നോക്കിയപ്പോൾ സുന്ദരേട്ടന്റെ മുഖത്ത് ഒരു പുഞ്ചിരി സ്ഥിരമായി നില്ക്കുന്നതു കണ്ടു. ഉറങ്ങാൻ വളരെ വൈകിയ ആ രാത്രിയിൽ എനിക്കുണ്ടായ സന്തോഷം എത്രയാണെന്നു പറയാൻ വയ്യ.

അവസാനം, ഉറങ്ങിയപ്പോൾ ഞാൻ കണ്ട സ്വപ്നത്തിലെ ചായക്കൂട്ടുകൾ എത്ര മനോഹരങ്ങളായിരുന്നുവെന്നത് പറഞ്ഞറിയിക്കാനും വയ്യ.

നേരം പുലരാനും സുന്ദരേട്ടനെ ഒരിക്കൽക്കൂടി കാണാനും ധൃതിയായി. വെളിച്ചം പരന്നു തുടങ്ങിയപ്പോൾ വാതിൽ പതുക്കെത്തുറന്ന് ഞാൻ പുറത്തിറങ്ങി. അച്ഛൻ അപ്പോഴും ഉറങ്ങുകയായിരുന്നു.

യാത്രയ്ക്കൊരുങ്ങി നില്ക്കുന്ന സുന്ദരേട്ടനെയാണ് ഞാൻ കണ്ടത്.

മുഖത്തു നോക്കാൻ എനിക്ക് കഴിഞ്ഞില്ല.

ഇത്ര നേരത്തെ എങ്ങട്ടാണ് എന്ന ചോദ്യം ഞാൻ എന്റെ മനസ്സിലാണോ വാക്കുകൊണ്ടാണോ ചോദിച്ചത് എന്നെനിക്കറിയില്ല.

കേട്ടോ കേൾക്കാതെയോ എങ്ങനെയാണ് സുന്ദരേട്ടൻ ചോദ്യം അറിഞ്ഞതെന്നാലും, ചോദ്യം അറിയാതെയാണെന്നാലും, മറുപടിയുണ്ടായി: "വീട്ടിലേക്കാണ്, ഉച്ചയ്ക്ക് ഉണ്ണാൻ ആളുണ്ടാവും."

നിഗൂഢമായ പുഞ്ചിരി.

ഞാൻ തലയാട്ടി.

വേറെ ആരുണ്ടായാലും ഇല്ലെങ്കിലും ഉച്ചയ്ക്ക് സുന്ദരേട്ടൻ വരുമെന്നു തീർച്ചയായി. എനിക്ക് ഒരളവോളം സമാധാനവുമായി.

ദൂരെയാത്ര പോകാൻ എട്ടു ദിവസമേ പിന്നെ ഉണ്ടായിരുന്നുള്ളൂ. ആ എട്ടു ദിവസവും സുന്ദരേട്ടൻ വീട്ടിൽ ഉണ്ടാകണമെന്ന് എനിക്ക് ആഗ്രഹമുണ്ടായിരുന്നു.

ഞാൻ വിചാരിച്ചതിലും നേരത്തെ, പത്തു മണിയോടടുത്ത്, സുന്ദരേട്ടൻ അച്ഛനേയും അമ്മയേയും കൂട്ടി തിരിച്ചെത്തി.

വന്നപടി, എന്റെ മുഖത്തു നോക്കി തുറന്നുതന്നെ ചിരിക്കുകയും ചെയ്തു.

മുഖവുരയൊന്നും കൂടാതെ സുന്ദരേട്ടന്റച്ഛൻ അച്ഛനോടു പറയുന്നതു ഞാൻ കേട്ടു: "അർഹതയില്ലാത്ത കാര്യം ഒരിക്കൽക്കൂടി പറയാനാണ് വന്നത്."

ചിരിച്ചുകൊണ്ടാണ്. പറഞ്ഞത്.

സുന്ദരേട്ടൻ ആ ചുറ്റുവട്ടത്തൊന്നും ഇല്ലായിരുന്നു.

അച്ഛൻ മറ്റെന്തോ ആലോചിക്കുകയായിരുന്നുവോ? പ്രതികരണമൊന്നും കേട്ടില്ല. ആയിടെ അങ്ങനെയായിരുന്നു. മുന്നിൽ ചെന്നു എന്തെങ്കിലും പറഞ്ഞാൽത്തന്നെ ചിലപ്പോൾ മനസ്സിൽ കയറുകയില്ല. പ്രസന്നത അനുഭവിക്കാനുള്ള അച്ഛന്റെ ശ്രമങ്ങൾ ദയനീയമായി പരാജയപ്പെടുകയായിരുന്നു. സുന്ദരേട്ടനെ പിരിയുന്ന പ്രാണവേദനയുടെ തുടക്കമായിരുന്നു. ഞാൻ അന്നും പില്ക്കാലത്തും പലപ്പോഴും അത്ഭുതത്തോടെ ആലോചിക്കാറുണ്ട്. സ്വന്തം മകൻ തന്നെ ആയിരുന്നാലും ഇത്ര വലിയ മമത ഉണ്ടാകുമായിരുന്നുവോ?

സുന്ദരേട്ടന്റച്ഛൻ മുരടനക്കി തുടർന്നു: "സുന്ദരൻ പോവാറായീലോ?"

അപ്പോഴെ അച്ഛൻ ഉണർന്നുള്ളു. എത്ര വലിയ ഉറക്കമായാലും ആ പേരു പറഞ്ഞാൽ ഞെട്ടിയുണരും.

"ഉവ്വ്."

സ്വരത്തിൽ സന്തോഷം വരുത്താൻ കിണഞ്ഞ ശ്രമത്തോടെയുള്ള മറുപടി.

"പോകുന്നതിന്റെ മുമ്പേ അവന്റെ ട്രെയിനിങ്ങിനല്ലേ പോണത്? അതൊക്കെ കഴിഞ്ഞിട്ടു പോരെ?"

"പോരാന്നാ അവന്റെ പക്ഷം.... അതാണ് ഞാൻ നേർത്തെപ്പറഞ്ഞതേയ്, അർഹതയില്ലാത്ത രണ്ടാമത്തെക്കാര്യം ചോദിക്കാനാണ് വന്നത് എന്ന്...അമ്മുക്കുട്ടി..."

അച്ഛന്റെ നീണ്ട നെടുവീർപ്പും അതേത്തുടർന്നുള്ള കനത്ത നിശ്ശബ്ദതയും പ്രളയകാലത്തെ കൊടുങ്കാറ്റും പിന്നത്തെ മൂകതയുമായാണ് എനിക്ക് അനുഭവപ്പെട്ടത്. എന്റെ നെഞ്ച് പടപടാ മിടിച്ചു തുടങ്ങി. അച്ഛന് സന്തോഷമല്ലേ ഉണ്ടാകേണ്ടു? എന്തിനീ നെടുവീർപ്പ്! എന്തിന് മൗനം? എന്താണിനി?

"ഞാനൊരു പഴമക്കാരനാണ് അച്യുതൻനായരെ. അമ്മൂന് പത്തു പതിനേഴ് വയസ്സേ ആയിട്ടുള്ളൂ. വേറൊന്നുല്ല്യേനീം, എനിക്ക് പെണ്ണായിട്ട്. അവളൊരു ഭാരല്ല. അങ്ങനെ ഒരു ഉദ്ദേശ്യം വെച്ചല്ല ഞാൻ സുന്ദരനെ വളർത്തീത്. അങ്ങനെ ഒരു കടമേം അവൻ ചെയ്യേണ്ട ആവശ്യല്ല്യ. അവൻ ഇന്ന് വലിയ ഒരാളാണ്. ഞാൻ പറേണത് മനസ്സിലാവ്ണ്ണ്ടോ? ട്രെയിനിങ്ങൊക്കെ കഴിഞ്ഞ് രണ്ടുമൂന്ന് കൊല്ലം കഴിഞ്ഞ് സ്ഥിരപ്പെട്ട് അവന്റെ അന്നത്തെ നെലയ്ക്ക് പറ്റിയ ഒരു ബന്ധം ആലോചിച്ചാപ്പോരെ? എന്താധൃതി?..."

എന്റെ നെറ്റി വിയർക്കുന്നതും ശ്വാസം തടസ്സപ്പെടുന്നതും ഞാൻ അറിഞ്ഞു. കണ്ണുകൾ നിറഞ്ഞത് അപ്പോൾ അറിഞ്ഞില്ല.

അച്ഛൻ പറഞ്ഞുനിർത്താൻ അനുവദിക്കാതെ സുന്ദരേട്ടന്റച്ഛൻ തുടങ്ങി: "അങ്ങനെയൊന്നും അല്ല. ഇത് അവന്റെ മോഹാണ്. എന്നോട് പറഞ്ഞതാണ്. ഞാൻ പറഞ്ഞു ചോദിച്ചു നോക്കാംന്ന്. ഇവിടന്നൊരു ബന്ധത്തിന് ഞങ്ങൾക്കെന്താ അവകാശം? വിരോധല്ല്യെങ്കിൽ...."

"വിരോധണ്ട്, അച്ചുതൻനായരെ. വെറും ഒരു ചുമതലാബോധത്തിന്റെ ഫലം പേറി അവന്റെ ജീവിതം ഭാരമാവണ്ട."

സുന്ദരേട്ടന്റച്ഛൻ വേറൊരു വഴിക്കു തിരിഞ്ഞു: "നേരാണ്. കുട്ടീം പോയ്യാൽ പിന്നെ ഇവിടെ ആരാ? അതും ഞാൻ അവനോട് പറഞ്ഞു. അവൻ പറയണത് അമ്മുക്കുട്ടി ഇവിടെത്തന്നെ നിന്നോട്ടെ, തല്ക്കാലംന്നാണ്."

ഞാൻ ചെവി കൂർപ്പിച്ചു നിന്നു, കിതപ്പോടെ.

മറുപടിയില്ല.

13

പോയിവന്നിട്ട് പറയാം

അതാണ് ഞാൻ പറഞ്ഞത് എന്ന് അച്ഛൻ നനുക്കെ ചിരിച്ചു: "അത് അവന്റെ മറ്റൊരു ചുമതലാബോധം! ആലോചിച്ചു നോക്കൂ, അങ്ങിനെ ഒരു കുടുംബജീവിതം സാധിക്ക്വോ? അതെന്തൊരു ഫലിതം!"

സുന്ദരേട്ടന്റമ്മ ഇതൊന്നും അറിഞ്ഞിട്ടില്ലെന്ന് ഞാൻ അത്ഭുതപ്പെട്ടു. വന്നപടി അവർ ചെറിയമ്മയെ കാണാൻ പോയതായിരുന്നു.

സുന്ദരേട്ടന്റച്ഛൻ കഴിവതും ശ്രമിച്ചു നോക്കി. അച്ഛന് എള്ളിട വഴങ്ങിയില്ല.

വീണ്ടും മൂകത.

ഞാൻ പതുക്കെ തലനീട്ടി പൂമുഖത്തേക്കു നോക്കി. എന്താണ് ആരും മിണ്ടാത്തത്?

പൂമുഖത്തെ വലിയ കല്ത്തൂണിന്റെ മറവിൽ സുന്ദരേട്ടൻ എല്ലാം കേട്ടുകൊണ്ട് നില്ക്കുന്നത് ഞാൻ കണ്ടു. സുന്ദരേട്ടൻ എന്നേയും കണ്ടു.

കണ്ണുകൾ തുടയ്ക്കാൻ ആംഗ്യം കാണിച്ചപ്പോഴാണ് എന്റെ കണ്ണുകൾ നിറഞ്ഞിരിക്കുന്നുവെന്ന് ഞാൻ അറിഞ്ഞത്.

വേഗം തല വലിച്ച് ഞാൻ കണ്ണു തുടച്ചു.

സുന്ദരേട്ടന്റച്ഛൻ തന്റെ അവസാനത്തെ അടവിലെത്തി: "എനിക്കറീല്ല്യ, ഇനി എന്താണു പറേണ്ടത് എന്ന്. അവനെ വിളിച്ചു ചോദിച്ചോളൂ. ഇവിടത്തെ നിലയ്ക്ക് അവൻ പോരാന്ന് എനിക്കറ്യം. സാരല്ല്യ, ഞാൻ ഈ മണ്ടത്തരം ചോദിച്ച്ല്ല്യാന്നു കരുത്യാ മതി."

അച്ഛന്റെ ശബ്ദം ഉയർന്നു. സ്വരം ഹൃദയഭേദകമായി: "എന്താ ഈ പറഞ്ഞത്, അച്ചുതൻനായരെ? ഇവിടത്തെ നിലയ്ക്ക് എന്നല്ല, ദേവേന്ദ്രന്റെ നിലയ്ക്കും ഇന്നും എന്നും അവൻ മതി. അതിപ്പോ ഐ എ എസ് കാരനായതോണ്ടൊന്നുമല്ല. അല്ലാണ്ടെതന്നെ മതി. ഞാൻ

ഉള്ളിലൊന്നുവെച്ച് വേറൊന്ന് പറയുംന്ന് അച്യുതൻനായർക്ക് തോന്നാമ്പാട്ല്ല്യ!"

"എന്നോട് ക്ഷമിക്കണം," സുന്ദരേട്ടന്റച്ഛന് അപേക്ഷിച്ചു, "ഞാൻ പറഞ്ഞത്....എന്റെ ബോദ്ധ്യാണ് ഞാൻ പറഞ്ഞത്. മറ്റൊന്നും വിചാരിക്കരുത്."

പിന്നെ ഞാൻ കേട്ടത് സുന്ദരേട്ടന്റെ ശബ്ദമാണ്. "മതി, അമ്മാവനു സുഖല്ല്യാത്തതാണ്. അമ്മാവന്റെ ഇഷ്ടം എങ്ങന്യാച്ചാൽ അങ്ങനെ മതി."

വീണ്ടും നിശ്ശബ്ദത.

ഒരു തീരുമാനവുമായില്ല, അപ്പോഴും.

അച്ഛൻ പറഞ്ഞു: "ഞാൻ പോയി കൊറച്ച് കെടക്കട്ടെ, മാഷേ. നല്ല സുഖല്ല്യ."

എന്നിട്ടച്ഛൻ എന്നെ വിളിച്ചു: "അമ്മൂ, മാഷ്ക്ക് കാപ്പി...."

ഞാൻ അവിടെയുണ്ടായിരുന്നുവെന്ന് അച്ഛൻ എങ്ങനെ അറിഞ്ഞു? പരീക്ഷിക്കുകയായിരുന്നുവോ?

ഞാൻ മൂളി.

കാപ്പി കുടിക്കാൻ സുന്ദരേട്ടന്റച്ഛനെ വിളിക്കാൻ ഞാൻ ഉമ്മറത്തു ചെന്നപ്പോൾ അച്ഛൻ വിളിച്ചു: "അമ്മൂ, സുന്ദരനെവിടെ?"

സുന്ദരേട്ടൻ മുറിയിലുണ്ടായിരുന്നു. പക്ഷേ, ഞാൻ ചെന്നു പറഞ്ഞില്ല. തായിമ്മയെ അയച്ചു.

സുന്ദരേട്ടൻ അച്ഛനുമായി എന്താണ് സംസാരിച്ചതെന്ന് എനിക്കറിയില്ല. അര മണിക്കൂറിലേറെ അവർ ഒരുമിച്ചുണ്ടായിരുന്നു.

മുറിയിൽ നിന്നിറങ്ങി തളത്തിലേക്ക് ജേതാവിനെപ്പോലെ നടന്നുവന്ന സുന്ദരേട്ടൻ എന്നെ അറിയിച്ചു: "അച്ഛൻ വിളിക്ക്ണു."

ചെന്നപടി അച്ഛന്റെ ചോദ്യം: "നീയെന്തു പറേണു?"

മുഖത്തൊന്നു നോക്കി നോട്ടംമാറ്റി ഞാൻ നിന്നു.

അടുത്ത ചോദ്യം: "പഠിക്കണ്ടേ?"

ഞാൻ മിണ്ടിയില്ല.

"അവനെ ബുദ്ധിമുട്ടിക്കണോ?"

എന്റെ കണ്ണുകൾ നനയുന്നത് ഞാൻ അറിഞ്ഞു. ഒരു വിധം പറഞ്ഞൊപ്പിച്ചു: "എങ്ങന്യാ അച്ഛന്റെ ഇഷ്ടച്ചാൽ...."

"കളീം തമാശീം ഒന്ന്വല്ല" അച്ഛൻ ഗൗരവമായാണ് പറഞ്ഞത്, "ഭാരിച്ചതാവും അവന്റെ ഉദ്യോഗച്ചുമതല. അതൊക്കെ മനസ്സിലാക്കാനും അതിലൊക്കെ പങ്കുകൂടാനും നെണക്ക് കഴിയ്യോ?"

ഞാനെന്തു പറയാൻ! അതിനെക്കുറിച്ചൊന്നും എനിക്ക് യാതൊന്നും അറിയില്ലായിരുന്നു.

അമർത്തിയൊന്നു മൂളി അച്ഛന് നെടുതായി നിശ്വസിച്ചു.

ഒന്നും മിണ്ടാതെ ഞാൻ പുറത്തുപോന്നു. ഇടനേരം കഴിക്കാനുള്ള മരുന്നും തിളപ്പിച്ചാറ്റിയ വെള്ളവുമായി ഞാൻ ചെന്നപ്പോൾ അച്ഛൻ ഉറങ്ങിയിരുന്നു. പതിവില്ലാത്തതാണ്. ഉണർത്തണോ എന്നു സംശയിച്ചു നിന്നു. വേഗം ഉണരുമായിരിക്കാം. ഉണരുമ്പോൾ കൊടുക്കാമെന്നു പിന്തിരിഞ്ഞു.

തളത്തിലേക്കുള്ള ഇടനാഴികയിൽ സുന്ദരേട്ടൻ കാത്തുനിന്നിരുന്നു: “അമ്മാവൻ എന്തു പറഞ്ഞു?”

ചിരിച്ചുകൊണ്ടാണ് ചോദിച്ചത്.

എനിക്ക് ദേഷ്യം വന്നു: “വന്നിരിക്കുന്നു വലിയ ഒരു വൈസറോയി” എന്നാണ് മനസ്സ് മുറുമുറുത്തത്.

ഞാൻ തിരിഞ്ഞു നോക്കാതെ പറഞ്ഞു: “മറ്റുള്ളോരോടൊക്കെ എന്തേ പറഞ്ഞത് എന്ന് എനിക്ക് ആദ്യം അറ്യേണം.”

“പറയാൻ പറ്റില്ല്യ, രഹസ്യാണ്.”

“എന്നാൽ എന്നോട് പറഞ്ഞത് അതിലേറെ വല്ല്യരഹസ്യാണ്.”

എടീ അമ്മാളുക്കുട്ടീ എന്ന് തുടങ്ങിയത് മുഴുമിക്കാനോ തലയ്ക്ക് മേടാനുയർത്തിയ കൈ താഴ്ത്താനോ സുന്ദരേട്ടന് കഴിയും മുമ്പ് തായിമ്മ ഇടനാഴികയുടെ അടുക്കളയറ്റത്ത് പ്രത്യക്ഷപ്പെട്ടു കിട്ടി.

രക്ഷയായി.

പക്ഷേ, അച്ഛനെപ്പറ്റി എന്നേക്കാളേറെ നന്നായി സുന്ദരേട്ടൻ മനസ്സിലാക്കിയിരുന്നു എന്ന് ഏറെ കഴിയും മുമ്പ് വ്യക്തമായി.

അച്ഛന്മാരും സുന്ദരേട്ടനും ഉണ്ണാനിരിക്കുകയായിരുന്നു. അച്ഛൻ വളരെ പ്രസന്നനായാണ് ഉറക്കമുണർന്നത്. നെഞ്ചുവേദനയ്ക്കുള്ള വെളുത്ത ഗുളിക ചോദിക്കുമെന്ന് ഞാൻ കരുതിയതും തെറ്റി.

“ഊണൊക്കെ, മോശാ, മാഷേ,” അച്ഛൻ തമാശ പറഞ്ഞു ചിരിച്ചു. “എനിക്ക് റേഷനായ്യേപ്പിന്നെ ഇവിടെ എല്ലാർക്കും റേഷനാ!.... നമുക്കൊരു കാര്യം ചെയ്യാം. ഈ ഏഴെട്ടു ദിവസത്തിനകം ഒരു മുഹൂർത്തണ്ടോന്ന് നോക്കാം. മോതിരംമാറാലോ എന്താച്ചാൽ അതങ്ങട് കഴിക്കാം. എന്താ?”

ഇതാണ് അച്ഛന്റെ സ്വഭാവം!

അടുക്കള വാതിൽക്കൽ നില്ക്കുകയായിരുന്ന എന്നെ നോക്കി സുന്ദരേട്ടൻ കോക്രി കാണിച്ചു. പിൻവലിഞ്ഞ് ചുമർചാരി ഒട്ടിയ ഞാൻ തീരെ അറിഞ്ഞില്ല, വെളുത്ത സാരിയിൽ പിൻപുറത്ത് ആകെ കരിപിടിച്ചത്.

പിന്നീട് ഉത്സവമായിരുന്നു. വെറും ഏഴ് ദിവസത്തെ ഉത്സവം.

അച്ഛന് നെഞ്ചു വേദനിക്കാത്ത ദിവസങ്ങൾ. യാത്രയ്ക്കുള്ള ഒരുക്കങ്ങളുടെ ദിവസങ്ങൾ.

തുടർന്നൊരു വേർപാടുണ്ടാകുമെന്ന യാഥാർത്ഥ്യം തല്ക്കാലം മറക്കാൻ എല്ലാവരും പാടുപെട്ട ദിവസങ്ങൾ.

തീയതി നിശ്ചയിക്കാതെയുള്ള വിവാഹനിശ്ചയവും മോതിരംമാറലുമായിരുന്നു ചടങ്ങ്. പക്ഷേ, അതൊരു വിവാഹത്തോളം വലുതായിത്തീർന്നു.

കണ്ടവരും കാണാത്തവരുമായ ബന്ധുക്കളെല്ലാം വന്നു. അച്ഛന്റെ കക്ഷികൾ നുള്ളുനുറുങ്ങ് സമ്മാനങ്ങളും ആശംസകളുമായി വന്നുംപോയുമിരുന്നു.

ഒരിക്കൽ സുന്ദരേട്ടൻ പറഞ്ഞു: “എന്നെ കല്യാണം കഴിക്കാന്നുച്ചാൽ അമ്മൂന് ഇത്ര സങ്കടള്ള കാര്യാണ് എന്ന് ഞാൻ അറിഞ്ഞില്ല്യ!”

ഇത്തരത്തിലെന്തെങ്കിലും പറഞ്ഞു വരുന്നതും അരികിൽ നില്ക്കുന്നതും മൂപ്പരുടെ ഒരു ശീലമായിരുന്നു.

ഞാൻ തിരിച്ചടിച്ചു: “എനിക്ക് സങ്കടന്തന്ന്യാണ്. ഒരു കല്യാണക്കാരൻ വൈസ്രോയി! മൂടുതട്ടി അങ്ങട് പോവാനല്ലെ!”

“എന്നാലും ഇങ്ങനെ അലമൊറ കരേണോ?”

“ആര്? ഞാനോ?”

“ആ...വാത്‌ലിന്റെ പിന്നില് നിന്ന് കരഞ്ഞീർന്നതു പിന്നെ ഞാനേ?”

“അത് ഈ സങ്കടം കൊണ്ടൊന്നല്ല.”

“പിന്നെ ഏത് സങ്കടം?”

“പോയി വന്ന്ട്ടു പറയാം.”

അത് ഞാനൊരു അടവാക്കി. എന്തു ചോദിച്ചാലും, മറുപടി പറയാൻ ബുദ്ധിമുട്ടാണെങ്കിൽ ഞാൻ പറഞ്ഞു: “പോയിവന്നിട്ട് പറയാം.”

തിരക്കിനിടയിലും അച്ഛൻ ഞങ്ങളെ നിരീക്ഷിക്കുന്നുണ്ടായിരുന്നു. അച്ഛന് സന്തോഷമേ ഉണ്ടായിരുന്നുള്ളു.

സുന്ദരേട്ടന്റെ കുടുംബം മുഴുവൻ വീട്ടിൽ താമസമായി. സുന്ദരേട്ടന്റമ്മയുടെ പ്രകൃതം ഏറക്കുറെ എനിക്ക് മനസ്സിലായത് അന്നാണ്. ഒരു തരം ഉടമസ്ഥതാവകാശത്തോടെയാണ് അമ്മ എന്നെ കണ്ടത്.

ഒരിക്കൽ സുന്ദരേട്ടൻ പറഞ്ഞു: “അമ്മ വല്ലതും പറഞ്ഞൂന്ന് വരും. സാരാക്കണ്ട.”

സുന്ദരേട്ടന്റച്ഛനാകട്ടെ, എല്ലാംകൊണ്ടും പണ്ടേതന്നെ എനിക്ക് ഇഷ്ടപ്പെട്ട ആളായിരുന്നു.

സുകുമാരൻ ഒരു വികൃതി ചെക്കൻ. സുന്ദരേട്ടന് തന്റെ അച്ഛന്റെ പ്രകൃതിയാണ് സ്വഭാവത്തിനെങ്കിൽ, സുകുവിന് അമ്മയുടേത്. അനുസരണമില്ലാത്ത പ്രകൃതി, ചീത്ത വികൃതിത്തരം.

ഞാൻ ജീവനുതുല്യം സ്നേഹിച്ച സുന്ദരേട്ടൻ ആദ്യമായി മറ്റൊരർത്ഥത്തിൽ എന്നെ തൊട്ടത് എന്റെ വിരലിൽ മോതിരമിടുവിക്കാനായിരുന്നു. പലർക്കും ഇത് വിശ്വസിക്കാൻ പ്രയാസമായിരിക്കാം. ഇന്നത്തെ കാലങ്ങൾ അങ്ങനെയാണല്ലോ. ഒരു സദാചാരബോധം കൊണ്ടല്ല തൊടാതിരുന്നത്, അതിനുമുമ്പ് സൗകര്യമില്ലാഞ്ഞുമല്ല. കോട്ടപോലെ പരന്നു കിടക്കുന്ന വീട്ടിൽ ധാരാളം സൗകര്യങ്ങളുണ്ടായിരുന്നു. വിലക്കുകളുണ്ടായിരുന്നുമില്ല.

ആവശ്യം തോന്നിയില്ല എന്നതാണ് യാഥാർത്ഥ്യം. സ്നേഹത്തിന് സ്നേഹം എന്നൊരു അർത്ഥംമാത്രമേ ഉണ്ടായിരുന്നുള്ളു. സുന്ദരേട്ടൻ എപ്പോഴെങ്കിലും എന്തിനെങ്കിലും മുൻകൈ എടുത്തിരുന്നുവെങ്കിൽ ഞാൻ നിർല്ലോഭം വഴങ്ങിപ്പോകുമായിരുന്നു. ഏതെങ്കിലും കർത്തവ്യബോധമാണ്, അതു മാത്രമാണ്, സുന്ദരേട്ടനെ വിലക്കിനിർത്തിയതെന്നും പറയാൻ വയ്യ. അതും ഉണ്ടായിരുന്നിരിക്കാം. പക്ഷേ, അതു മാത്രമായിരുന്നില്ല. സുന്ദരേട്ടന്റെ സ്വഭാവമായിരുന്നു പ്രധാന കാരണം. ഒരു വിട്ടുവീഴ്ചയുമില്ലാത്ത രീതി.

മാത്രമല്ല, ഏറെക്കാലം ഞാൻ സുന്ദരേട്ടനും, സുന്ദരേട്ടൻ എനിക്കും കൂടപ്പിറപ്പുകളായിരുന്നു. അങ്ങനെയല്ലാതെ ഞാൻ കാണാൻ തുടങ്ങിയിട്ടും ഏറെക്കാലം സുന്ദരേട്ടൻ അങ്ങിനെതന്നെ കണ്ടു. അങ്ങനെയല്ലാതെ കണ്ടതിൽപ്പിന്നെ എന്റെ പരിശുദ്ധി നിലനിർത്തുന്നതിലായിരുന്നിരിക്കണം സുന്ദരേട്ടന്റെ ശ്രദ്ധ. ഒരിക്കൽ ആ അർത്ഥം വരുന്ന രീതിയിൽ ചിലത് പറയുകയും ചെയ്തതായി ഞാൻ ഓർക്കുന്നു.

ഇന്ന് ഇതിനെക്കുറിച്ചെല്ലാം ഇങ്ങനെ ആലോചിക്കാൻ എനിക്ക് കഴിയുന്നു. അന്ന് കഴിഞ്ഞിരുന്നില്ല. ചുറ്റുവട്ടങ്ങൾ അങ്ങനെയായിരുന്നു.

അങ്ങനെയല്ലായിരുന്നെങ്കിൽ ഒരുപക്ഷേ, ഇന്ന് എനിക്കൊരു കന്യകയായി മരിക്കേണ്ടിവരുമായിരുന്നില്ല. നീണ്ട അഞ്ചാറു വർഷങ്ങൾ പിന്നേയും ഞാൻ ജീവിച്ചു. അതിന്റെ മുക്കാൽഭാഗവും സദാചാരത്തിന് അഥവാ അതുകൊണ്ട് എന്തുദ്ദേശിക്കുന്നുവോ അതിന് സുപ്രസിദ്ധമല്ലാത്ത സിനിമാരംഗത്തും. പക്ഷേ, കന്യകയല്ലാതാകൽ എങ്ങനെയെന്ന് ഇന്നും എനിക്ക് അറഞ്ഞൂകൂടാ. അതിനോടനുബന്ധിച്ച വികാരങ്ങളെക്കുറിച്ചും എനിക്ക് വിവരമില്ല. ഇനിയിപ്പോൾ അത്തരം കാര്യങ്ങളൊന്നും പ്രശ്നമല്ല. അതിന്റെയിപ്പുറത്ത് ഞാൻ എത്തിക്കഴിഞ്ഞു.

ചടങ്ങു കഴിഞ്ഞ് എല്ലാവരും പിരിഞ്ഞു. രണ്ടു ദിവസം കഴിഞ്ഞ് സുന്ദരേട്ടനും പോകണം.

“അതേപ്പൊ നന്നായ്യേ, പോവാതെ കഴിയ്യോ, അതിനെന്ത്നാ സങ്കടം, പോയ്യാ ഇങ്ങട് വര്ല്ല്യേ, നല്ലൊരു കാര്യത്ത്നല്ലേ പോണത്” എന്നൊക്കെ ഞാൻ എന്നോട് തന്നെ പറഞ്ഞു തുടങ്ങി. ഈ പറച്ചിൽ ആവർത്തിക്കുന്നതിനു മാത്രമായി എന്റെ സമയം മുഴുവൻ.

പോകുന്നതിന്റെ തലേന്നാൾ സന്ധ്യക്ക് അമ്പലത്തിൽ തൊഴുതു വരുമ്പോൾ ഞാൻ തമാശ മട്ടിൽ പറഞ്ഞു: “ഇനിയിപ്പോ നാളെ പോവായിലോ വൈസ്രോയി!”

വഴിമൂടി പടർന്നു പന്തലിച്ചു നില്ക്കുന്ന ഇലഞ്ഞിമരത്തിന്റെ ചുവട്ടിലായിരുന്നു ഞങ്ങൾ. ദീപാരാധന കഴിഞ്ഞിരുന്നതുകൊണ്ട് ഇരുട്ടിത്തുടങ്ങിയിരുന്നു. ചരൽ പരന്ന ഊടുപാതയിൽ ആരുമുണ്ടായിരുന്നില്ല, വേറെ.

മുന്നിൽ നടക്കുകയായിരുന്ന സുന്ദരേട്ടൻ നിന്നതും തിരിഞ്ഞതും എന്നെ കെട്ടിപ്പിടിച്ചതും എനിക്ക് അന്നാദ്യമായി ഒരു ഉമ്മ തന്നതും തീരെ പ്രതീക്ഷിക്കാതെയും ഞൊടിയിടയിലുമായിരുന്നു.

ഞാൻ പരിഭ്രമിച്ചു, “എന്താ ഈ കാട്ട്ണ്!”

“സീലുവെച്ചതാണ്,” പിടിത്തം വിടാതെ സുന്ദരേട്ടൻ പറഞ്ഞു.

ഞാൻ പതുക്കെ കുതറി: “വിടുന്നേയ്!”

“വിടാനല്ലല്ലോ പിടിച്ചത്!”

“നന്നാവും തമാശ, നാട്ടുവഴിയാ ഇത്!”

“കാട്ടുവഴിയാണെന്ന് ആരെ ഇപ്പൊ വിചാരിച്ചത്! നീയെനിക്കൊരു ഉമ്മ താ.”

"എനിക്കറീല്ല്യ!"

"ഉണ്ണാനും ഉറങ്ങാനും അറീംച്ചാൽ ഇതും അറ്യം. ഒന്ന് പരീക്ഷിച്ചു നോക്ക്. വേഗം വേണം."

ഞാൻ തല കുടഞ്ഞു, നിഷേധിക്കാൻ.

"എന്നാൽ ഈ പിടീം പിടിച്ച് ഇവിടെനിന്ന് നേരം വെളുപ്പിക്കാം! എന്താ?"

ഞാൻ എങ്ങനെയോ അത് ഒപ്പിച്ചു.

പിടി മൂപ്പർ വിടുകയും ചെയ്തു.

തീർന്നു കിട്ടിയല്ലോ ആ ഭാരം എന്ന സമാധാനമാണ് അന്ന് തോന്നിയത്.

ഇന്ന് ആലോചിക്കുമ്പോൾ.... പെണ്ണായി പിറന്ന എനിക്ക് ആകെ കിട്ടിയതിന്റെ വില അന്ന് ഞാൻ തീരെ അറിഞ്ഞില്ല.

14

സമാധാനവുമില്ല, ശബ്ദവുമില്ല

സുന്ദരേട്ടൻ യാത്രപറഞ്ഞിറങ്ങിയ ആ മുഹൂർത്തവും ഇതാ ഇന്നലെ കഴിഞ്ഞതുപോലെ ഞാൻ ഇന്നും ഓർമ്മിക്കുന്നു.

അച്ഛൻ പതിവിലേറെ ഉല്ലാസവാനായി കാണപ്പെട്ടു. മനസ്സിലില്ലാത്ത ഉല്ലാസമാണെന്ന് എനിക്കറിയാമായിരുന്നു. എന്റെ അവസ്ഥയും അതുതന്നെയായിരുന്നുവല്ലോ.

എന്റെ മനസ്സിൽ ആഗ്രഹങ്ങളുടെ പൂവുകൾ വിരിഞ്ഞു തുടങ്ങിയ ഒരു പ്രഭാതമായിരുന്നു അത്. ഞാൻ കൊടുത്ത ഉമ്മ, എനിക്കു കിട്ടിയതും, ഒരു വാതിൽ തുറക്കുന്നതുപോലെയായിരുന്നു. എന്തിനുവേണ്ടിയുള്ള ആഗ്രഹമാണെന്നറിയാതെ എന്റെ മനസ്സ് എന്തോ ആഗ്രഹിച്ചുകൊണ്ടിരുന്നു, ആവേശത്തോടെ, അത്യാർത്തിയോടെ.

വിശേഷിച്ചെങ്ങും പോകാനില്ലാതെ, ഒരു ആവശ്യവുമില്ലാതെ, ഞാൻ രാവിലെ കണ്ണാടിയുടെ മുന്നിൽ ഏറെ നേരം പൊട്ടുതൊട്ടും മായിച്ച് തൊട്ടും ചെലവാക്കി. എന്റെ കവിളിലും ചുണ്ടിലും പാടുണ്ടോ എന്ന് ഏറെ നേരം നോക്കി. ഞാനെന്തൊരു മണ്ടി! എന്റെ മനസ്സിലായിരുന്നു, മനസ്സിൽ മാത്രമായിരുന്നു, എല്ലാറ്റിന്റേയും അടയാളങ്ങൾ, വേറെയെങ്ങുമായിരുന്നില്ല.

എന്നെ കെട്ടിപ്പിടിച്ചപ്പോൾ വാശിക്കാരനും തന്റേടക്കാരനുമൊക്കെയായ വൈപ്രേസായിയുടെ കൈകൾ വിറച്ചിരുന്നു. കൈപ്പത്തികൾ തണുത്തു മഞ്ഞുകട്ടപോലെ വിയർപ്പൊട്ടിയിരുന്നു. സുന്ദരേട്ടന്റെ നിശ്വാസവായുവിന്റേയും എണ്ണയുടേയും സോപ്പിന്റേയും മണം അപ്പോഴും എന്റെ മൂക്കിലുണ്ടായിരുന്നു. മൂക്കിലായിരുന്നില്ല, സത്യത്തിൽ മനസ്സിലായിരുന്നു.

എന്തിനെന്നില്ലാത്ത ഉത്സാഹത്തോടെയാണ് എല്ലാവരും പെരുമാറിയത്. മോതിരം മാറുന്ന ചടങ്ങിന്റെ ചിത്രങ്ങൾ എടുത്തിരുന്നു.

ആൽബങ്ങൾ രണ്ടെണ്ണമുണ്ടാക്കി. ഒന്ന് കണ്ടവരും കേട്ടവരും മറച്ചു നോക്കാൻ എടുത്തു. രണ്ടാമത്തേത് മൂപ്പർ ഭദ്രമായി സൂട്ട്കേസിൽ അടുക്കിക്കഴിഞ്ഞിരുന്നു!

ഉച്ചയ്ക്ക് മുമ്പ് യാത്രയ്ക്കുള്ള പാക്കിംങ് പൂർത്തിയായി. തായിമ്മയുടെ കടുകുമാങ്ങാപ്പാത്രം എവിടെ വയ്ക്കുമെന്ന പ്രശ്നം ഏറെനേരം തർക്കവിഷയമായി. വലിയ ഒരു ഹോർലിക്സ് കുപ്പി. അതിനുമൊരു ഇടം കണ്ടെത്തുംവരെ തായിമ്മ മുറിയുടെ വാതിൽക്കൽ നിന്നു.

നുള്ളുനുറുങ്ങുകൾ ചിതറിക്കിടക്കുന്ന മുറിയിൽ അടച്ചുപൂട്ടിയ പെട്ടികളുടെ നടുവിൽ ഞങ്ങൾ ബാക്കിയായി.

"എന്തെങ്കിലും നേരമ്പോക്കും തമാശീം പറഞ്ഞ് അച്ഛനെ...." സുന്ദരേട്ടൻ നിർത്തി.

താനുണ്ണാത്ത തേവരായ ഞാൻ എന്നേക്കാൾ വിവേകശാലിയായ അച്ഛനെ സമാധാനിപ്പിക്കാൻ ചെല്ലണമെന്ന് ഉപദേശം!

എനിക്ക് സങ്കടവും ദേഷ്യവും വന്നു. ഞാൻ ചോദിച്ചു: "അത്രയ്ക്കുണ്ടെങ്കി എന്തിനു പോണു? വലിപ്പം പോരാഞ്ഞ്ട്ടല്ലെ യാത്ര? എന്നേക്കൊണ്ട് ഒന്നിനും കഴീല്ല്യ!"

വിവാഹം കഴിഞ്ഞ് എത്രയോ വർഷങ്ങൾ ഒരുമിച്ച് താമസിച്ച ഒരാളുടെ സ്വാതന്ത്ര്യത്തോടെയാണ് ഞാൻ സംസാരിക്കുന്നതെന്ന് കണ്ട് പെട്ടെന്ന് നാണിച്ചുപോയി.

സുന്ദരേട്ടനും ദേഷ്യപ്പെട്ടു: "ശരിയാണെടി! വലിപ്പം വേണം എനിക്ക്. ഈ കുടുസ്സുകോടതീൽ ഒരു വക്കീലയ്യാലൊന്നും പോര. എന്നു വെച്ച് എനിക്ക് ആരേം ഇഷ്ടല്ല്യാന്നൊന്നും വിചാരിക്കണ്ട!"

"എന്നാപ്പിന്നെ അതൊക്കെ കഴിഞ്ഞ് വന്നിട്ട് മതിയായിരുന്നില്ല്യേ ഒരു മോതിരടീക്കല്! എന്തേര്ന്നു ഇതിനിപ്പോ ഇത്ര ധൃതി?"

"അതവടെ വെരലിൽ കെടന്നോട്ടെ, അമ്മാളുഅമ്മേ. ചാടിക്കടിക്ക്യൊന്നൂല്ല്യ, ആരേം അത്!"

പറയേണ്ടിയിരുന്നില്ലെന്നു തോന്നി. എനിക്ക് കരച്ചിൽ വന്നു: "ഞാൻ.... ഞാമ്പറഞ്ഞത്...."

സുന്ദരേട്ടൻ തോളിലൂടെ കൈയിട്ടു: "മനസ്സിലായി. എന്റെ മനസ്സും ചിണ്ങ്ങുണുണ്ട്. പക്ഷേ, അതോണ്ടായില്ല്യല്ലൊ."

പിന്നെയുണ്ടായത് ഒരു ദുശ്ശകുനംപോലെ ഞാൻ സുന്ദരേട്ടന്റെ തോളിൽ തലചായ്ച്ച് സമൃദ്ധമായി കരയുകയാണ്. എന്റെ കൺമഷിയും സിന്ദൂരപ്പൊട്ടും പരന്ന് സുന്ദരേട്ടന്റെ മാറത്ത്!

ആരും കാണാതെ ഒളിച്ചുപോയി ഞാൻ അതൊക്കെ ശരിയാക്കി വന്നപ്പോഴേയ്ക്ക് ഉണ്ണാറായി.

ഊണു കഴിഞ്ഞു, ഉച്ച തിരിഞ്ഞു.

ഡ്രൈവർ വന്ന് പെട്ടികളെടുത്ത് കാറിൽ കയറ്റി. ഡ്രൈവറുടെ അടുത്ത സീറ്റിൽ അച്ഛൻ കയറിയിരുന്നു. അതെന്നെ അമ്പരപ്പിച്ചു. ഏറെ നാളായി പുറത്തെങ്ങും പോകാറില്ലായിരുന്നു.

ഞാനും സുന്ദരേട്ടനും സുന്ദരേട്ടന്റെ അച്ഛനും അമ്മയും പിൻസീറ്റിൽ. സുകുവിനെ വിളിച്ചു കയറ്റി അച്ഛന് അച്ഛന്റെ കൂടെ തിക്കിത്തിരക്കിയിരുത്തി. "പോവാം."

കാർ നീങ്ങി.

സുന്ദരേട്ടൻ എന്റെ കഴുത്തിനു പിന്നിലൂടെ കൈയിട്ട് ഉരുമ്മിയാണിരുന്നത്. എനിക്ക് തോന്നി ഞാനും വളരെ ദൂരെ എവിടേയ്ക്കോ പോകുകയാണെന്ന്. റെയിൽവേസ്റ്റേഷനിലെത്തി വണ്ടിവന്നു സുന്ദരേട്ടൻ കയറി കൈ വീശിവീശി വണ്ടിയോടൊപ്പം മറഞ്ഞപ്പോഴാണ് ഞാനെങ്ങും പോകുന്നില്ല എന്ന് എനിക്ക് ബോദ്ധ്യമായത്.

മനസ്സൊന്നു തേങ്ങി. പക്ഷേ, നേരത്തെ സമൃദ്ധമായി കരഞ്ഞു കഴിഞ്ഞതുകൊണ്ടോ എന്റെ ആത്മനിയന്ത്രണം കൊണ്ടോ കരച്ചിലടക്കാൻ എനിക്ക് സാധിച്ചു.

"ആറു മാസേള്ളൂന്തോന്നുണു, ഈ ട്രെയിനിങ്," അച്ഛൻ ആരോടെന്നില്ലാതെ പറഞ്ഞു, "പിന്നൊരു ഭാരത പര്യടനും. അത്രേള്ളു."

ആരുമൊന്നും പറഞ്ഞില്ല.

അച്ഛൻ വീണ്ടു തുടങ്ങി: "ഞാൻ ഒന്നും ചോദിച്ച്ല്യ ഈ തെരക്കിന്റെയെടേല്, എങ്ങനെണ്ട് മാഷെ സ്കൂളൊക്കെ?"

സുന്ദരേട്ടന്റച്ഛൻ ചിരിച്ചു: "ഒന്നും പറയണ്ട, ഇപ്പൊ ചെറിയ സ്കൂളിലും തൊടങ്ങീരിക്ക്ണു സമരം!"

അച്ഛൻ ചിരിച്ചു: "ആ, സ്വാതന്ത്ര്യംതന്നെ അമൃതം എന്നൊരു കവിത ഇല്ല്യേ!"

വെയിൽ മങ്ങുന്ന വയൽപ്പരപ്പുകൾക്കു നടുവിലൂടെ കാർ ഓടിക്കൊണ്ടിരുന്നു.

സുന്ദരേട്ടന്റച്ഛൻ പറഞ്ഞു: "എന്നാൽ ഞങ്ങള് ഇവിടെ ഇറങ്ങാം."

"നാളെ ഇങ്ങട്ട് പോന്നാപ്പോരെ?"

"ഇപ്പൊത്തന്നെ വീട് പൂട്ടിപ്പോന്ന്ട്ട് അഞ്ചെട്ടായി ദിവസം, ഇനിയിപ്പൊ...." സുന്ദരേട്ടന്റച്ഛൻ അർദ്ധോക്തിയിൽ നിർത്തി.

"നിർബ്ബന്ധാച്ചാൽ ശരി," അച്ഛൻ സമ്മതിച്ചു. "പക്ഷേ, ഇവടെയെറങ്ങ്ണതെന്ത്നാ? കാർ അങ്ങട്ട് പോവുലോ."

"ബുദ്ധിമുട്ടണ്ട. പത്തടി നടക്കാനേള്ളു."

"സാരല്ല്യ, ഇതൊക്കെ ബുദ്ധിമുട്ടാവ്വോ, മാഷേ!"

അവരിറങ്ങിയപ്പോൾ അച്ഛൻ പിൻസീറ്റിലേക്ക് മാറിയിരുന്നു: "ശ്ശിവടക്കാ സ്ഥലം. കത്തയക്കുമ്പോ അറിയാം, വിവരം അല്ലേ?"

ഞാൻ മൗനമവലംബിച്ചു.

വീട്ടിലെത്തിയപ്പോൾ സന്ധ്യയാവാറായി. ഒഴിഞ്ഞ വീട്, അച്ഛൻ മേല്കഴുകാൻ കുളിമുറിയിൽ കയറിയപ്പോൾ ഞാൻ പത്തായപ്പുരയിലെത്തി. ചെറിയമ്മയെ കണ്ടാൽ ഏകാന്തതയ്ക്ക് കുറവുണ്ടാകുമെന്നാശിച്ചു. അസുഖമായതിൽപ്പിന്നെ അച്ഛൻ കുളത്തിലേക്ക് പോകാറില്ല.

ചെറിയച്ഛൻ വീണയുമായി സല്ലാപത്തിലായിരുന്നു. കണ്ടപടി ഒരു ചോദ്യം: "എല്ലാരും പോയി, അല്ലേ?"

ചെറിയമ്മ വാടിയ പുഞ്ചിരിയോടെ മറുചോദ്യം: "എല്ലാരും പോയിറ്റില്ല. ഒരാളല്ലേ പോയൊള്ളു?"

എന്റെ മുഖത്തൊന്നു നോക്കി ചെറിയച്ഛൻ ചോദിച്ചു: "പറ്റിയ ഒരു രാഗം കേൾക്കണോ?"

ഞാൻ തലയാട്ടി.

വിരഹദുഃഖത്തിന്റെ രാഗം വെറും വീണയിൽ എനിക്ക് പരിപൂർണ്ണമായ ലയമായി.

സമയം പോയതറിഞ്ഞില്ല.

കാല്പെരുമാറ്റം കേട്ടാണ് തിരിഞ്ഞു നോക്കിയത്: അച്ഛൻ.

അച്ഛൻ പത്തായപ്പുരയിലേക്ക് കടക്കാറേയില്ല. ചെറിയമ്മ അച്ഛനെ സ്വീകരിക്കേണ്ടത് എങ്ങനെ എന്നറിയാതെ നെട്ടോട്ടമായി.

കൈയുയർത്തി ചിരിച്ച് തടഞ്ഞ് അച്ഛൻ ഞാൻ ഇരുന്ന പുല്പായയിലിരുന്നു. എന്നെ ആംഗ്യം കാണിച്ച് വിളിച്ച് അരികിലിരുത്തി: "പാട്ടു കേട്ടപ്പോൾ ഞാനുമിങ്ങു പോന്നു."

പാട്ട് ഇഷ്ടമാണെന്നോ അറിയാമെന്നോ അച്ഛൻ അന്നേവരെ പറഞ്ഞിരുന്നില്ല.

"ഞാനൊന്നു നോക്കട്ടെ" എന്ന് വീണയ്ക്കായി കൈനീട്ടിയ അച്ഛൻ എനിക്ക് ലോകത്തിലെ എട്ടാമത്തെ അത്ഭുതമായി.

"കാലം കുറെ ഏറെയായി." അച്ഛൻ ശ്രുതിനോക്കുന്നതിനിടയിൽ മന്ത്രിച്ചു.

അതിലുപരി വീണ ശബ്ദിച്ചു.

പരിശീലനമില്ലായ്മയുടെ ഇടവേള പ്രയാസങ്ങൾ ഉണ്ടാക്കിയെങ്കിലും ഒരു കീർത്തനം മുഴുവൻ അച്ഛൻ വായിച്ചു.

"ശാന്തമുലേതു, ശബ്ദമുലേതു....

സമാധാനമേയില്ല, ശബ്ദമേയില്ല...."

പരിശ്രമം അവസാനിപ്പിച്ച് വിളർത്ത ചിരിയോടെ അച്ഛൻ വീണ പതുക്കെ താഴെവെച്ചു: "ശരിയായ്യോ, ആവോ. മറന്നുപോയി, ഒക്കെ."

കുറുപ്പുമാഷ് എന്ന ചെറിയച്ഛൻ അച്ഛനെ തുറിച്ചുതന്നെ നോക്കി: "പാട്ടറിയാമെന്ന് ഞാനറിഞ്ഞ്ല്യ."

ഞാൻ അച്ഛന്റെ കൂടെ തിരികെ പോന്നു. പൂമുഖത്ത് ഞങ്ങൾ ഒന്നും പറയാതെ ഏറെനേരം ഇരുന്നു.

തുടർന്നുള്ള ദിവസങ്ങളിൽ ഇതൊരു പതിവായി. വെറുതെയുള്ള ഈ ഇരിപ്പ് കോളേജിൽ പൊയ്ക്കൊണ്ടിരുന്നെങ്കിലും ഞാൻ പുസ്തകങ്ങൾ വായിക്കാതായിരുന്നു. വായിക്കാനിരുന്നാൽ മറ്റെന്തെങ്കിലുമൊക്കെയാവും ആലോചന.

മറ്റൊരത്ഭുതവും ആയിടയ്ക്ക് സംഭവിച്ചു. അടഞ്ഞുകിടന്ന മുറികളിലൊന്നിൽ വിരിച്ചിട്ട ഇരട്ടക്കിടക്കയിൽ പട്ടിൽ പൊതിഞ്ഞു സൂക്ഷിച്ച ഒരു വലിയ വീണയുണ്ടായിരുന്നു വീട്ടിൽ. അങ്ങനെയൊന്നുണ്ടെന്ന് ഞാൻ അന്നേവരെ അറിഞ്ഞിരുന്നില്ല.

അച്ഛന്റെയും അമ്മയുടെയും മുറിയായിരുന്നു അത്. അതു തുറപ്പിച്ച് അച്ഛൻ ആ വീണയെടുപ്പിച്ചു. ചെറിയച്ഛന്റെ സഹായത്തോടെ ചില്ലറ അറ്റകുറ്റപ്പണികൾ ചെയ്യിച്ചു.

രാത്രി വൈകുവോളം അച്ഛന് ഞാൻ പാട്ടു പാടിക്കൊടുക്കുക പതിവായി.

വീണയുമായി ഇരിക്കുന്ന എന്നെ ആളറിയാത്തതുപോലെ തുറിച്ചുനോക്കി എത്രയോ നേരം അച്ഛൻ അനങ്ങാതിരിക്കുന്നത് ഞാൻ കണ്ടു.

അമ്മയെപ്പറ്റി ഒന്നും അച്ഛൻ പറയുമായിരുന്നില്ല.

ആ ദിവസങ്ങളിൽ ഞാൻ അമ്മയെ ഓർത്തുപോയി. എനിക്ക് ഒരിക്കലും കാണാൻ ഭാഗ്യമുണ്ടായിട്ടില്ലാത്ത അമ്മയെ. അച്ഛനും അമ്മയും സന്തോഷമായി ജീവിച്ച കാലത്തെപ്പറ്റിയുമോർത്തു. വളരെ ചെറിയ ഒരു കാലം മാത്രം.

ഒരു ജീവിതകാലത്തെ മുഴുവൻ അടക്കി ഭരിക്കുന്ന ഓർമ്മയായി മാറത്തക്ക ശക്തിയുള്ള ആനന്ദമായിരുന്നിരിക്കണം അതെന്നു ഞാൻ കണ്ടു.

എന്റെ അച്ഛനേയും അമ്മയേയും എനിക്ക് മനസ്സിലായിത്തുടങ്ങി. സുന്ദരേട്ടന്റെ കത്തു വന്നു.

അച്ഛന്, അച്ഛന് മാത്രം.

15

നഷ്ടപ്പെട്ട സ്വർഗ്ഗം

വലിയ ഒരാളുടെ ഭാര്യയായിരിക്കാൻ എന്നെ യോഗ്യയാക്കുവാനുള്ള ശ്രമത്തിലായി, പാവം എന്റെ അച്ഛൻ! എന്റെ ഇംഗ്ലീഷ് ഭാഷാ പരിജ്ഞാനം വേണ്ടത്ര വിപുലപ്പെടുത്താനും ആ ഭാഷ സംസാരിക്കുന്നതിലുള്ള എന്റെ പരിചയക്കുറവ് തീർക്കാനും അച്ഛൻ വീട്ടിലും എന്നോട് ഇംഗ്ലീഷിൽ സംസാരിച്ചു തുടങ്ങി. മറുപടി ഞാൻ പറയുന്നതും ഇംഗ്ലീഷിലായിരിക്കണമെന്ന് ശഠിച്ചു. തുടക്കത്തിൽ വിഷമമുണ്ടായെങ്കിലും രണ്ടു മാസം കൊണ്ട് ഉദ്ദേശിച്ച ഫലം കണ്ടു തുടങ്ങി. സ്വദേശീയ വിദേശീയ ഭക്ഷണങ്ങൾ ഉണ്ടാക്കുന്നതിലും അത് വിളമ്പുന്നതിലും എനിക്ക് പരിശീലനം തരാൻ വലിയ ഏതോ ഹോട്ടലിൽനിന്ന് റിട്ടയർ ചെയ്ത ഒരാളെ വലിയ ശമ്പളം നല്കി വീട്ടിൽ നിർത്തി. പേര് ദാമോദരമേനോൻ. സ്വയം വിളിക്കുന്നത് പരിഷ്കരിച്ച 'ദാംദർ' എന്ന പേരിൽ. മുടിയാകെ നരച്ച് മഹർഷിയെപ്പോലെ, അല്പം വട്ടാണെന്ന് തോന്നും കാഴ്ചയിൽ. തമാശക്കാരൻ.

ഏതോ ഒരു വലിയ സർക്കസിന് പരിശീലിപ്പിക്കപ്പെടുന്ന രീതിയിലായിരുന്നു കാര്യങ്ങൾ. ഫ്രഞ്ചുഭാഷ പഠിപ്പിക്കാൻ ഒരു റിട്ടയേഡ് അദ്ധ്യാപകനെ കൊണ്ടുവന്നതോടെ എല്ലാമായി. അഥവാ, എല്ലാം ആയെന്ന് ഞാൻ വിചാരിച്ചു. എംബ്രോയ്ഡറി, ഹെയർഡ്രസ്സിങ് എന്നിങ്ങനെ അച്ഛന്റെ നിഘണ്ടുവിൽ പിന്നേയും വാക്കുകൾ എന്റെ പരിശീലനവുമായി ബന്ധപ്പെട്ട് നീണ്ടുകിടന്നു.

സുന്ദരേട്ടന് എഴുതുന്ന കത്തുകളിൽ ഇതേപ്പറ്റിയെല്ലാം ഞാൻ തമാശയായി എഴുതി, എഴുതാൻ അങ്ങനെ ഒരു നല്ല വിഷയം കിട്ടി. പരിശീലനം സുന്ദരേട്ടന് അവിടെ അങ്ങനെ, എനിക്ക് ഇവിടെ ഇങ്ങനെ എന്ന് ഞാൻ മനസ്സിൽ ചിരിച്ചു.

തന്റെ പരിശീലനത്തെപ്പറ്റി സുന്ദരേട്ടനും തമാശയായിട്ടാണ് എഴുതിയത്. ഫെൻസിങ് എന്ന വാൾപ്പയറ്റ്, കുതിരസവാരി, പർവ്വതാ

രോഹണം, പിസ്റ്റൾ ട്രെയിനിങ്, നീന്തൽ, ഗോൾഫ്കളി, പോളോ എന്ന മറ്റൊരു കളി! ഭരണാധികാരിയാകാൻ ഇതൊക്കെ അത്യാവശ്യമായി കരുതപ്പെടുന്നുവത്രെ!

അയച്ചുകിട്ടുന്ന കത്തുകൾ പല തവണ വായിക്കുന്നത് എന്റെ ഒരു ശീലമായി. കോളേജിൽപോക്ക് നിലച്ചു. ഡിഗ്രി മുഴുവനാക്കാൻ ഏതായാലും സമയമില്ല, പിന്നെന്തിന് പോണം? പഠിക്കാൻ വിഷയങ്ങൾ വേറെ കിട്ടുകയും ചെയ്തു.

രാവിലെ ഉണർന്നാൽ കുളിയും തൊഴലും കഴിഞ്ഞ് ഫ്രഞ്ച്, ഉച്ച വരെ കാറ്ററിങ് (വെച്ചു വിളമ്പൽ) പരിശീലനം. ഉച്ചയ്ക്ക് അച്ഛൻ കിടക്കാൻ പോയാൽ ഇംഗ്ലീഷ് പോയട്രി വായിച്ചു കൊടുക്കണം, അച്ഛൻ മയങ്ങുന്നതുവരെ. മയങ്ങിക്കഴിഞ്ഞുവെന്നു കരുതി ഞാൻ വായന നിർത്തിയാൽ അച്ഛൻ കണ്ണു തുറക്കും. വൈകുന്നേരത്തെ ചായ കഴിഞ്ഞാൽ അല്ലറചില്ലറ ഇംഗ്ലീഷ് സംഭാഷണ പരിചയം. വൈകുന്നേരം ദീപാരാധന കഴിഞ്ഞാൽ പതിവുപടി സംഗീതം, നൃത്തം. രാത്രിവേണം കത്തു വല്ലതും എഴുതാനോ, ഫോട്ടോ ആൽബം നോക്കാനോ, വന്ന കത്ത് ഒന്നുകൂടി വായിക്കാനോ, മനോരാജ്യം, കാണാനോ ഇരിക്കാൻ.

സന്ധ്യക്ക് അച്ഛന്റെ കൂടെ മുറ്റത്ത് നടക്കണം. ഈ നടത്തത്തിനിടയിലാണ് ഒരു ഭാര്യയെന്നാലെന്തെന്ന് അച്ഛന്റെ പഠിപ്പിക്കൽ. പെണ്ണായി എങ്ങനെ ജീവിക്കണമെന്ന എന്റെ വിജ്ഞാനം അമ്മയില്ലാതെ വളർന്നതിനാൽ വളരെ കുറവാണെന്ന് അച്ഛൻ കരുതി. അമ്മയെപ്പറ്റി അച്ഛൻ പറയും, അങ്ങനെയാണ് തുടക്കം. ഒരു സ്വാഭാവികമായ തുടക്കംതന്നെ. അമ്മ എങ്ങനെയായിരുന്നുവെന്ന് സംഭവവിവരണങ്ങളിലൂടെ പറയും. അവനവന്റെ ആളുകളോട് എങ്ങനെ പെരുമാറണം, അന്യന്മാരോടെങ്ങനെ എന്ന് നൂറുകൂട്ടം കാര്യങ്ങൾ.

അമ്മയോട് ബന്ധപ്പെടുത്തിയല്ലെന്നാലും വളരെ സരളമായും നിസ്സംഗതയോടെയും ലൈംഗികകാര്യങ്ങൾവരെ അച്ഛൻ പറഞ്ഞുതന്നു. വായിക്കാൻ ഒരു തടിച്ച പുസ്തകവും തന്നു: 'സൈക്കോളജി ഓഫ് സെക്സ്' (ഹാവ് ലോക് എല്ലിസ് എഴുതിയ *ലൈംഗികതയുടെ മനഃശാസ്ത്രം*).

ഒരു കാര്യം അച്ഛൻ ആവർത്തിച്ചുപറയും: "എന്തെങ്കിലും അസുഖമുണ്ടായാൽ അത് സ്നേഹിക്കുന്നവരിൽനിന്ന് മറച്ചുവയ്ക്കരുത്. പഴയ കാലത്ത് സ്ത്രീകളുടെ രീതി ഇതായിരുന്നു. ഗർഭകാലത്ത് വയറ്റിലൊരു നേരിയ വേദന തോന്നിയെന്നിരിക്കട്ടെ, അത് സാരമില്ലെന്നു കരുതും. സഹിക്കാൻ വയ്യെങ്കിലും സഹിക്കും. ബുദ്ധിമുട്ടിക്കേണ്ട എന്നോ, ഇഷ്ടമായില്ലെങ്കിലോ എന്നോ വിചാരിക്കും. അവസാനം കുഴപ്പമാവുകയും ചെയ്യും."

ഞാൻ എന്റെ മനസ്സിൽ ചോദിച്ചു: ഇതാണോ അമ്മയുടെ കാര്യത്തിൽ സംഭവിച്ചത്?

അച്ഛനോട് ചോദിക്കാൻ ധൈര്യപ്പെട്ടില്ല.

അച്ഛൻ പറയും: "ഭാര്യക്ക് ഭർത്താവിനോട് എന്തും പറയാം. നേരവും മുഖവും സൗകര്യവും നോക്കാനില്ല. ഭർത്താവിനോട് ഭാര്യക്ക് അത്രയേറെ

സ്വാതന്ത്ര്യമുണ്ട്, യഥാർത്ഥത്തിൽ. തിരികേയും ഇങ്ങനെതന്നെ. അങ്ങനെ തുറന്നു പറഞ്ഞാൽ മനസ്സിനും ശരീരത്തിനുമുള്ള വേദനയ്ക്ക് പ്രതിവിധി ഉണ്ടാക്കാൻ എളുപ്പത്തിൽ സാധിക്കും.

ഞാൻ മൂളി കേൾക്കും. പറയുന്നത് ഇംഗ്ലീഷിൽ ആയിരിക്കും. മലയാളത്തിലാണ് പറയുന്നതെങ്കിൽ പറയാൻ കഴിയാത്ത പല കാര്യങ്ങളും ഇങ്ങനെ മറ്റൊരു ഭാഷയിലായതുകൊണ്ട് പറയാൻ കഴിഞ്ഞു. വീട്ടുമുറ്റത്തല്ല, കോളേജിലൊരു ക്ലാസു മുറിയിലാണെന്ന് ചിലപ്പോൾ എനിക്ക് തോന്നും.

ചില രാത്രികളിൽ അച്ഛൻ വീണ വായിക്കാൻ പറയാറുണ്ട്. 'കല്യാണി'യും, 'ഭൈരവി'യുമാണ് ഇഷ്ടപ്പെട്ട രാഗങ്ങൾ.

എല്ലാം കഴിഞ്ഞ് മനോരാജ്യം കണ്ട് ഉറക്കത്തിലേക്ക് വഴുതിപ്പോകുമ്പോൾ ഞാൻ ഇതിനെപ്പറ്റിയെല്ലാം ആലോചിക്കും. ഭൂമിയിൽ കഴിയാവുന്നത്ര എല്ലാ ശക്തിയും സംഭരിച്ച് ആയുസ്സിനോട് പടവെട്ടി അച്ഛൻ എന്നെ ഒരുക്കാൻ ശ്രമിക്കുന്നു, ജീവിക്കാൻ. ഒരുക്കിയാൽ എന്നെ പിരിയേണ്ടിവരുമെന്ന് അച്ഛനറിയുന്നുണ്ട്. ഞാനും അതറിയുന്നുണ്ടായിരുന്നു. കേരളത്തിൽ പോസ്റ്റിങ് കിട്ടിയാൽ ഏറെ അകലെയല്ലാതെ കഴിയും. അതിനു ശ്രമിക്കാമെന്ന് ആരും കേൾക്കാതെ സുന്ദരേട്ടൻ എന്നോട് പറഞ്ഞിരുന്നു. അച്ഛൻ അറിഞ്ഞാൽ സമ്മതിക്കില്ലെന്നും പറഞ്ഞിരുന്നു. കേന്ദ്രത്തിൽനിന്ന് ഇത്ര അകലെ വന്നുകിടന്നാൽ പ്രമോഷൻ സാദ്ധ്യത കുറവാണ്.

അങ്ങനെയൊരു പ്രശ്നവുമില്ലെന്ന മട്ടിലാണ് അച്ഛൻ പെരുമാറിയത്. ഇന്നോർക്കുമ്പോൾ തോന്നുന്നു, അത്രയെത്തും മുമ്പ് തന്റെ ആയുസ്സവസാനിക്കുമെന്ന് അന്നുതന്നെ അച്ഛൻ കണക്കാക്കിയിരുന്നുവെന്ന്. കടമ പൂർണ്ണമായും നിർവ്വഹിച്ച് യാത്ര പറയണമെന്നു മാത്രമാണ് അച്ഛൻ ഉദ്ദേശിച്ചത്.

ഉറക്കം വരാൻ വൈകുന്ന രാത്രികൾ. എത്രയോ അകലെ ഞാൻ ഒരിക്കലും കണ്ടിട്ടില്ലാത്ത ഒരു നാട്ടിൽ, ഈ നേരത്ത് സുന്ദരേട്ടൻ എന്തു ചെയ്യുകയായിരിക്കുമെന്ന് ഞാൻ വെറുതെ ആലോചിച്ചു. ഓർക്കുന്നുണ്ടായിരിക്കുമോ എന്ന് സ്വയം ചോദിച്ചു. ഉണ്ടാവുമെന്ന് എനിക്കറിയാമായിരുന്നു. അക്കാര്യത്തിൽ യാതൊരുവിധ സംശയവും എനിക്കില്ലായിരുന്നു. സുന്ദരേട്ടൻ ആരെപ്പറ്റിയെങ്കിലും ഓർക്കുന്നുവെങ്കിൽ എന്നെപ്പറ്റിയായിരിക്കുമെന്ന് തീർച്ചയായിരുന്നു.

ഒരുമിച്ചുള്ള ജീവിതവും ഞാൻ സ്വപ്നം കണ്ടു തുടങ്ങി. അച്ഛന്റെ ബദ്ധപ്പാട് കണ്ട് ഞാൻ പരിഭ്രമിച്ചു തുടങ്ങിയിരുന്നു, അത് എന്തൊരു ജീവിതമായിരിക്കുമെന്ന്. അച്ഛൻ പറയുന്ന രൂപത്തിലാണെങ്കിൽ അത്രയും വലിയ ഒരു ഉത്തരവാദിത്വം വഹിക്കാൻ എനിക്ക് കഴിവുണ്ടാകുമോ എന്നുപോലും ഞാൻ ഭയന്നു.

ഞങ്ങൾക്കുണ്ടാകാനിരിക്കുന്ന കുട്ടികളെക്കുറിച്ചും ഞാൻ നാണത്തോടെ കിനാവ് നെയ്തു. രണ്ടു കുട്ടികൾ മതിയെന്നു ഞാൻ നിശ്ചയിച്ചു കഴിഞ്ഞിരുന്നു. ഒരാണും ഒരു പെണ്ണും. ആദ്യത്തേത് ആണു

തന്നെയാവണം. പാരമ്പര്യം വെച്ചു നോക്കിയാൽ അത് ഉറപ്പിക്കാൻ വയ്യ. എന്റെ അച്ഛന് ആദ്യത്തേതായ ഞാൻ പെണ്ണ്, സുന്ദരേട്ടൻ ആദ്യത്തേതെങ്കിലും ആണാണ്. അപ്പോൾ പപ്പാതി ചാൻസ്.

മാസം ആറും തികയാറായി സുന്ദരേട്ടൻ പോയിട്ട്. ഇനി ഏതാനും ദിവസങ്ങൾ എന്ന് മനസ്സ് എണ്ണിത്തുടങ്ങി. കാരണമില്ലാതെ സന്തോഷവും അത്രതന്നെ അകാരണമായി മനോവിഷമവും മാറിമാറിയുണ്ടായ ഒരു കാലം.

മിൽട്ടന്റെ 'നഷ്ടപ്പെട്ടുപോയ സ്വർഗ്ഗം' എന്ന കാവ്യം വായിച്ച് അച്ഛനെ മയക്കത്തിലേക്ക് നയിച്ച് മനോരാജ്യത്തിൽ മുഴുകിയിരിക്കുമ്പോഴാണ് ആ സൈക്കിൾ ബെല്ല് കേട്ടത്. ഇന്നും ഉറക്കത്തിൽ ആ സൈക്കിൾ ബെല്ല് കേട്ട് ഞാൻ ഞെട്ടിയുണരുന്നു.

കമ്പിശ്ശിപായി.

ചുവന്ന സൈക്കിൾ.

മോതിരക്കൈമാറ്റത്തിന്റെ ദിവസമാണ് ആദ്യമായി ഞാനാ സൈക്കിളും ആളേയും കണ്ടത്. അനുമോദനസന്ദേശങ്ങളുടെ കെട്ട്.

ബെല്ലടി ആവർത്തിച്ച് അച്ഛനെ ഉണർത്താതിരിക്കാൻ ഞാൻ ധൃതിയിൽ പൂമുഖത്ത് ചെന്നു. ഒരേയൊരു കമ്പി.

ഒപ്പുവെച്ചു വാങ്ങി പൊളിച്ചു വായിച്ചു:

"ഒരു പർവ്വതാരോഹണ ശ്രമത്തിനിടയിൽ പിടിവിട്ട് വീണ് സുന്ദരേട്ടൻ മരിച്ചിരിക്കുന്നു" എന്ന്!

ഒപ്പുവെക്കാൻ കമ്പിശ്ശിപായി തന്ന ടോപ്പില്ലാത്ത പേന തിരിച്ചു കൊടുക്കാൻ യാന്ത്രികമായി കൈ നീട്ടിയതും ഒപ്പം 'അച്ഛാ...' എന്നു വിളിക്കാൻ ശ്രമിച്ചതും ഓർമ്മയുണ്ട്.

പിന്നെ ഞാൻ ഉണർന്നപ്പോൾ ചുറ്റുമായി നിരവധി ആളുകളുണ്ട്. എന്തിനിത്ര ആളുകൾ? എന്തുണ്ടായി എന്ന് പെട്ടെന്ന് ഓർമ്മ വന്നില്ല. നേരം രാത്രിയായിരിക്കുന്നു. വിളക്ക് കത്തുന്നു. ഞാനിത്ര നേരത്തേ ഇത്തരത്തിൽ ഉറങ്ങിപ്പോയതെന്തേ എന്ന ചിന്ത മുന്നിട്ടുനിന്നു. പരതി നടന്ന എന്റെ കണ്ണുകൾ ഡോക്ടറെ കണ്ടതോടെ ഒരു മിന്നൽപ്പിണരിന്റെ വേഗത്തിൽ എല്ലാം ഓർമ്മ വന്നു. സുന്ദരേട്ടൻ....

അച്ഛനെ അന്വേഷിച്ചതിനു മറുപടിയായി എനിക്കു കിട്ടിയത് ഒരു ഇൻജെക്ഷനാണ്. അച്ഛൻ അപ്പുറത്തുണ്ട് എന്നോ മറ്റോ ആരോ പറയുന്നത് കേട്ടുവെന്നു തോന്നി. നിമിഷങ്ങൾക്കകം ഞാൻ വീണ്ടും മയങ്ങിത്തുടങ്ങിയിരുന്നു. വെള്ളത്തിൽ വീണ മഷിത്തുള്ളികൾപോലെ ആലോചനകളും ചോദ്യങ്ങളും അലിഞ്ഞുപോകുന്നത് ഞാനറിഞ്ഞു. ഞാൻ തന്നെ വെള്ളത്തിലലിയാൻ തുടങ്ങുന്നതായും അറിഞ്ഞു.

പിന്നെ ഉണർന്നത് പുലർച്ചെ. കട്ടിലിനരികിൽ സുന്ദരേട്ടന്റച്ഛൻ. ഞാൻ സുന്ദരേട്ടനുമൊത്ത് ഏറെക്കാലം ജീവിച്ചുവെന്നും പ്രായാധിക്യം ബാധിച്ച സുന്ദരേട്ടൻ എന്റെ അരികിൽ ഇരിക്കുകയാണെന്നും ഒരു നിമിഷാർദ്ധനേരം ഞാൻ വിചാരിച്ചുപോയി.

വായുവിൽ പുകയുടെ മണമുണ്ടായിരുന്നു.

എന്റെ അച്ഛനെ ദഹിപ്പിച്ച വിറകുകൊള്ളികൾ കരിഞ്ഞടങ്ങുന്ന മണ മായിരുന്നു അത്!

മുറിയുടെ ജനാലകൾ തുറന്നു കിടന്നു.

ഞാൻ അനങ്ങുന്നതും കൺപോളകൾ പണിപ്പെട്ട് തുറക്കാൻ ശ്രമി ക്കുന്നതും കണ്ടാവാം സുന്ദരേട്ടന്റച്ഛൻ എന്റെ കൈയിൽ പതുക്കെ തൊട്ടു: "കുട്ടി, അമ്മൂ...."

മുറിയിൽ വേറെ ആരുമില്ലായിരുന്നു.

സമാധാനിപ്പിക്കാൻ ഒരു ശ്രമവും നടത്തിയില്ല. മ്ളാനമായ മുഖത്ത് ഞാൻ പണിപ്പെട്ട് കണ്ണുകളൂന്നി.

കൈപ്പത്തിയിൽ നനുക്കെ രണ്ടുമൂന്ന് തടവലുകൾ മാത്രം കിട്ടി.

അറിയാമോ, ഡോക്ടർ, എന്റെ സുന്ദരേട്ടൻ മരിച്ചിട്ടും, എന്റെ അച്ഛൻ മരിച്ചിട്ടും ഞാൻ ഇന്നേവരെ കരഞ്ഞിട്ടുപോലുമില്ല.

എന്റെ വിളികേട്ട് ഓടിയെത്തിയ അച്ഛൻ തറയിൽ കിടന്ന എന്നേയും എന്നെ എഴുന്നേല്പിക്കാൻ ശ്രമിക്കുന്ന കമ്പിശ്ശിപായിയേയും കണ്ടു. കമ്പിസന്ദേശം കണ്ടു. അടുത്ത നിമിഷത്തിൽ വലതുകൈകൊണ്ട് എന്നെ കുനിഞ്ഞു പിടിച്ച പിടി വിടാതെ, ഇടതുകൈ മാറിലമർത്തി മരിച്ചു വീണു.

ഞാൻ ഉണർന്നാൽത്തന്നേയും അച്ഛൻ മരിച്ച വിവരം എന്നെ അറി യിക്കേണ്ടെന്നും മൃതദേഹം എന്നെ കാണിക്കാതിരിക്കുകയാണ് നല്ല തെന്നും ഡോക്ടർ വിധിയെഴുതി.

നോക്കൂ ഡോക്ടർ, താങ്കളുടെ സഹപ്രവർത്തകർ എത്ര ദയയുള്ള വരാണ്!

ഇങ്ങനെയെല്ലാമായിട്ടും എന്റെ മനസ്സിന്റെ സമനില തെറ്റിയില്ലെന്നു പറയുമ്പോൾ ഡോക്ടർക്കത് വിശ്വസിക്കാൻ പ്രയാസമാകുമെന്ന് എനി ക്കറിയാം.

കഴിയുമെങ്കിൽ എന്നെ വിശ്വസിക്കൂ. എന്റെ മനസ്സിന്റെ സമനില തെറ്റിയിട്ടില്ല. എനിക്ക് ഭ്രാന്തുപിടിച്ചെങ്കിൽ എത്ര നന്നായിരുന്നുവെന്ന് ഞാൻ എത്രയോ കൊതിച്ചിട്ടുണ്ട്.

കൊതിച്ചതുകൊണ്ടൊരു ഫലവുമില്ല എന്നതിന് ഇനി വേറെ തെളിവ് ആവശ്യമില്ലല്ലോ!

16

ഉയിർത്തെഴുന്നേല്പ്

ഞാൻ ഞാനേ അല്ലാതായി.

അവിടന്നിങ്ങോട്ടുള്ള ജീവിതം മറ്റൊരു ജന്മംപോലെയായി. ഒരു നല്ല സ്വപ്നത്തിൽനിന്ന് ഞെട്ടിയുണർന്നതുപോലെ. വിരസവും, യാന്ത്രികവുമായ, സാധാരണ ലോകത്തിൽ തന്നിഷ്ടമില്ലാത്ത, പാവയായാണ് പിന്നീടിതുവരെ ഞാൻ ജീവിച്ചത്.

ഒന്നിനെക്കുറിച്ചും ആലോചിക്കാൻ എനിക്ക് കഴിഞ്ഞില്ല. പാട്ടും ഡാൻസും ഫ്രഞ്ചും കാറ്ററിംങ്ങും ഇംഗ്ലീഷും പരിശീലിച്ചിരുന്നെങ്കിലും തനിയെ ജീവിക്കാൻ ഞാൻ പരിശീലിച്ചിരുന്നില്ല. ഏതൊരു കാര്യത്തിനാണോ ഞാൻ തരിമ്പും ഒരുങ്ങിയിട്ടില്ലാതിരുന്നത്, അതായി നിത്യവൃത്തി.

ഏതാനും മാസങ്ങളോളം ഞാനെന്നു വിചാരിക്കാൻപോലും എനിക്ക് കഴിവില്ലായിരുന്നു. രാവിലെ കിടക്കയിൽനിന്നെഴുന്നേല്ക്കണമെങ്കിൽ, ഉണർന്നാലുമില്ലെങ്കിലും, ആരെങ്കിലും വിളിക്കണം. ഉണർച്ചയെന്നൊന്ന് തീരെ ഇല്ലായിരുന്നു. പല്ലുതേയ്ക്കാൻ ആരെങ്കിലും പറഞ്ഞാൽ പല്ല് തേയ്ക്കും. കുളിക്കാൻ പറഞ്ഞാൽ കുളിക്കും. ഭക്ഷണം തന്നാൽ കഴിക്കും. ഇരിക്കാനോ നടക്കാനോ കിടക്കാനോ പറഞ്ഞാൽ അതൊക്കെ ചെയ്യും.

മയക്കുമരുന്നിന്മേൽ ജീവിക്കുകയായിരുന്നു. ഡോക്ടർ വന്നും പോയുമിരുന്നു. എന്നെ സ്വാഭാവികതയിലേക്കു തിരികെ കൊണ്ടുവരാൻ ഡോക്ടർ ശ്രമിച്ചുകൊണ്ടിരുന്നു എന്ന് എനിക്ക് പതുക്കെ മനസ്സിലായിത്തുടങ്ങി.

സുന്ദരേട്ടന്റച്ഛൻ എന്റെ രണ്ടാമത്തെ അച്ഛനായി. അദ്ദേഹത്തെ ഞാൻ ഇനി അച്ഛനെന്നുതന്നെ വിളിക്കാം. രാപ്പകലില്ലാതെ അച്ഛൻ എന്റെ കൂടെയുണ്ടായിരുന്നു. എന്റെ എല്ലാ കാര്യങ്ങളും അന്വേഷിച്ചു. വീട്ടുകാര്യങ്ങൾ

അന്വേഷിച്ചു. സുന്ദരേട്ടന്റെ കുടുംബം മുഴുവനായിത്തന്നെ എന്റെ വീട്ടിലേയ്ക്ക് മാറിത്താമസിച്ചിരുന്നു. എന്റെയോ അച്ഛന്റെയോ രക്തബന്ധത്തിൽപ്പെട്ട ആരെങ്കിലും വന്ന് അന്വേഷിച്ചുവോ എന്ന് എനിക്കറിയില്ല. ഓർമ്മയില്ല.

ഞാൻ കണ്ണു തുറക്കുമ്പോഴെല്ലാം എന്റെ മുന്നിൽ ഉണ്ടായിരുന്നത് സുന്ദരേട്ടന്റച്ഛനാണ്. എന്നെ കൈപിടിച്ചു നടത്തിയത് അദ്ദേഹമാണ്.

എന്റെ ബുദ്ധി വീണ്ടും ഉറയ്ക്കണമായിരുന്നു. ചിന്തിക്കാനും നടക്കാൻപോലും ഞാൻ വീണ്ടും പഠിക്കണമായിരുന്നു. മയക്കത്തിന്റെയും ഇരുട്ടിന്റെയും ആഴങ്ങളിലായിരുന്നു ഞാൻ.

വളരെപ്പതുക്കെ വെളിച്ചത്തിന്റെ അനുഗ്രഹം എനിക്കു കൈവന്നു. വീടാണ്, വീട്ടിലെ ഒരു മുറിയാണ്, അച്ഛനാണ് അരികിലെന്ന് എനിക്ക് മനസ്സിലായി. വീട്ടുമുറ്റത്തെ തേവിടിശ്ശിച്ചെടികൾ എനിക്ക് ഓർമ്മയുണ്ടായി. പത്തായപ്പുര, ഓർമ്മയിൽ വീണ്ടും ജനിച്ച്, പരിചിതമായി.

സുന്ദരേട്ടൻ, അച്ഛൻ എന്നീ രണ്ടുപേർ വെറും മങ്ങിയ നിഴലുകളായി ഓർമ്മയിൽ മിന്നലാട്ടം നടത്തിത്തുടങ്ങി. എത്രയോ കാലം മുമ്പ് പരിചയപ്പെട്ട് വിസ്മൃതരായ ആളുകളെ ഓർക്കുന്നതുപോലെ. അവരുമായി എനിക്കുള്ള ബന്ധം തന്നെ വ്യക്തമല്ലാത്ത രൂപത്തിൽ.

ഇവരുടെ ഓർമ്മയുളവാക്കാനിടയുള്ള എല്ലാ സാധനങ്ങളും എന്റെ കിടപ്പറയിൽനിന്ന് നീക്കം ചെയ്യപ്പെട്ടിരുന്നു. എന്നിട്ടും അവരെ ഞാൻ ഓർത്തു തുടങ്ങി. അവരുടെ കൂടെത്തന്നെയാണ് ഞാൻ കഴിയുന്നതെന്ന തോന്നൽപോലും ചിലപ്പോൾ ഉണ്ടായി. സുന്ദരേട്ടൻ അപ്പുറത്തെ മുറിയിലിരുന്ന് വായിക്കുകയാണ്, അച്ഛൻ പൂമുഖത്തെ ചാരുകസേരയിലിരിക്കുന്നു, കക്ഷികൾ മുറ്റത്ത് നില്ക്കുകയും തിണ്ണയിൽ ഇരിക്കുകയും ചെയ്യുന്നു, സുന്ദരേട്ടന്റെ പരീക്ഷ അടുത്തിരിക്കുകയാണ്....

ആരെല്ലാമോ എന്നെ കാണാൻ വന്നു. അവരെല്ലാം സഹതാപം കൊണ്ട് കണ്ണു നിറച്ചാണ് പോയത് എന്നും ഞാൻ ഓർക്കുന്നു.

അച്ഛൻ വിളിക്കുന്നു, സുന്ദരേട്ടൻ വിളിക്കുന്നു എന്ന് പെട്ടെന്നുണ്ടായ തോന്നലുകൾക്ക് വലിയ യാഥാർത്ഥ്യ സ്വഭാവമുണ്ടായിരുന്നു. ഞാൻ വിളി കേൾക്കുകയും പുറപ്പെടാൻ എഴുന്നേല്ക്കുകയും ചെയ്തു.

അല്ലെ, ഡോക്ടർ, ഇതിനല്ലേ ഭ്രാന്ത് എന്നു പറയുന്നത്?

വളരെ സാവധാനത്തിലാണ് എനിക്ക് മനസ്സിലായത് ഈ വലിയ ഭൂമിയിൽ ഈ വലിയ വീട്ടിൽ ഞാൻ ഒറ്റപ്പെട്ടിരിക്കുന്നുവെന്ന്. ഒരു നിമിഷത്തിൽ ഓർമ്മകൾ തിരിച്ചു കിട്ടുകയായിരുന്നില്ല. അറിവുണ്ടാവുകയായിരുന്നില്ല. വെള്ളപ്പൊക്കം വാർന്നുപോകുന്നതുപോലെ. ഒരു ചുള്ളിക്കമ്പ് പോങ്ങിക്കാണുന്നു, പിന്നെയൊരു മരക്കൊമ്പിന്റെ ഭാഗമാണെന്നറിയുന്നു. ഒരു കുന്നിന്റെ ശിരസ്സ് തെളിയുന്നു. ഒരു തകർന്ന വീടിന്റെ അവശിഷ്ടമായ മേല്ക്കൂര കാണുന്നു....അങ്ങനെയങ്ങനെ.

ചേറും ചെളിയും മൂടിയ, പേടിപ്പിക്കുന്ന മൂകതയുടെ അന്തരീക്ഷം. കിളികളും പാപ്പാത്തികളും പൂക്കളുമില്ല. എല്ലാം പറന്നും ചീഞ്ഞും പോയി.

പുതിയ അച്ഛൻ എന്നെ കുട്ടി എന്നാണ് വിളിച്ചത്. ഉപദേശങ്ങളോ നിർദ്ദേശങ്ങളോ തന്നില്ല. കല്പിച്ചില്ല. എനിക്കു കാവലിരിക്കുകയാണെന്ന ഭാവമില്ലാതെ ഇരിക്കും, എന്റെ അരികിൽ. ഞാനൊന്നനങ്ങിയാൽ, എന്തെങ്കിലും ശബ്ദമുണ്ടാക്കിയാൽ, അന്വേഷിക്കും, "എന്താ കുട്ടി?"

കൈപിടിച്ചാണ് നടത്തിയത്.

പിന്നെപ്പിന്നെ കൈ പിടിക്കാതെയായി.

നടത്തം മുറ്റത്തുമാകാമെന്നായി.

ഓർമ്മകളുണ്ടായതോടെ ഞാൻ വീർപ്പുമുട്ടിത്തുടങ്ങി. കരയാൻ കൊതി, കഴിയുകയുമില്ല. പിന്നെപ്പിന്നെ അച്ഛൻ ചോദിച്ചു തുടങ്ങി: "എന്താ ആലോചിക്ക്ണ്, കുട്ടീ?"

ഒന്നും ആലോചിക്കാനില്ലാത്തതുപോലെ! പക്ഷേ, ആലോചിച്ചിട്ട് കാര്യമില്ലെന്ന ധ്വനിയോടെയാണ് ചോദിക്കുന്നത്. ഞാൻ മറുപടിയെന്തെങ്കിലും പറയുമെന്ന പ്രതീക്ഷയോടെയുമല്ല.

അതും കഴിഞ്ഞ് അച്ഛൻ ജീവിതത്തേയും മരണത്തേയുംകുറിച്ചുള്ള ചിരപുരാതനങ്ങളായ പൊതുതത്ത്വങ്ങൾ വെറുതെ പറഞ്ഞു തുടങ്ങി: "ആരും ജനിക്ക്ണല്ല്യ, ആരും മരിക്ക്ണില്ല്യ, ഒക്കെ ഒരു തോന്നലാണ്, മായ മാത്രം, ഒന്നുകൊണ്ടും വ്യസനിച്ചിട്ട് കാര്യല്ല്യ, എന്ത്നാ ആലോചിക്ക്ണ്, വെള്ളത്തിലെ കുമിളപോലെ...."

ഞാനെന്ന കുമിളയും ഒന്നു പൊട്ടിക്കിട്ടിയെങ്കിൽ എന്ന തോന്നൽ അതോടെയാണുണ്ടായത്. അതെന്താണ് സംഭവിക്കാത്തതെന്ന അത്ഭുതം എന്നെ അലട്ടി. ഞാൻ തന്നെ മുൻകൈ എടുക്കണമെന്ന തോന്നൽ അപ്പോഴുണ്ടായി.

ചെറിയമ്മയുടെയും അമ്മയുടെയും സാന്ത്വനം ഇതിന് പ്രേരണയുമായി. ചെറിയമ്മയാണ് പറഞ്ഞത്: "മരിച്ചാൽ പരലോകത്താണ് ചെല്ലുന്നത്, അവിടെ സുഖമാണ്, സ്വർഗ്ഗമാണ്, നല്ലവർ സ്വർഗ്ഗത്തിലേ പോകൂ."

കാര്യം എളുപ്പമാണെന്നു ഞാൻ കണ്ടു. ഈ നീർക്കുമിള പൊട്ടിച്ചാൽ പരലോകത്തിൽ എന്റെ ആളുകളുടെ അരികിൽ എത്താം. അവിടെ മത്സരപ്പരീക്ഷയും പോസ്റ്റിങ്ങുമൊന്നും ഇല്ലാത്തതുകൊണ്ട് എല്ലാവർക്കും ഒരുമിച്ച് കഴിയുകയും ചെയ്യാം.

ഒരു വലിയ കുന്നിൻമുകളിൽ ഒറ്റപ്പെട്ടു നില്ക്കുന്നതുപോലെയായി എന്റെ അവസ്ഥ. മുകളിൽ എനിക്ക് കാണാനാവാത്ത വിതാനങ്ങളിൽ സ്വർഗ്ഗം. താഴെ സമതലങ്ങളിലെ മഞ്ഞിൽ മൂടിക്കിടക്കുന്ന, അവ്യക്തമായി കാണാവുന്ന, കഴിഞ്ഞ കാലങ്ങൾ.

ഒരു കുതി കുതിച്ചാൽ മുകളിലെത്താമെന്ന് എനിക്കു തോന്നി. പക്ഷേ, അച്ഛന്റെ ആവർത്തിച്ചുള്ള ആത്മഗതം എന്നെ ഇതിൽനിന്ന് പിന്തിരിപ്പിച്ചു: "മരിച്ചുകിട്ട്യാൽ മേലോട്ടങ്ങ് പോവായിരുന്നു. എന്താ ചെയ്യാ! സ്വയം കൊന്നവർക്ക് സ്വർഗ്ഗല്ല്യല്ലൊ, അങ്ങനെയല്ലാതെ ജീവനൊടുങ്ങിക്കിട്ടണ്ടെ?"

ആത്മഹത്യ ചെയ്തവർക്ക് സ്വർഗ്ഗമില്ലെന്ന്. സ്വാഭാവികമായി മരിക്കുന്നവർക്കേയുള്ളു. എനിക്ക് എന്റെ ചിന്തകൾ തിരുത്തേണ്ടിവന്നു. അങ്ങു ചെല്ലാൻ പറ്റിയില്ലെങ്കിൽ പിന്നെ മരിച്ചിട്ടും കാര്യമില്ല.

അച്ഛൻ എന്റെ മനസ്സറിഞ്ഞുതന്നെയായിരിക്കണം ഉറക്കെ ആത്മഗതം നടത്തിയത്. എന്നെ ചികിത്സിക്കുക തന്നെയായിരുന്നു. സ്വന്തം ദുഃഖം കടിച്ചമർത്തി എന്നെ വീണ്ടെടുക്കാൻ രാപ്പകലില്ലാതെ അത്യദ്ധ്വാനം ചെയ്യുകയായിരുന്നു. ഓർമ്മകൾ വീണ്ടുകിട്ടിയിട്ടും എന്നെ വിട്ടു പിരിയാതെ കൂടിയത് ഞാൻ അവിവേകമൊന്നും കാണിക്കരുതെന്ന മുൻകരുതലോടെയായിരുന്നു.

സുന്ദരേട്ടനെ അച്ഛന് പ്രാണനു തുല്യം സ്നേഹമായിരുന്നുവെന്ന് എനിക്കറിയാം. സുന്ദരേട്ടന് അച്ഛനേയും അങ്ങനെയായിരുന്നു. അച്ഛൻ എന്ന് സുന്ദരേട്ടൻ പറയുന്നത് ദൈവത്തെപ്പറ്റി പറയുന്നതുപോലെയായിരുന്നു. അത്രതന്നെയുണ്ടായിരുന്നു എന്റെ അച്ഛനോടും സുന്ദരേട്ടന് സ്നേഹമെങ്കിലും ഈ ബന്ധത്തിൽ ബഹുമാനമായിരുന്നു സ്നേഹത്തേക്കാളേറെ. സുന്ദരേട്ടന്റച്ഛന് എന്റെ അച്ഛനോടും ആത്മാർത്ഥമായ സ്നേഹവും ബഹുമാനവുമുണ്ടായിരുന്നു.

അതുകൊണ്ട്, എല്ലാം നഷ്ടപ്പെട്ട നിലയിലും സുന്ദരേട്ടന്റച്ഛന്റെ സാമീപ്യം എനിക്ക് അരോചകമായി അനുഭവപ്പെട്ടില്ല. സുന്ദരേട്ടന്റച്ഛന്റെ സാമീപ്യവും ശുശ്രൂഷയും ഇല്ലായിരുന്നെങ്കിൽ ഞാനെന്റെ വെള്ളപ്പൊക്കത്തിൽനിന്ന് കരകയറുമോ എന്നു സംശയമാണ്. കരകയറിയിട്ടും ഇപ്പോൾ വിശേഷിച്ചു കാര്യമുണ്ടായിട്ടല്ല. എങ്കിലും ആ സ്നേഹത്തിനു മുന്നിൽ വീണു നമസ്കരിക്കാതിരിക്കാൻ ആർക്കും കഴിയില്ല.

ഈ രണ്ടാമത്തെ അച്ഛനും ഇന്നെനിക്കില്ല. ആ കുമിളയും പൊട്ടിപ്പോയി. സ്വർഗ്ഗനരകങ്ങളെക്കുറിച്ച് ഇന്നെനിക്ക് ചിന്തയുമില്ല. എന്നെങ്കിലും എവിടെയെങ്കിലും എന്റെ പ്രിയപ്പെട്ടവരെ ഉടലോടെ കാണാൻ കഴിയുമെന്ന വ്യാമോഹം ഇന്നെനിക്കില്ല. ഈ ജീവിതവും അതിലെ മോഹങ്ങളും കഴിഞ്ഞുപോയി.

ഇതുവരെയുള്ള തീരുമാനങ്ങളിൽ എവിടെയാണ് എനിക്ക് പിഴച്ചത്? എങ്ങും പിഴച്ചില്ലെന്നാണ് എന്റെ തോന്നൽ. എനിക്കു തീരുമാനിക്കാൻ വിട്ടുകിട്ടിയത് വളരെ കുറവായിരുന്നുവല്ലോ. എനിക്കുവേണ്ടി തീരുമാനങ്ങൾ മിക്കതും എടുത്തത് മറ്റേതോ കൈകളും മനസ്സുകളുമാണ്. ഏതോ പർവ്വതത്തിന്റെ താഴ്വരയിലെ കരിമ്പാറകളും അതിൽ പങ്കെടുത്തു. ഒന്നെനിക്ക് ചെയ്യാമായിരന്നു. കമ്പിസ്ലിപായി തന്ന സന്ദേശം വായിച്ച് സമനില കൈവിടാതെ അച്ഛനെ അറിയിച്ചു നോക്കാമായിരുന്നു. ഒരു വേള അച്ഛന്റെ ആയുസ്സ് അല്പംകൂടി നീണ്ടുകിട്ടിയേനെ. സമനില കൈവിട്ടത് ഞാൻ എടുത്ത തീരുമാനത്തിന്റെ ഫലമായിട്ടല്ലായിരുന്നു. എനിക്ക് സമനില നഷ്ടപ്പെടുകയായിരുന്നു, പിടിയിൽനിന്ന് അത് വഴുതിപ്പോവുകയായിരുന്നു, ഞാനറിയാതെ. തടയാൻ എനിക്ക് കഴിയുമായിരുന്നുവോ? കഴിയില്ല.

കാലിടറിയുള്ള പിടുത്തം വിട്ട വീഴ്ച സുന്ദരേട്ടന് തടയാൻ കഴിയുമായിരുന്നില്ല, ഹൃദയം വേദനിച്ചു പൊട്ടിയുള്ള മരണം അച്ഛന് തടയാൻ കഴിയുമായിരുന്നില്ല.

ഒന്നും ആർക്കും തടയാൻ കഴിയുമായിരുന്നില്ല.

കഴിയുകയുമില്ല.

കാറ്റിനെ തടവിലിടാൻ ആർക്ക് കഴിയും?

വെളിച്ചത്തെ ഞെക്കിഞെരുക്കി മാണിക്യക്കല്ലാക്കാമെന്ന രീതിയിലുള്ള മോഹങ്ങൾ ഇന്നെനിക്കില്ല.

എന്റെ ഓർമ്മശക്തി ശരിയായി കിട്ടിയപ്പോൾ എന്റെ ഭാവിയെന്ന പ്രശ്നമുണ്ടായി. എനിക്കല്ല, മറ്റുള്ളവർക്ക്. സുന്ദരേട്ടന്റെ മരണശേഷം എനിക്ക് എന്റെ ഭാവി ഒരു പ്രശ്നമേ അല്ലായിരുന്നു.

ഞാൻ ഉറങ്ങുകയാണെന്ന് അവർ കരുതി. തളത്തിൽ വെച്ചായിരുന്നു ചർച്ച. അച്ഛന്റെ അകന്ന പെങ്ങളും അമ്മയും സുന്ദരേട്ടന്റച്ഛനും ഉണ്ടായിരുന്നു. വേറെ ചിലരും ഉണ്ടായിരുന്നുവെന്ന് ഉറപ്പാണ്. ആരെന്നറിയില്ല. ചെറിയമ്മയുടെയോ കുറുപ്പുമാസ്റ്ററുടെയോ ശബ്ദം കേട്ടില്ല, കൂട്ടത്തിൽ. രാത്രിയുടെ നിശ്ശബ്ദതയിലായിരുന്നതുകൊണ്ട് അടക്കിപ്പിടിച്ചാണവർ സംസാരിച്ചതെങ്കിലും എനിക്ക് കേൾക്കാമായിരുന്നു. എല്ലാം കേട്ടു.

സംഭവങ്ങളിൽ എല്ലാവർക്കും ദുഃഖമുണ്ടായിരുന്നു. അതിനെപ്പറ്റിയൊന്നും ഇനി പറഞ്ഞിട്ട് കാര്യമില്ലല്ലോ എന്ന് ചർച്ച തുടങ്ങി.

അവിവേകം വല്ലതും അവൾ കാണിച്ചാലോ എന്ന് സംശയം പ്രകടിപ്പിച്ചത് അച്ഛപെങ്ങളാണ്.

സൂക്ഷിക്കണം എന്ന മുൻകരുതലിൽ എല്ലാവരും യോജിച്ചു.

സ്ത്രീകളാണ് കൂടുതലും സംസാരിച്ചത്.

സുന്ദരേട്ടന്റച്ഛനും അമ്മയും വീട്ടിൽ കുറേക്കാലംകൂടി സ്ഥിരതാമസമാക്കണമെന്ന് നിർദ്ദേശിച്ചതും അച്ഛപെങ്ങളാണ്. അവരുടെ ഭർത്താവ് രോഗശയ്യയിലാണ്; വേറെ ആളില്ല. കുട്ടികളൊക്കെ ഓരോ നാട്ടിലാണ്.

അമ്മ നേരിയ വിസമ്മതം രേഖപ്പെടുത്തിയെങ്കിലും സമ്മതിച്ചു. പക്ഷെ, എത്രകാലമെന്ന ചോദ്യമുണ്ടായി.

അച്ഛപെങ്ങൾ സൂചിപ്പിച്ചു: "പ്രായമൊന്നും ആയില്ല്യ, കണ്ടാലും നന്ന്, ആരെങ്കിലും ആലോചിച്ച് വരുംവരെ...."

അതിന് സമ്മതിച്ചാലല്ലേ എന്ന് അമ്മ.

സമ്മതിക്കാതിരിക്ക്ല്ല്യാന്ന് അച്ഛപെങ്ങൾ. "കാലംകൊണ്ട് ഉണങ്ങാത്ത മുറിവ്ണ്ടോ? ഇല്ല്യ. കൊറച്ച് കാലം കഴിഞ്ഞാൽ....അല്ലെങ്കിലെന്ത്നാ ഏറെ ദൂരെപ്പോണ്, നിങ്ങക്ക് സുകുമാരൻ ഇല്ല്യേ? എന്താ ഒരു മോശം? മെല്ലെ മതീച്ചോളൂ. സമയാവട്ടെ...എല്ലാം അറീണ പൊറമേക്കാരാരെങ്കിലും ഇനി അന്വേഷിച്ച് വരാൻ പ്രയാസാണ്."

അത്രയും നേരവും കേൾക്കാത്ത ശബ്ദം അപ്പോൾ കേട്ടു. അച്ഛൻ പറഞ്ഞു: "അതൊന്നും ഇപ്പൊ ആലോചിക്കാറായില്ല്യ. കര കയറട്ടെ. പിന്നെ, കുട്ടിക്കെന്താ ഇഷ്ടാച്ചാൽ അതുപോലെ നോക്കാം. കൂനിന്മേ

ലൊരു കുരു വേണ്ട. ഞാൻ എന്തായ്യാലും മൂന്നുനാലു മാസം ലീവായി. രണ്ടുമൂന്നു മാസംകൂടി നോക്കട്ടെ.”

കേട്ടപ്പോൾ ആശ്വാസമായി. എന്റെ മനസ്സെന്തെന്നും എങ്ങനെയെന്നും ചിന്തിക്കാനെങ്കിലും തയ്യാറുള്ള ഒരാളെങ്കിലും അവശേഷിക്കുന്നു എന്നത് ആശ്വാസംതന്നെ.

അച്ഛൻ എന്നെ വീണ വായിക്കാൻ പ്രേരിപ്പിച്ചു തുടങ്ങി. തനിക്ക് കേൾക്കാനാണെന്നു പറഞ്ഞുകൊണ്ടായിരുന്നു. അപേക്ഷയായിരുന്നു.

എന്റെ വിരലുകളുണർത്തിയ ദുഃഖത്തിന്റെ ഈണങ്ങൾ എനിക്ക് പ്രിയങ്കരങ്ങളായി. ചെറിയമ്മയും ചെറിയച്ഛനും ഈ മാറ്റത്തിൽ സന്തുഷ്ടരായി.

അച്ഛൻ അവിടെയും നിന്നില്ല. പട്ടണത്തിൽ ഒരു കച്ചേരിയൊരുക്കി. ഒരു സംഗീതോത്സവത്തിന്റെ കൂട്ടത്തിൽ. പ്രതിഫലമില്ലാതെ പാടുകയായിരുന്നു. വീണ മാത്രമല്ല, വായ്പ്പാട്ടും.

എനിക്ക് ഉത്സാഹമൊന്നും തോന്നിയില്ല. അച്ഛൻ പറഞ്ഞു. “കുട്ടി, ഇതൊരു അനാഥാലയത്തിന് പണമുണ്ടാക്കാനാണ്. നല്ല കാര്യത്തിനാണ്.”

എത്രയോ മാസങ്ങൾക്ക് ശേഷം പഴയ കാറിൽ ഒരിക്കൽക്കൂടി ഞാൻ യാത്ര പുറപ്പെട്ടു. വളരെ ഉള്ളിൽ തട്ടി പാടി എന്നു മാത്രമേ എനിക്കറിയൂ. ഒരു തരത്തിൽ എന്റെ കരച്ചിലായിരുന്നു അത്. ആരും തടയാത്ത, നിയന്ത്രണം തന്നെയില്ലാത്ത, എന്റെ മനസ്സ് ഞാൻ തന്നെ പിച്ചിച്ചീന്തുന്ന, എന്റെ ശരീരം കൊണ്ട് എനിക്ക് കഴിയാതെപോയ, ദീനമായ കരച്ചിൽ. എത്ര നേരമായെന്നോ എത്ര നന്നായെന്നോ എനിക്കറിയില്ല.

കരച്ചിലിന് ഇത്ര വലിയ കൈയടിയോ എന്നു ഞാൻ അമ്പരന്നു. അഭിനന്ദിക്കാൻ പലരും വന്നു. കരച്ചിലിന് അഭിനന്ദനം!

നാടുനീളെ നടന്നു കരയാൻ ഏതായാലും ഞാൻ തീരുമാനിച്ചു കഴിഞ്ഞിരുന്നു. കരഞ്ഞു കിട്ടുന്നത് ആരുടെയെങ്കിലും കരച്ചിലടക്കാൻ ഉപയോഗിക്കാനും.

17

പിണങ്ങിപ്പിരിഞ്ഞ ഇഴകൾ

പാട്ടുകച്ചേരി കഴിഞ്ഞ് പിറ്റേന്ന് അച്ഛൻ, എന്തോ കാരണവശാൽ, പറഞ്ഞു: “കല ദൈവീകാണ്, ഉപാസന ദേവപ്രീതിക്ക് നന്ന്. മുജ്ജന്മദുരിതം തീരുവരെ ഉപാസിക്ക്യാണു വേണ്ടത്. സന്ന്യാസംന്നന്നെ വേണെങ്കിൽ വിചാരിച്ചോളൂ.”

അങ്ങനെ എനിക്കൊരു പിടിവള്ളി കിട്ടി. തുടർന്നും കരയാൻ അവസരം കിട്ടി. ആത്മഹത്യ ചെയ്തുകളയാമെന്ന ചിന്ത എന്തൊരു മണ്ടത്തരമായിരുന്നുവെന്ന് എനിക്കുതോന്നി. മറ്റൊരു കാരണവുമുണ്ടായിരുന്നു ആ തോന്നിലിന് പിന്നിൽ. മരിച്ചുപോയാൽ പിന്നെ എനിക്ക് സുന്ദരേട്ടനെയോ അച്ഛനെയോ ഓർക്കാൻകൂടി കഴിയില്ല. ഞാൻ ജീവിച്ചിരി ക്കുന്നേടത്തോളം കാലം എന്റെ ഓർമ്മയിലെങ്കിലും അവർ ജീവിക്കും. സുന്ദരേട്ടനെ എന്റെ മുന്നിൽ കൊണ്ടുവരാൻ ഇപ്പോഴും എനിക്ക് പ്രയാസമില്ല, കണ്ണടയ്ക്കുകയേ വേണ്ടു. കണ്ണു തുറന്നുപോലും കാണാൻ കഴിയും. അച്ഛന്റെ കാര്യവും ഇങ്ങനെതന്നെ.

അവർ ജീവിക്കണമെങ്കിൽ ഞാൻ ജീവിക്കണമെന്ന് എനിക്ക് തോന്നി. കഴിഞ്ഞ ജന്മത്തിൽ ഏതോ മഹാപാപം ചെയ്തിരിക്കണം. അതിന്റെ ശിക്ഷയായിരിക്കാം എന്ന് സുന്ദരേട്ടന്റച്ഛൻ തന്നെത്തന്നെയും എന്നേയും ഉൾപ്പെടുത്തി നെടുവീർപ്പോടെ പലവുരു പറഞ്ഞു. കരുണാമയനായ ദൈവത്തിന് അങ്ങനെ ക്രൂരതയിൽനിന്ന് മോചനം കിട്ടി. ത്യാഗരാജകൃതികൾ ഉള്ളിൽത്തട്ടിത്തന്നെ പാടാമെന്നായി. മീരാഭജൻ പ്രിയങ്കരവുമായി

മനസ്സുകൊണ്ട് സന്ന്യാസം സ്വീകരിച്ചു.

അങ്ങനെ എന്റെ കാഴ്ചപ്പാടും ഭാവിയും തിട്ടപ്പെട്ടു.

പ്രീ യുണിവേഴ്സിറ്റി പരീക്ഷയിൽ തോറ്റ് അഞ്ചു കൊല്ലവും ഒന്നും ചെയ്യാതെ ഓമനപ്പുത്രനായി നടന്ന സുകുമാരൻ അക്കാലത്തുതന്നെ

എനിക്കൊരു തലവേദനയായി. അതിരുകവിഞ്ഞ ആത്മവിശ്വാസത്തോടെയാണ് എന്നോട് പെരുമാറ്റം. വിളിച്ചും വിളിക്കാതേയും വരും മുറിയിലും അരികിലും. കൂസലില്ലാത്ത ചിരിയുണ്ടാവും ചുണ്ടത്ത്.

അമ്മു എന്ന് ഒരു തവണയേ വിളിച്ചുള്ളൂ. ഞാൻ തിരുത്തി, അമ്മുവല്ല ചേട്ടത്തിയമ്മ.

അത്രയും വലിയ പേരു വിളിക്കാൻ പ്രയാസമാണ് എന്ന് 'ചേമ്മ' എന്നു തമാശവിളി തുടങ്ങി. അതൊരു ഫലിതമാണെന്നായിരുന്നു മൂപ്പരുടെ വിശ്വാസം. കാമ്പില്ലാത്ത ഒരു ചെറുപ്പക്കാരൻ. അത്യാവശ്യമുള്ള വേണ്ടാവൃത്തികൾക്കൊക്കെ അമ്മയോട് പണം വാങ്ങും. അച്ഛനുമായി വലിയ അടുപ്പമില്ല.

എത്രയായാലും സുന്ദരേട്ടന്റെ അനുജനല്ലേ, നീരസമൊന്നും ഞാൻ ഭാവിച്ചില്ല. അടക്കിനിർത്തുന്നതിനു പറ്റിയ രീതിയിൽ പെരുമാറി. ചെറിയ കുട്ടികളായ മീരയും മിനിയും എന്റെ ഏകാന്തതയ്ക്കു ഏറക്കുറെ മരുന്നുമായി.

കുട്ടിടെ കഴിവ് ലോകത്തിന് ഉപയോഗപ്പെടട്ടെ എന്ന മുഖവുരയോടെയാണ് അച്ഛൻ നൃത്തപരിപാടിയുടെ കാര്യം അറിയിച്ചത്. ഒരു അന്ധവിദ്യാലയത്തിന് പണമുണ്ടാക്കാൻ. ഞാൻ സമ്മതിച്ചു.

കണ്ണുകാണാത്ത കൊച്ചുകുട്ടികളുടെ ലോകം. അതെന്നെ വല്ലാതെ ഉലച്ചു. പരിപാടിക്കു മുമ്പ് പ്രിൻസിപ്പൽ എന്നെ കുട്ടികളുടെ താമസസ്ഥലത്തേക്ക് കൊണ്ടുപോയി. കുട്ടികൾ എന്നെ വളഞ്ഞു. തൊട്ടും തടവിയും ഒട്ടിനിന്നു. നൃത്തം കാണാൻ അവർക്ക് കഴിയില്ലല്ലോ. അവരുടെ കൊച്ചു മനസ്സുകൾ എന്റെ മനസ്സിന്റെ ഓരങ്ങളിൽ തൊടുന്നത് ഞാൻ അറിഞ്ഞു. അവരുടേതുമായി താരതമ്യപ്പെടുത്തുമ്പോൾ എന്റെ നിർഭാഗ്യം നിസ്സാരമാണെന്ന് ഞാൻ മനസ്സിലാക്കി. ഒരു ഇലയോ പൂവോ എന്നല്ല, സ്വന്തം അമ്മയെപ്പോലും കാണാൻ കഴിയാത്ത കുട്ടികൾ. അവരുടെ വീർപ്പുമുട്ടൽ....

വേണ്ടാ, ഡോക്ടർ, അതൊന്നും ഞാൻ പറയേണ്ട കാര്യമില്ലല്ലോ. ദൈവത്തിന്റെ ക്രൂരതയെപ്പറ്റിത്തന്നെ വീണ്ടും എനിക്ക് ചിന്തിക്കേണ്ടിവരുന്നു. മുജ്ജന്മപാപത്തിലൊന്നും ഇന്നെനിക്ക് വിശ്വാസമില്ല. പാപത്തിനു ശിക്ഷയാണെങ്കിൽ പാപത്തെക്കുറിച്ച് അറിവില്ലാത്ത പാവം കുട്ടികൾക്കെങ്ങിനെ ശിക്ഷ? എന്തിനുള്ള ശിക്ഷയെന്നറിയാതെയുള്ള ശിക്ഷ എന്തൊരു ശിക്ഷ?

അതുകൊണ്ടാണ് ദൈവാർപ്പണമായി പാടാൻ എനിക്കുകഴിയാതായത്. അതു പിന്നീട് പറയാം. മറ്റേ വിചാരത്തിന്റെ കഥയും ഇതുതന്നെ. സുന്ദരേട്ടനെ മനസ്സിലെങ്കിലും ജീവിപ്പിക്കാൻ ഞാൻ മരിച്ചുകൂടെന്ന വിചാരത്തിന്റെ കാര്യമാണ് പറയുന്നത്. എനിക്കായി സുന്ദരേട്ടനെ ജീവിപ്പിക്കുന്നെങ്കിൽ അതെന്റെ സ്വാർത്ഥം മാത്രമാണല്ലോ. ചുവരിൽ കരിക്കട്ട കൊണ്ടൊരു ചിത്രം വരച്ച് അതും നോക്കിയിരിക്കുന്ന ഞാൻ....

അതും അവിടെ നില്ക്കട്ടെ.

പണ്ട് കോളേജിലെ അരങ്ങേറ്റത്തിനുശേഷം ആദ്യമായിട്ടായിരുന്നു എന്റെ നൃത്ത പരിപാടി. താളത്തിൽ അലിയാൻ പ്രയാസമുണ്ടായില്ല. എന്റെ മുന്നിലിരിക്കുന്നത് കണ്ണുകാണാത്ത കുട്ടികളാണെന്ന് ഞാൻ കരുതി. അങ്ങനെയാണ് എനിക്ക് തോന്നിയത്. അവർ യഥാർത്ഥത്തിൽ എന്നെ കാണുന്നില്ല. അവരുടെ മനസ്സിൽ അവർ ഉണ്ടാക്കിയ എന്റേതെന്ന ചിത്രം മാത്രം കാണുന്നു. ലോകമാകെ ഉടഞ്ഞു തകരണമെന്ന വാശിയോടെ ഞാൻ അമർത്തിച്ചവിട്ടിയാടി. ആ ഇളക്കവും എന്റെ കരച്ചിലായിരുന്നു. ഉറക്കെയുള്ള കരച്ചിൽ. കരയുംതോറും കൂടുതൽ കരയണമെന്നു തോന്നി. കരഞ്ഞു കഴിഞ്ഞപ്പോൾ കടൽ ശാന്തമായ ആശ്വാസം.

തിരികെ പോരുമ്പോൾ ഞാൻ അച്ഛനോട് പറഞ്ഞു, "അവരുണ്ടാക്ക്ണ ഹോസ്റ്റലിന് സുന്ദരേട്ടന്റെ പേരിട്ടോട്ടെ, എന്താ?"

"ശരി, കുട്ടി."

"പരിപാടി കിട്ട്യാൽ ആ കുട്ട്യോൾക്ക് ഇനീം വല്ലതും കൊട്ക്കാം."

അച്ഛന്റെ മുഖത്ത് ഏറെക്കാലത്തിനുശേഷം പുഞ്ചിരി വിടരുന്നത് ഞാൻ കണ്ടു: "പരിപാടി നന്നായി. ഇനിയെങ്കിലും ഈശ്വരാനുഗ്രഹണ്ടാവട്ടെ."

കോളേജിലെ പരിപാടി കഴിഞ്ഞ് സുന്ദരേട്ടന്റെ കൂടെ തിരികെ പോന്നത് ഞാൻ ഓർത്തു. അച്ഛന്റെ അഭിമാനം നിറഞ്ഞ മുഖം ഓർമ്മയിൽ തെളിഞ്ഞു.

"നന്നായീന്നല്ല, അസ്സലായി," അമ്മ പറഞ്ഞു. അവരുമുണ്ട് കാറിലെന്ന് അപ്പോഴാണ് ഞാൻ ഓർത്തത്. അന്ധവിദ്യാലയക്കാർക്ക് എത്ര സന്തോഷമായെന്നും കണ്ടു മടങ്ങുന്നവർ എത്രയാണ് അഭിനന്ദിച്ചതെന്നുമെല്ലാം അമ്മ പറഞ്ഞു കൊണ്ടിരുന്നു.

അതിന്റെ പിറ്റേന്നാണ് ഓർക്കാപ്പുറത്ത് സിനിമാ നിർമ്മാതാവ് വന്നത്. അഭിനയിക്കണം. കാറിൽ നാലഞ്ചു പേർ ഉണ്ടായിരുന്നു. നൃത്തം കണ്ടു, നന്നായി, അഭിനയിക്കാൻ വരണം. നല്ല ചാൻസാണ്.

സിനിമയെന്നു കേട്ടപ്പോഴേ അമ്മയ്ക്ക് അത്യുത്സാഹമായി. വന്നവർക്ക് ചായയും പലഹാരങ്ങളുമായി. ദേവലോകത്തുനിന്ന് വന്നവരെന്ന നിലയിൽ സ്വീകരണമായി.

പുതുമുഖത്തെ അന്വേഷിച്ചു നടക്കുകയാണെന്നാണ് അവർ പറഞ്ഞത്. ഞാൻ പൂമുഖത്തിനടുത്തുള്ള മുറിയിലിരുന്ന് എല്ലാം കേട്ടു. വൃത്തികേടുകൾ ഒന്നുമില്ലാത്ത ചിത്രമാണ്. ഡാൻസുണ്ടാവും. ഒരു ഡാൻസുകാരിയുടെ കഥയാണ്. നായികയുടെ റോളിനാണ് ഉദ്ദേശിക്കുന്നത്. പുതുമുഖത്തെ അഭിനയിപ്പിക്കുക എന്നതുതന്നെ റിസ്കാണ്. അതുകൊണ്ട് വലിയ തോതിൽ പ്രതിഫലം കിട്ടിയില്ലെന്നു വരാം.

ഇതിനിടയിൽ, അമ്മയാണല്ലേ എന്ന അവരുടെ ചോദ്യത്തിന് അതെ എന്ന് അമ്മ മറുപടി നല്കിക്കഴിഞ്ഞിരുന്നു.

എല്ലാം കേട്ട് സുന്ദരേട്ടന്റച്ഛൻ പറഞ്ഞു: "ഞങ്ങൾക്ക് താല്പര്യമില്ല. നിങ്ങൾക്ക് ആളും സ്ഥലവും മാറിപ്പോയതായിരിക്കാം. ദയവ് ചെയ്ത്...."

എന്റെ മുറിയുടെ മുന്നിൽനിന്ന് അമ്മ മറ്റുള്ളവർ കാണാതെ അച്ഛന്റെ

ശ്രദ്ധയാകർഷിക്കാൻ പാടുപെടുന്നത് ഞാൻ കണ്ടു. എനിക്ക് ചിരിവന്നു.

ഞാൻ ഉറക്കെ വിളിച്ചു: “അച്ഛാ...”

അത്ര ഉറക്കെ അച്ഛാ എന്ന് അന്നാദ്യമായി വിളിക്കുകയായിരുന്നു. വിളിച്ചപ്പോൾ മേലാകെ കോരിത്തരിച്ചു.

അച്ഛൻ മുറിയിൽ വന്നു: “എന്താ കുട്ടീ?”

അച്ഛന്റെ കൂടെ അമ്മയും മുറിയിൽ കടന്നു. ആംഗ്യവും അടക്കിപ്പിടിച്ച സ്വരവുമായി അച്ഛനെ നിർബ്ബന്ധിച്ചു: “നിങ്ങക്കെന്താ പ്രാന്ത്ണ്ടോ? ഇത്ര നല്ല കാര്യം എന്താ വേണ്ടാന്ന്? സിനിമാച്ചാൽ എന്താ കഥാന്ന് അറിയ്യോ? എന്താ വിചാരിച്ചത്!....”

അതൊന്നും ശ്രദ്ധിക്കാതെ അച്ഛൻ എന്റെ മുഖത്തുതന്നെ നോക്കിനിന്നു. ഞാൻ പറഞ്ഞു: “കൊറെ കാശ് കിട്ട്യാൽ നല്ല കാര്യം എന്തെങ്കിലും ഇനീം ചെയ്യാലോ, ഇല്ല്യേ?”

“കേട്ടേടത്തോളംകൊണ്ട് നല്ല ഏർപ്പാടല്ല, കുട്ടീ.” അച്ഛൻ നെറ്റി ചുളിച്ചു.

“ഒരു തീയും എനിക്കിനി പൊള്ളില്ല്യാച്ഛാ, എന്ത്നാ വേണ്ടാന്നിക്കണ്?”

“അതന്യാ ഞാമ്പറേണ്” എന്ന് അമ്മ.

അച്ഛൻ വീണ്ടും എന്നെ തറപ്പിച്ചു നോക്കി. എന്റെ കണ്ണുകളിലൂടെ എന്റെ ആത്മാവിലേക്ക് നോക്കുന്നതുപോലെ. എനിക്ക് പതർച്ച തോന്നിയില്ല.

“എനിക്ക് വിശ്വാസം പോരാ,” അച്ഛൻ പറഞ്ഞു. “ഒട്ടും പോരാ.”

അമ്മ ചോദിച്ചു: “ആരെ?”

അച്ഛൻ മുഖം തിരിച്ചു: “ആരേം”

ഞാൻ പതുക്കെ പറഞ്ഞു: “നമുക്കൊന്ന് പരീക്ഷിച്ചു നോക്കിയാലെന്താ? വേണ്ടെങ്കിൽ വേണ്ടാന്ന് വയ്ക്കാം.”

“ഇതാണ് പണ്ടും സ്വഭാവം.” അമ്മ അച്ഛനെ കുറ്റപ്പെടുത്തി. “എവിടെത്തൊട്ടാലും മർമ്മം!”

“നീയൊന്ന് മിണ്ടാണ്ടിരിക്ക്ണ്ണ്ണ്ടോ!” അച്ഛൻ ക്ഷോഭിച്ചു. പെട്ടെന്ന് തിരിഞ്ഞ് പൂമുഖത്തേക്ക് പോവുകയും ചെയ്തു. അവിടെ ചെന്ന് പറയുന്നത് കേട്ടു: “ആലോചിച്ചു പറയാം.”

“ഞങ്ങൾ രണ്ടുമൂന്ന് ഫോട്ടോ എടുത്തോട്ടെ?”

“നിർബ്ബന്ധാണെങ്കിൽ...” അച്ഛൻ അർദ്ധസമ്മതം മൂളി.

ഞാൻ പൂമുഖത്തു ചെന്നുനിന്നു. ഫ്ളാഷ് ബൾബുകൾ തിളങ്ങി.

യാത്ര പറയുമ്പോൾ കഴുത്തിൽ സ്വർണ്ണ ചെയിനുള്ള ചെറുപ്പക്കാരൻ ഒരു കെട്ട് നോട്ട് ഉമ്മറത്തിണ്ണയിൽ വെച്ചു: “തീരുമാനം അനുകൂലമല്ലെങ്കിൽ ഞങ്ങൾ വന്ന് തിരിച്ചു വാങ്ങിക്കോളാം.... പോട്ടെ?”

അച്ഛൻ മറുപടി പറയാൻ കഴിയുന്നതിനു മുമ്പ് രണ്ടു കാര്യങ്ങൾ നടന്നു. വന്നവർ കാറിൽ കയറി കൈവീശി യാത്രയായി. അമ്മ നോട്ടുകെട്ട് കൈയിലുമാക്കി.

അയ്യായിരം ഉറുപ്പിക!

“അശ്രീകരം!” അച്ഛൻ നിന്നു പുകഞ്ഞു, “നീ എന്റെ കുട്ട്യേ അറവുകാർക്കു വിറ്റു!”

“എന്നെക്കൊണ്ടൊന്നും പറയിക്കണ്ട!” അമ്മ ആ നോട്ടുകെട്ടുകൾ തിണ്ണയിലിട്ട് അമർത്തിച്ചവിട്ടി അകത്തേക്ക് പോയി.

തിണ്ണയിൽ ഒരു കാലുയർത്തി വെച്ച് കാല്മുട്ടിൽ കൈയൂന്നി നെറ്റി കൈപ്പത്തിയിൽ താങ്ങി അച്ഛൻ കുനിഞ്ഞു നിന്നു: “ഈശ്വരാ...!”

കുനിഞ്ഞ് പണമെടുത്ത് ഞാൻ അരികിൽ ചെന്നു പതുക്കെ വിളിച്ചു: “അച്ഛാ....”

നെറ്റി കൈപ്പത്തിയിൽ നിന്നെടുത്ത്, പകരം കൈപ്പത്തിയിൽ താടിയൂന്നി അച്ഛൻ എന്നെ നോക്കി. കണ്ണുകൾ നിറഞ്ഞിരിക്കുന്നു.

ഞാൻ പറഞ്ഞു: “ഇതിവിടെ വയ്ക്കാം. കാര്യം നന്നായി നടന്നുവെങ്കിൽ നമുക്കിത് ആ കണ്ണുകാണാത്ത കുട്യോൾക്കു കൊടുക്കാം. അല്ലാച്ചാൽ മടക്കിക്കൊട്ക്കേം ചെയ്യാം.”

“നരകവാതിലാ കുട്ടീ, തൊറന്നൂടാ.”

“ഞാനല്ലേ അച്ഛാ പറേണ്? എന്നെ വിശ്വാസല്ല്യേ?”

എന്റെ തോളിൽ കൈവെച്ച് അച്ഛൻ ഒരു കൊച്ചു കുട്ടിയെപ്പോലെ മുഖം കുനിച്ചു കരഞ്ഞു: നിശ്ശബ്ദം. ഈരിഴ തോർത്തിന്റെ തെറ്റിപ്പിരിഞ്ഞ നൂലിഴകൾ പാറിവീണ മുതുകിലും വാരിയിലും എല്ലുകൾ കൂടുപൊളിക്കാൻ ശ്രമിക്കുന്നത് ഞാൻ കണ്ടു.

അങ്ങനെയാണ് എന്റെ ചലച്ചിത്രാഭിനയം ഞാൻ തുടങ്ങിയത്. ഈ തീരുമാനം എന്റേതായിരുന്നു. അതും തെറ്റായിരുന്നുവെന്നു പറയാം. തികച്ചും തെറ്റെന്നും പറഞ്ഞുകൂടാ. അഭിനയിച്ചു കിട്ടിയ പണത്തിൽ മുക്കാൽ ഓഹരിയും ആതുരാലയങ്ങൾക്ക് കൊടുക്കുകയായിരുന്നു. പക്ഷേ, തീരുമാനം മറിച്ചായിരുന്നെങ്കിൽ ഞാനിന്നീ മുറിയിൽ ഉണ്ടാകുമായിരുന്നില്ല.

വീണ്ടും മറന്നുപോയി: എങ്കിലുകൾക്കൊരു വിലയുമില്ലല്ലോ, ഡോക്ടർ. പോന്നവഴിയിലല്ലേ. കാലൂന്നിയിട്ടുള്ളു? അപ്പുറത്തുമിപ്പുറത്തും വേറെ വഴികളുണ്ടായിരുന്നെങ്കിലും ഫലത്തിൽ ഇല്ലാത്ത സ്ഥിതിയായില്ലേ സമയത്തിന്റെ സന്നിഗ്ദ്ധാവസ്ഥയിൽ ഒരു പ്രത്യേക വഴി തെരഞ്ഞെടുത്തു കഴിഞ്ഞാൽ?

18

അടർന്നും അലിഞ്ഞും പോയവർ

ഞാൻ സിനിമയിൽ അഭിനയിക്കാൻ തുടങ്ങിയ കാലത്താണ് ചെറിയമ്മയും ചെറിയച്ഛനും സ്വന്തം നാട്ടിലേക്ക് തിരികെപ്പോയത്. ചെറിയച്ഛൻ സ്കൂളിൽനിന്ന് റിട്ടയർ ചെയ്തു. ഞങ്ങളുടെ നാട്ടിൽ കൂടുതൽ താമസിക്കേണ്ടതില്ലെന്നായി.

വർഷങ്ങൾക്കു ശേഷം പത്തായപ്പുര ഒഴിഞ്ഞു.

പോകാൻ ഒരുങ്ങിനിന്ന ചെറിയച്ഛന്റെ മുന്നിൽ എനിക്കുണ്ടായിരുന്നു ആഭരണങ്ങളെല്ലാം കടലാസിൽ പൊതിഞ്ഞ് ഞാൻ വെച്ചു. അച്ഛൻ കുട്ടിക്കാലം തൊട്ട് എനിക്ക് ഉണ്ടാക്കിത്തന്നതെല്ലാം അതിലുണ്ടായിരുന്നു.

ചെറിയച്ഛൻ നിറഞ്ഞ കണ്ണുകളോടെ ചോദിച്ചു: "എന്താത് അമ്മുക്കുട്ടി"?

ഞാൻ ഒറ്റ വാക്കു പറഞ്ഞു: "ദക്ഷിണ."

"അമ്മുക്കുട്ടിക്ക് ഇനിയുള്ള ജീവിതത്തിലെങ്കിലും സന്തോഷണ്ടായാൽ അതുതന്നെ ദക്ഷിണയായി, എനിക്ക് വേറൊന്നും വേണ്ട." ചെറിയച്ഛൻ പറഞ്ഞു.

ഞാൻ ചെറിയമ്മയെ നോക്കി: "എന്നാലിത് ചെറിയമ്മയ്ക്കിരിക്കട്ടെ."

എന്നെ അണച്ചു നിർത്തി ശിരസ്സിൽ കൈവെച്ച് ചെറിയമ്മ ചോദിച്ചു: "എനിക്കോ, മോളെ? എന്തിന്?"

ഞാൻ തോറ്റു.

ഭൂമിയിലെ ഏറ്റവും വിലകൂടിയ ലോഹം ഇരുവർക്കും വേണ്ട!

"എടുത്തോളൂ മാഷേ," സുന്ദരേട്ടന്റച്ഛൻ എന്നെ സഹായിക്കാൻ നോക്കി. "കുട്ടി സന്തോഷിച്ച് തര്ണതല്ലേ?"

ചെറിയച്ഛൻ കണ്ണീരിലൂടെ ചിരിച്ചു: "നമ്മള് രണ്ടാളും അദ്ധ്യാപകരല്ലേ, എന്നിട്ടും അങ്ങനെ പറേണത് കഷ്ടാണ്."

അച്ഛനും തോറ്റു.

വല്ലപ്പോഴും വരണം എന്നു മാത്രമേ പിന്നീട് പറയാൻ ഉണ്ടായിരുന്നുള്ളു. പറഞ്ഞില്ലെങ്കിലും വരുമെന്ന് ഇരുകൂട്ടർക്കും അറിയാമായിരുന്നു. പക്ഷെ, അത്ര അകലെനിന്ന് കൂടെക്കൂടെ വരികയൊന്നുമുണ്ടാവില്ല എന്ന് നല്ല തീർച്ചയുമുണ്ടായിരുന്നു.

വരികയല്ല, കൂടെക്കൂടെ കത്തയക്കുകയാണ് ചെറിയച്ഛൻ ചെയ്തുകൊണ്ടിരുന്നത്-രണ്ടു വർഷം മുമ്പ് ഇടതുവശം തളർന്ന് വീഴുംവരെ. ചികിത്സയ്ക്കും, ചെലവിനുമായി നിർല്ലോഭം സഹായിക്കാൻ എനിക്കു കഴിഞ്ഞു. ഒരിക്കൽ ഞാൻ അവിടെ പോകുകയും ചെയ്തു. ഇടിഞ്ഞു പൊളിഞ്ഞ പഴയ തറവാട്ടിൽ. ദയനീയമായിരുന്നു ആ രംഗം. നൃത്തം വെച്ചും നൃത്തംവയ്ക്കാൻ പഠിപ്പിച്ചും കഴിഞ്ഞ കാലുകൾ തളർന്ന്, സ്വരശുദ്ധിയുള്ള ശബ്ദം നഷ്ടപ്പെട്ട് ചുണ്ടുകൾ കോടി, നാവു തടിച്ച്....എങ്കിലും അന്ന് പത്തായപ്പുര ഒഴിഞ്ഞുപോകുന്ന സന്ദർഭത്തിൽ എന്നപോലെ, എന്റെ കണ്ണുകൾ നിറഞ്ഞില്ല. ഞാൻ പറഞ്ഞില്ലേ, ഭ്രാന്തായി അഭിനയിക്കാൻ തുടങ്ങിയതിൽ പിന്നെയാണ് ഞാൻ കരഞ്ഞത്.

കഴിഞ്ഞ വർഷകാലത്ത് വലിയ ഒച്ചപ്പാടൊന്നും ഉണ്ടാക്കാതെ ചെറിയച്ഛൻ മരിച്ചു. നല്ല മനുഷ്യർ നിശ്ശബ്ദരായി മരിക്കുന്ന കാലമാണല്ലോ.

ചെറിയമ്മ ഒരു ബന്ധുവീട്ടിലേക്ക് താമസം മാറ്റി. ഇടിഞ്ഞു പൊളിഞ്ഞ തറവാട് വിറ്റു. ചെറിയച്ഛൻ മരിച്ചിട്ടും മൂന്നാം ദിവസമാണ് ഞാൻ അറിഞ്ഞത്. ചെറിയമ്മ പറഞ്ഞ് ആരോ എഴുതിയ കത്ത് വീട്ടിൽ എത്തി. പിന്നെ സിനിമാ ലൊക്കേഷനിൽ എത്തിയിട്ട്. ചെറിയമ്മയ്ക്ക് ചെലവിനുള്ളത് എല്ലാ മാസവും അയച്ചു കൊടുക്കാറുണ്ട്.

ഞാൻ എന്റെ മുഖത്ത് ചായം പുരട്ടാൻ തുടങ്ങിയിരുന്നില്ലായിരുന്നെങ്കിൽ ഇതൊന്നും സാധിക്കുമായിരുന്നില്ല. ദീർഘകാലത്തെ വക്കീലുദ്യോഗത്തിൽനിന്ന് അച്ഛൻ സാരമായി ഒന്നും സമ്പാദിച്ചിരുന്നില്ല. വീട്ടിൽ കുറച്ച് ഭൂമിയുണ്ട്, അത്ര തന്നെ. ഉള്ളതുകൊണ്ട് തിരുവോണംപോലെ ആക്കുകയായിരുന്നു അച്ഛൻ.

വീട്ടിൽ തനിച്ച് ചടഞ്ഞുകൂടിയിരുന്നെങ്കിൽ ഞാൻ എങ്ങനെ നിത്യവൃത്തിക്ക് വക കണ്ടെത്തുമായിരുന്നു എന്ന് എനിക്കുതന്നെ നിശ്ചയമില്ല. ഉർവ്വശീശാപമാണെങ്കിലും സിനിമ ഉപകാരമായി.

ആദ്യത്തെ ചിത്രം ശരാശരി വിജയം മാത്രം. രണ്ടാമത്തേത് അരങ്ങ് തകർത്തു. വേട്ടയാടപ്പെടുന്ന ഒരു അമ്മയുടെ ഹൃദയസ്പർശിയായ കഥ.

ഒരിക്കലും പ്രസവിച്ചിട്ടുപോലുമില്ലാത്ത എനിക്ക് ആ റോൾ എങ്ങനെ അഭിനയിക്കാൻ കഴിഞ്ഞുവോ ആവോ. അഭിനയിക്കാൻ കഴിഞ്ഞു. ഒരു തരത്തിലും ഗതികിട്ടാഞ്ഞ്, കൊച്ചുകുഞ്ഞിനെ പോറ്റാൻ കഴിയാഞ്ഞ്, അവസാനം സിംഹിയായി മാറുന്ന ആ അമ്മയെ എനിക്ക് ഇഷ്ടമായി. അവർ ഞാൻ തന്നെയായി.

ചുരുക്കിപ്പറഞ്ഞാൽ ഞാനല്ലാത്ത ഏതൊരാളായും മാറാൻ എനിക്ക് നിഷ്പ്രയാസം സാധിച്ചു. ഞാനായിത്തുടരാൻ ഒരിക്കലും തരിമ്പുമിഷ്ടപ്പെടാത്ത സ്ഥിതിയിലായിരുന്നുവല്ലോ ഞാൻ. ഞാൻ ഞാനല്ലെന്നു

സങ്കല്പിക്കുക, ആ സങ്കല്പം മാനസികമായി ഒരു യാഥാർത്ഥ്യമാക്കുക, അതിനനുസരിച്ച് പ്രതികരിക്കുക, ജീവിക്കുക–വലിയ മോചനമായിരുന്നു ഇത്. ഇങ്ങനെ മാറിക്കഴിഞ്ഞാൽപ്പിന്നെ എനിക്ക് ചിരിക്കാം, കരയാം, ആടാം, പാടാം, സ്നേഹിക്കാം, വെറുക്കാം എന്നല്ല സർവ്വോപരി എന്റെ വിങ്ങലുകളിൽനിന്ന് താല്ക്കാലികമായി മോചനവും നേടാം.

തുടക്കത്തിൽ, സാങ്കേതികതകളും അഭിനയരീതിയും പഠിക്കാൻ അല്പം വിഷമമുണ്ടായെന്നാലും വേഗം ഇണങ്ങാൻ കഴിഞ്ഞു. എന്തും സഹിക്കാൻ കരുത്തുണ്ടായിരുന്നതുകൊണ്ട് ഞാൻ ആർക്കും ഒരു ഭാരമല്ലാതായി. എന്നെ പുലർത്താൻ സിനിമാ കമ്പനിക്കാർക്ക് എളുപ്പമായിരുന്നു, താരതമ്യേന, അവരേക്കൊണ്ടൊരു ശല്യവുമില്ല എന്ന ഖ്യാതി വളരെവേഗം എന്നെപ്പറ്റി പരന്നു. പണത്തിന്റെ കാര്യവും ഇങ്ങനെതന്നെ. ഞാൻ ഒരിക്കലും കണക്ക് കൃത്യമായി പറഞ്ഞില്ല. തുക പോകുന്നത് ഏത് ആതുരാലയത്തിലേയ്ക്കാണെന്ന് നിർമ്മാതാവിനെ അറിയിക്കും. ആതുരാലയത്തേയും അറിയിക്കും. തുക ശേഖരിക്കുന്നതിൽ ആതുരാലയക്കാർ മുൻകൈയെടുക്കുമെന്ന് എനിക്കറിയാമായിരുന്നു. എന്നുതന്നെയല്ല, ഒരു ആതുരാലയത്തിനായതുകൊണ്ട് പത്തുറുപ്പിക കൂടുതൽ കൊടുക്കാൻ നിർമ്മാതാക്കൾ നിർബ്ബന്ധിതരുമായി.

ഞാനൊരു താരമായി.

എന്റെ ചിത്രങ്ങൾ പത്രങ്ങളിലും മാസികകളിലും ചുവരുകളിലും പ്രത്യക്ഷപ്പെട്ടു തുടങ്ങി. അതോടൊപ്പംതന്നെ അപഖ്യാതികളും പരന്നു. അറിഞ്ഞുവെങ്കിലും ഒന്നും വകവയ്ക്കാൻ ഞാൻ പോയില്ല.

ആ ആദ്യനാളുകളിൽ അച്ഛൻ എന്റെ കൂടെത്തന്നെ ഉണ്ടായിരുന്നു. ഒരു ഘട്ടത്തിൽ, എന്റെ അസുഖം പൂർണ്ണമായും മാറിയെന്നു വന്നപ്പോൾ അച്ഛൻ സ്കൂളിലേക്ക് തിരികെ പോകാനൊരുങ്ങി. എന്റെ കൂടെ ഉണ്ടാകണമെന്ന ഒറ്റ വാചകമേ, പക്ഷേ, എനിക്ക് പറയേണ്ടിവന്നുള്ളു. ബാക്കിയുള്ള സേവനകാലം ഉപേക്ഷിച്ച് രാജി എഴുതി അച്ഛൻ എന്റെ കൂടെയായി.

തുടക്കത്തിൽത്തന്നെ ഏതാനും ആളുകൾ എന്റെ ശരീരത്തിന്റെ പിന്നാലെ നടക്കാതിരുന്നില്ല. ആദ്യത്തെ ചിത്രത്തിന്റെ നിർമ്മാതാവാണ് എനിക്ക് സുനന്ദ എന്നു പേരിട്ടത്.

കുമാരി സുനന്ദ!

സുനന്ദേ എന്ന വിളിയോടെ ചില നിർമ്മാതാക്കൾ തന്നെ വട്ടമിട്ടു കൂടി. എന്റെ പ്രതികരണം സുഖകരമല്ലെന്ന് ഉറപ്പായപ്പോൾ ശല്യമില്ലാതെയുമായി. എന്റെ നിലപാടിന്റെ അർത്ഥമെന്തെന്നൂഹിക്കാൻ സിനിമാരംഗത്തുള്ളവർക്ക് ആർക്കും കഴിഞ്ഞില്ല. പ്രേമമില്ല, അത്തരം കാര്യങ്ങളിലൊന്നും താല്പര്യമില്ല. ഭർത്താവുമില്ല. ആകെപ്പാടെയൊരു പൊരുത്തപ്പെടായ്ക. ഇങ്ങനെയൊരു മനഃസ്ഥിതിക്കാരി യഥാർത്ഥത്തിൽ ഉണ്ടാകാനിടയില്ല എന്നും രഹസ്യമെന്തോ ഉണ്ട് എന്നും കരുതിയവരാണധികവും. രഹസ്യമായും പരസ്യമായും അന്വേഷണം നടത്തിയവരുമുണ്ട്.

അന്വേഷിച്ചവരെല്ലാം സുന്ദരേട്ടനെ കണ്ടുപിടിച്ചു. സഹതാപത്തിന്റെ കുത്തിയൊഴുക്ക് സിനിമാ പ്രസിദ്ധീകരണങ്ങളിലുണ്ടായി.

പണം ധാരാളം. ആതുരാലയങ്ങൾക്ക് ധാരാളമായി കിട്ടിയെന്നാലും എനിക്ക് മനസ്സിനും ദേഹത്തിനും ധാരാളം പണിയുണ്ടായതിനാൽ മുഖം കുനിച്ചിരിക്കാൻ സമയമില്ലാതായി. എന്നാലും അച്ഛൻ അസന്തുഷ്ടനായി കാണപ്പെട്ടു. വിശ്രമമില്ലാതെയുള്ള എന്റെ ജോലിയുടെ അർത്ഥം അച്ഛന് മനസ്സിലായില്ല. പോരെങ്കിൽ, സിനിമാരംഗത്ത് സ്ഥിരം ആളുകളുടെ സ്ഥിരം നോട്ടം ഇഷ്ടമായതുമില്ല.

അച്ഛൻ പറഞ്ഞു: "ദൈവമേ, കഷ്ടം! മൃഗങ്ങളാണ് സർവ്വം!"

ഞാൻ ശ്രദ്ധിച്ചുകൊള്ളാമെന്ന് എത്ര പറഞ്ഞിട്ടും അച്ഛനു വിശ്വാസമില്ല. അസാദ്ധ്യമാണതെന്ന ഒരു നിലപാടാണ് അച്ഛൻ കൈക്കൊണ്ടത്. ശ്രദ്ധിച്ചുകൊള്ളാമെന്ന് ഞാൻ പറയുമ്പോഴൊക്കെ നെടുവീർപ്പിട്ടു.

ലൊക്കേഷനുകളിൽ അച്ഛൻ കൂടെ വന്നു. രാത്രികളിൽ ഷൂട്ടിങ് ഉണ്ടാകുമ്പോൾ എത്ര വൈകിയാലും എന്റെ കൂടെത്തന്നെ നിന്നു. സെറ്റിലെ ആളുകളുമായി ഇടപഴകിയില്ല. ഒറ്റപ്പെട്ടും മൂകനായും സമയം കഴിച്ചുകൂട്ടി.

സ്ഥിരമായി ഒരു മേക്കപ്പ്മാനെ വയ്ക്കാൻപോലും ഞാൻ ശ്രമിച്ചില്ല. മറ്റു പെൺതാരങ്ങളുടെ കൂടെ ആയമാർ ആരെങ്കിലുമുണ്ടെങ്കിൽ അവരെ അത്യാവശ്യത്തിന് ഉപയോഗിച്ചു. മേയ്ക്കപ്പുമാൻ എന്റെ മുഖത്ത് തൊടുന്നതുപോലും അച്ഛന് ഇഷ്ടമായില്ല. കോസ്റ്റ്യൂമർമാരുടെ ഉടുപ്പിടുവിക്കലും അളവെടുക്കലും അതിലേറെ അനിഷ്ടകരമായി. മുഖം കണ്ടാൽ അറിയാമായിരുന്നു.

ഞാൻ അഭിനയിക്കുന്ന രംഗങ്ങൾ അച്ഛൻ സൂക്ഷ്മമായി നോക്കി കണ്ടു. കാണാനും വയ്യ കാണാതിരിക്കാനും വയ്യ എന്നൊരവസ്ഥയിൽ പ്രണയരംഗങ്ങൾപോലും നോക്കി നിന്നു.

അച്ഛന്റെ അവസ്ഥയിൽ എനിക്കു വിഷമം തോന്നി. കൂടെ വരണ്ട എന്നു പറയാനും വയ്യ. ആർ എന്നെ തൊടുന്നതും ആരുടെ കൂടെ അഭിനയിക്കുന്നതും എനിക്ക് ഒരുപോലെയായിരുന്നു. കാരണം, അഭിനയിക്കുന്നതും വേഷമിടുന്നതും ഞാനായിരുന്നില്ല. കഥാപാത്രം മാത്രമായിരുന്നു.

എങ്കിലും പ്രണയരംഗങ്ങൾക്ക് ഞാൻ അതിർത്തികൾ വെച്ചു. അതിർത്തികൾ കടക്കാൻ തയ്യാറില്ലാത്ത ആർട്ടിസ്റ്റ് എന്ന നിലയിൽ തിരക്കഥാകാരന്മാർതന്നെ വേണ്ടത്ര മുൻകൈ എടുത്തു തുടങ്ങി.

"ആയ്യായീ, കുട്ടീ" എന്ന് ഒരിക്കൽ മാത്രമേ അച്ഛൻ പറഞ്ഞുള്ളു. രംഗം ഞാൻ ഓർക്കുന്നു. അക്രമികളിൽനിന്ന് ഓടി രക്ഷപ്പെട്ട നായിക മഴയിൽ കുതിർന്ന് മരച്ചുവട്ടിൽ നില്ക്കുന്ന രംഗം. അഗ്നിശമനയന്ത്രങ്ങൾ വർഷിച്ചുകൊണ്ടിരുന്നു. തൊട്ടുമുമ്പ് ഒരു ബലാത്സംഗശ്രമവും നടന്നിരുന്നു. ഉടുതുണി മിക്കവാറും നഷ്ടപ്പെട്ടിരുന്നു.

രംഗം കഴിഞ്ഞ് തല തുവർത്തി മുന്നിൽ ചെന്നു നിന്ന് ചിരിച്ചപോഴാണ് അച്ഛൻ അങ്ങനെ പറഞ്ഞത്.

ഈ ഒരു രംഗത്തിന്റെ പേരിൽ പതിനായിരം ഉറുപ്പിക കൂടുതൽ കിട്ടുമായിരുന്നു. നഗരത്തിലെ സർക്കാരാശുപത്രിയിൽ അച്ഛന്റെ പേരിൽ പണിയുന്ന ശിശുവാർഡിന്റെ ആവശ്യത്തിന് തുക വേണമായിരുന്നു.

ഒരിക്കൽ അച്ഛൻ ചോദിച്ചു: "കുട്ടിക്കൊരു വെഷമൂല്ല്യ ഇതൊക്കെ ചെയ്യാൻ?"

ഞാൻ ചിരിച്ചു, "ഇല്ല്യച്ഛാ."

ഹോട്ടൽ മുറിയിലായിരുന്നു, നേരം വളരെ വൈകിയിരുന്നു. അച്ഛന്റെ മുഖത്ത് വേദനയും ക്ഷീണവും ഉണ്ടായിരുന്നു. മേയ്ക്കപ്പഴിച്ച് കുളിച്ച് ഞാൻ ഉറങ്ങാൻ പുറപ്പെടുകയായിരുന്നു. കട്ടിലിന്റെ ഓരത്ത് ഇരിക്കുകയായിരുന്നു അച്ഛൻ.

മുടി വേർപെടുത്തുണക്കുന്ന എന്നെത്തന്നെ നോക്കിയിരിക്കെ അച്ഛന് പ്രായം വളരെ കൂടിയിരിക്കുന്നു എന്ന് എനിക്ക് തോന്നി.

"ആവോ" അച്ഛൻ കൈ മലർത്തി. "ഇതും ഒരു അഭിനയാണോ ആവോ!"

"എന്താ ഇതിന്റെയൊക്കെ ആവശ്യംന്ന് എനിക്ക് മനസ്സിലാവ്ണ്ല്ല്യ," അച്ഛൻ മുറിയുടെ മൊസൈക് തറയിൽ കണ്ണുംനട്ട് പുരിപ്പിച്ചു: "അവസാനം എന്തായിരിക്കും, എവിടെയാവും എന്നും നിശ്ചല്ല്യ."

"അച്ഛന് ഉറങ്ങാറായ്ല്ല്യ, നേരം വളരെയായി." ഞാൻ വിഷയം മാറ്റി.

"ഉറക്കം," അച്ഛൻ പിറുപിറുത്തു. "ആ ഉറങ്ങാം."

അമ്മയും സുകുവും ലൊക്കേഷനിലേക്ക് കൂടെ വരാൻ പുറപ്പെടാറുണ്ടെങ്കിലും അച്ഛൻ ഒരിക്കലും അനുവദിക്കാറില്ല.

പിറ്റേന്നു രാവിലെ ഞാൻ കണ്ടത് തലച്ചോറിൽ രക്തസ്രാവം മൂലം അബോധാവസ്ഥയിൽ കിടക്കവിരി ചുരുട്ടിക്കൂട്ടിയതിൽ ചുരുണ്ടുകിടക്കുന്ന അച്ഛനെയാണ്.

ഞാൻ ഇത് ഭയത്തോടെ പ്രതീക്ഷിക്കുകയായിരുന്നു. ഒറ്റനോട്ടത്തിൽ മനസ്സിലായി: ഇല്ല, ഇനി ഉണരുകയേയില്ല.

19

ആപത്തിന്റെ താക്കോൽ

ഈ ഭൂമിയിൽ എന്നെ ആത്മാർത്ഥമായി സ്നേഹിക്കുന്നവർ, അങ്ങനെ, ആരുമില്ലാതായി. ഈ സത്യം അപ്പോൾ, പക്ഷേ, ഞാനറിഞ്ഞില്ല. വേറെ ചിലരുമുണ്ടെന്ന് ഞാൻ വിചാരിച്ചു. പ്രത്യേകിച്ചും, അമ്മ; പിന്നെ, മീരയും മിനിയും.

അച്ഛൻ മരിച്ചിട്ട് അമ്മ കരഞ്ഞ കരച്ചിലിന് കണക്കില്ല. ആരൊക്കെ ആശ്വസിപ്പിച്ചിട്ടും ആർ പിടിച്ചിട്ടും നില്ക്കാതെയുള്ള കരച്ചിൽ. അമ്മയെപ്പറ്റി സുന്ദരേട്ടൻ പറഞ്ഞ കാര്യങ്ങൾ എന്റെ മനസ്സിലുണ്ടായിരുന്നു. തെറ്റു പറ്റിയത് സുന്ദരേട്ടന്റെ കാഴ്ചപ്പാടിലായിരുന്നുവോ എന്നുവരെ ഞാൻ സംശയിച്ചു.

എനിക്ക് കുറ്റബോധവുമുണ്ടായിരുന്നു. ഒരർത്ഥത്തിൽ അച്ഛനെ കൊന്നത് ഞാനാണെന്ന് എനിക്ക് തോന്നി. വീട്ടിലുണ്ടായ അത്യാഹിതത്തെത്തുടർന്ന് രാപ്പകൽ ഭേദമില്ലാതെ ഉറക്കമിളപ്പും ശുശ്രൂഷയും. പിന്നീട് സിനിമാ ലൊക്കേഷനുകളിൽ അപ്രിയകരമായ കാത്തിരിപ്പ്, ഉറക്കമിളയ്ക്കൽ, ഏകാന്തത. നീണ്ട വർഷങ്ങൾ. ഞാൻ പൊയ്ക്കൊണ്ടിരുന്നത് അച്ഛൻ ഉദ്ദേശിച്ച വഴിയിലായിരുന്നില്ല. പണമുപയോഗിച്ചത് നല്ല കാര്യങ്ങൾക്കുവേണ്ടിയായിരുന്നെന്നാലും അതിനുവേണ്ടി ഞാൻ പെടുന്ന പാട് അച്ഛനെ വേദനിപ്പിച്ചു. അതിന്റെ ക്ഷീണവും വേദനയും അച്ഛന് അസഹ്യമായിരുന്നു. എന്നെ സ്നേഹിച്ചു എന്നൊരു കുറ്റംകൊണ്ട് അകാലത്തിൽ മരിക്കേണ്ടിവന്നു. ജീവിതത്തിൽ ഒരിക്കലും ഒരു സന്തോഷവും ഉണ്ടായിട്ടില്ലാത്ത ഒരാൾ.

അമ്മയായി പിന്നെ എന്റെ സഹചാരി. വീട്ടിൽ സുകുമാരനും കുട്ടികളും തായിമ്മയും. സുകുമാരൻ വീട്ടുകാര്യങ്ങൾ അന്വേഷിക്കുകയാണെന്നായിരുന്നു വെപ്പ്. സത്യത്തിൽ ഒന്നും അന്വേഷിക്കുന്നില്ലായിരുന്നു.

കാറുമായി അലയും. പണം ധൂർത്തടിക്കും. അത്യാവശ്യം അനാവശ്യങ്ങളും ആവശ്യമില്ലാത്ത കൂട്ടുകെട്ടുമാവുകയും ചെയ്തു.

ഒരു കാര്യവുമില്ലാതെ സെറ്റുകളിൽ തരം കിട്ടുമ്പോഴൊക്കെ പ്രത്യക്ഷപ്പെടും. സുനന്ദേ എന്നതിനു പകരം, ചുരുക്കി, സുനി എന്നൊരു വിളിയും തുടങ്ങി. മുറച്ചെറുക്കനെന്ന മട്ടിലാണ് പെരുമാറിയത്. ചുണ്ടിൽനിന്നു തൂങ്ങുന്ന സിഗരറ്റുമായുള്ള ആ വരവ് ഒന്നു കാണേണ്ടതുതന്നെയായിരുന്നു!

അമ്മ അച്ഛന്റെ നേരെ വിപരീത പ്രകൃതക്കാരിയായിരുന്നുവല്ലോ. സിനിമാക്കാരുമായി വളരെ വേഗം ഇണങ്ങി. മറ്റ് ആർട്ടിസ്റ്റുകളുടെ അമ്മമാരുമായി സ്നേഹബന്ധങ്ങൾ സ്ഥാപിച്ച് രഹസ്യങ്ങളും വാർത്തകളും ചോർത്തിയെടുത്തു. ഉടുപ്പിലും നടപ്പിലും വ്യത്യാസങ്ങളുണ്ടായി.

വല്ലാത്തൊരു രൂപാന്തരമായിരുന്നു അത്. വീണുകിട്ടിയ സൗഭാഗ്യത്തിൽ ആണ്ടുമുങ്ങിയ ഒരു അവസ്ഥ. ഇത്തരമൊരു സൗഭാഗ്യം കൈവരാമെങ്കിൽ മകന്റെ മരണംപൊലും അനാശാസ്യമല്ല എന്നൊരു രീതി!

പണത്തിന്റെ സൂക്ഷിപ്പുകാരിയും അമ്മയായി. സുകുമാരന്റെ ഭാഷയിൽത്തന്നെ സുനിയെന്നാണ് അമ്മയും വിളിച്ചത്. ആ വിളിയോടെ നാടകം ഏതാണ്ട് മുഴുവനാകുകയായിരുന്നു. ഞാൻ ഞാനല്ല, സുനി എന്ന ഏതോ ഒരാളാണ്. വിളിക്കുന്നത് സുന്ദരേട്ടന്റെ അമ്മയല്ല, സുനി എന്ന ആർട്ടിസ്റ്റിന്റെ അമ്മയാണ്.

അമ്മ ചോദിക്കാൻ തുടങ്ങി: "പണത്തിന് ഒരു വെലേം ഇല്ല്യാന്നാണോ! എന്ത്നാ കണ്ടോരക്കൊക്കെ വാരിക്കൊടുക്കണ്? നമ്മക്കെന്തൊ കയ്ക്കോ! രാവും പകലും ഭേദല്ല്യാതെ പണിയെടുത്തു കിട്ടണ കാശാണ്. അതെങ്കിലും വിചാരിക്കണ്ടെ? വേണ്ടെ, സുനി?"

അമ്മുക്കുട്ടി എന്ന് വിളിച്ചിരുന്നെങ്കിൽ ഈ ചോദ്യത്തിന്റെ പിന്നിലെ ആത്മാർത്ഥത എനിക്ക് മനസ്സിലാകുമായിരുന്നു.

സുനി!

ഞാൻ ചോദിച്ചു: "അമ്മയ്ക്ക് വേണോ പണം?"

അമ്മ തിരിഞ്ഞു നില്ക്കും: "എനിക്കു വേണ്ട. എനിക്കെന്തിനാ ഇനി? ചൊടലേലിക്ക് കാല് നീട്ടാറായി. നിങ്ങക്കൊക്കെ വേണ്ടേ? എല്ലാ കാലത്തും ഇങ്ങനെ വാരിക്കോരിക്കിട്ടോ? കിട്ടുമ്പോ നാല് കാശ് കരുതീല്യെങ്കിൽ കിട്ടാത്തകാലത്ത് എന്താ ചെയ്യാ? എനിക്ക് അറിയാഞ്ഞിട്ട് ചോദിക്കാന്നന്നെ വെച്ചോളു, എന്നാലും ഇതിനൊരു മറുപടി വേണ്ടേ?"

ഞാൻ കൈ മലർത്തി. "എനിക്കെന്തിനാ ഇനി പണം?"

"വേണ്ട അല്ലെ?" അമ്മ ഊരയ്ക്കു കൈയൂന്നി തിരിഞ്ഞു നിന്നു. "അതു വെറുതെ തോന്നാണ്. ഇല്ലാതെ വരുമ്പഴേ അറിയൂ! കാര്യം ശരി, അവൻ പോയി, ഒക്കെ പോയി. അതുകൊണ്ടുകൂടിയാ ഞാമ്പറേണ്, ഒരു കരുതൽ വേണ്ടേ?"

ഈ തർക്കം നീട്ടിക്കൊണ്ടുപോകാൻ ഇഷ്ടപ്പെടാതെ ഒരിക്കൽ ഞാൻ പറഞ്ഞു: "ശരി, ശരി, ഇഷ്ടമ്പോലെ ചെയ്തോളൂ."

അത്രയേ അമ്മയ്ക്ക് വേണ്ടിയിരുന്നുള്ളു.

എനിക്കും മതിയായിരുന്നു. സുന്ദരേട്ടന്റെ പേരിൽ അന്ധവിദ്യാലയത്തിൽ ഒരു ഹോസ്റ്റൽ, അച്ഛന്റെ പേരിൽ ആസ്പത്രിയിലൊരു ശിശുവാർഡ്, രണ്ടുപേർക്കും സ്മാരകങ്ങളായിക്കഴിഞ്ഞിരുന്നു. വളരെയേറെ ആതുരാലയങ്ങൾക്ക് പണംകൊണ്ടുള്ള സഹായവും കൊടുത്തു കഴിഞ്ഞിരിക്കുന്നു.

പണം കൊണ്ട് അമ്മ എന്തുചെയ്യുമെന്നു കാണാനുള്ള ഒരു നേർത്ത ചിരി എന്റെ ഉള്ളിൽ ഊറിയതുകൊണ്ടുകൂടി ഉരുത്തിരിഞ്ഞതാണ് പണം കൈകാര്യം ചെയ്യാൻ അമ്മയെ അനുവദിക്കാനുള്ള തീരുമാനം.

ആദ്യം കിട്ടിയ തുകകൾകൊണ്ട് അമ്മ ചെയ്തത് ഒന്നാന്തരം കുറെ സ്വർണ്ണപ്പണ്ടം വാങ്ങുകയും പണിയിക്കുകയുമാണ്. എല്ലാം എനിക്കാണെന്നായിരുന്നു പറച്ചിൽ. എല്ലാതും, പക്ഷേ, ആദ്യമണിഞ്ഞത് അമ്മ തന്നെയാണ്. എന്റെ കഴുത്തിൽ ഞാൻ എപ്പോഴും ധരിക്കാറുള്ളത് ഈ രുദ്രാക്ഷം ചരടിൽ കോർത്തത് മാത്രം. വേഷപ്പകർച്ചയ്ക്കത്യാവശ്യമായാലേ ഇത് അഴിച്ചു വയ്ക്കാറുള്ളു.

ഈ സ്വർണ്ണഖനി ഒരു ഭാരവുമായി. വീട്ടിൽ വയ്ക്കാൻ വയ്യ, ഭദ്രമല്ലെന്ന് അമ്മ പറഞ്ഞു. കൂടെ കൊണ്ടു നടക്കുന്നത് അതിലേറെ ശ്രമകരം. നഷ്ടപ്പെടാൻ കൂടുതൽ വലിയ സാദ്ധ്യതയുമുണ്ട്. മറ്റൊരാളെ സൂക്ഷിക്കാൻ ഏല്പിക്കുന്നതിന് വിശ്വാസവുമില്ല. അമ്മയുടെ ഈ ഗതികേട് ഞാൻ നന്നേ രസത്തോടെ നോക്കിയിരിക്കാറുണ്ട്. തളർന്നുറങ്ങുന്നതിനിടയിലും ഞെട്ടിയുണർന്ന്, അർദ്ധരാത്രിയിൽ, അമ്മ കിടക്കയ്ക്കടിയിൽ തപ്പുന്നതു കാണാം.

അവസാനം ഞാൻ പറഞ്ഞു, "പണ്ടങ്ങൾ സൂക്ഷിക്കാൻ ബാങ്കുകളിൽ സൗകര്യമുണ്ട്." വലിയ വിശ്വാസമായില്ലെങ്കിലും മനമില്ലാമനസ്സോടെ അമ്മയ്ക്ക് വഴങ്ങേണ്ടിവന്നു.

പിന്നെ ഉടുപ്പുകൾ വാങ്ങലായി. വിലപിടിച്ച സാരികൾ ഒന്നിനു പിറകെ ഒന്നായി വാങ്ങി. പുതി തീരുവോളം അമ്മതന്നെ ഉടുത്തു. മടുത്താൽ അലക്കി സൂക്ഷിച്ചു.

പിന്നെ അമ്മയ്ക്ക് വേണ്ടത് നഗരത്തിൽ ഒരു വീടായി. അതിന്റെ പ്ലാനും ഡിസൈനുമൊക്കെയായി മൊത്തത്തിൽ ഏതു സെറ്റിലും സംഭാഷണവിഷയം. ചെന്നായ എന്നൊരു ഓമനപ്പേരും സെറ്റുകളിൽ അമ്മയ്ക്ക് വീണു. അരവിന്ദനാണ് പറഞ്ഞത്, "അന്വർത്ഥമാണ് പേര്, അടങ്ങാത്ത വിശപ്പ്!"

കെട്ടിടമെങ്കിൽ കെട്ടിടം എന്ന് ഞാനും നിശ്ചയിച്ചു. അതോടെ സൊല്ല തീരുമെന്ന് പ്രതീക്ഷിച്ചു.

കെട്ടിടം തീരുംമുമ്പുതന്നെ മറ്റാഗ്രഹങ്ങൾ തുടങ്ങി. കാറായിരുന്നു ആദ്യം. ഒരു ഫീമേൽ ആർട്ടിസ്റ്റ് പുത്തൻ ടൊയോട്ടാ കാറിൽ ഒരു ലൊക്കേഷനിൽ വന്നതാണ് കുഴപ്പമായത്. അമ്മയ്ക്കത് സഹിക്കാൻ പറ്റിയില്ല. ഞാനും അമ്മയും നിർമ്മാതാവ് അയയ്ക്കുന്ന വാടകക്കാറിലാണ് ചെന്നിരുന്നത്. അതാണ് പതിവും.

അമ്മ അന്വേഷണമായി. കാറിന്റെ പേര് മനസ്സിലാക്കി. ടൊയോട്ടാ

എന്നു പറയാൻ അമ്മയ്ക്ക് പ്രയാസമായിരുന്നു. ടൊയോട്ടേ, എന്നായി മുറവിളി.

അന്നത്തെ ഷൂട്ടിങ് തീരുന്നതിനകം കാറിന്റെ വില പോലും അമ്മ അന്വേഷിച്ചു വെച്ചിരുന്നു. മൂന്നു ലക്ഷം. തുകയുടെ വലിപ്പം കേട്ടപ്പോൾ എനിക്ക് പെട്ടെന്ന് തോന്നിയത്, അത്രയും തുകകൊണ്ട് ഏതൊക്കെ ആതുരാലയങ്ങളിൽ എന്തെല്ലാം ചെയ്യാം എന്നാണ്.

രാത്രി താമസസ്ഥലത്തു ചെന്നിട്ടും അമ്മ ആ കാറിന്റെ വർണ്ണന തുടർന്നു. "അതിന്റെയൊരു ഭംഗി, അന്തസ്സ്, അതിൽ യാത്രചെയ്യാനുള്ള ഒരു സുഖം..."

അഞ്ചെട്ടു പടങ്ങളിൽ രാപ്പകൽ അഭിനയിച്ചേ അത്രയും തുകയുണ്ടാക്കാൻ കഴിയൂ എന്ന യാഥാർത്ഥ്യം പോലും അമ്മ മറന്നുപോയതു പോലെ തോന്നി. ഞാൻ ഓർമ്മിപ്പിച്ചതുമില്ല. എന്തിനു വെറുതെ അലോസരപ്പെടുത്തണം!

ഇങ്ങനെ പോയാൽ പറ്റില്ലെന്ന് മനസ്സുകൊണ്ടു ഞാൻ തീരുമാനിച്ചു കഴിഞ്ഞിരുന്നു. ഒന്നുകിൽ അഭിനയം അവസാനിപ്പിക്കണം. അല്ലെങ്കിൽ അമ്മയുടെ കൈയിൽനിന്ന് താക്കോൽ ഏറ്റുവാങ്ങണം. ആൾമാറാട്ടത്തിന്റെ സുഖത്തിനുവേണ്ടി മാത്രമാണ് അഭിനയം തുടങ്ങിയത്. മതിയായി. ഒരേ തരം കഥാപാത്രങ്ങളെയാണ് അവതരിപ്പിക്കേണ്ടിവരുന്നത്. ചെടിപ്പ് തുടങ്ങിയിരുന്നു. കഥാപാത്രത്തിന്റെ വിശ്വസനീയത എനിക്കുതന്നെ നഷ്ടപ്പെട്ടുവരികയായിരുന്നു.

ഞാൻ ഏതാണ്ട് നിശ്ചയിച്ചു: അമ്മയ്ക്കുക്കൂടി ജീവിക്കാൻ വേണ്ടത്ര ആയി വരുന്നു. അച്ഛന്റെ അകാലചരമത്തിന് ഇടയാക്കിയതിന്റെ ഉത്തരവാദിത്വബോധത്തിന് പ്രതിവിധിയാവും അമ്മയെ ജീവിക്കാൻ സഹായിച്ചാൽ. അതുകൂടി നടന്നാൽ അഭിനയം നിർത്താം. ഏതെങ്കിലും നല്ലൊരു ആശ്രമത്തിൽ അഭയം തേടാം.

ഷൂട്ടിങ് നടന്നുകൊണ്ടിരുന്ന ചിത്രത്തിന്റെ നിർമ്മാതാവായിരുന്നു ഗോപകുമാർ. പണത്തിന് ഒരു പഞ്ഞവുമില്ല. ബോംബെയിൽ അച്ഛൻ സ്ഥാപിച്ച മരുന്നുകമ്പനിയിൽ നിന്നു മാത്രം ആണ്ടിൽ ഒരു കോടിയോളം ലാഭം വരുന്നെന്നായിരുന്നു സെറ്റിൽ കേട്ട ആദായനികുതി കണക്ക്. ഗോപകുമാർ എന്നോടൊരു പ്രത്യേക മമത കാണിച്ചുതുടങ്ങിയിട്ടുമുണ്ടായിരുന്നു. ആ തുടക്കം ഏതാണ്ടൊരു ഘട്ടത്തിലെത്തിയിട്ടു മതി പതിവു വാചകം പറയാനെന്നു ഞാൻ തീരുമാനിച്ചു. വ്യസനിക്കുന്നു, എനിക്ക് താല്പര്യമില്ല എന്ന് ഇംഗ്ലീഷിൽ ഒറ്റ വാചകം. അർത്ഥശങ്കയ്ക്കിടയില്ലാത്ത വിധം. സാധാരണഗതിയിൽ ഇത് ധാരാളം മതിയാകാറാണ് പതിവ്.

ഗോപകുമാറിന്റെ താല്പര്യത്തെപ്പറ്റി അമ്മതന്നെയാണ് എനിക്ക് താക്കീത് തന്നിരുന്നതും.

ആ ഗോപകുമാറാണ് ഞാനും അമ്മയും താമസിക്കുന്ന ഹോട്ടൽ മുറിയിൽ കയറിവന്ന് ഒരു കാർ കീ മേശപ്പുറത്ത് പുഞ്ചിരിയോടെ വെച്ച് തിരികെപ്പോയത്.

എനിക്ക് ഒന്നും മനസ്സിലായില്ല.

ഞാനും അമ്മയും മുഖത്തോടുമുഖം നോക്കി.

കിട്ടിയ കാർതാക്കോലെടുത്ത് അമ്മ തിരിച്ചും മറിച്ചും നോക്കി. കുട്ടിയുടെ കൈയും പിടിച്ച് അരവിന്ദൻ വാതിൽക്കൽ വന്നു: "ഓട്ടയല്ല, പക്ഷെ, ടെയോട്ടാ തന്നെ!"

പെട്ടെന്ന് എനിക്ക് കാര്യം മനസ്സിലായി: ഗോപകുമാർ ഒരു ടെയോട്ടാ കാർ എനിക്ക് സമ്മാനിച്ചിരിക്കുന്നു!

അരവിന്ദന്റെ കുട്ടിയെ കണ്ടാൽ ഞാൻ എല്ലാം മറക്കാറുള്ളതാണ്. അക്കാര്യം പോലും വിസ്മരിച്ച് ഞാൻ അമ്മയെ സമീപിച്ചു: "നമുക്ക് വേണ്ടമ്മേ!"

"എന്ത്, സുനി!"

"ഈ കാറ്."

"ഏത് കാറ്, ടൊയോട്ടോയോ?"

"അമ്മ ആവശ്യപ്പെട്ടിരുന്നോ?"

അമ്മയുടെ കണ്ണുകൾ തിളങ്ങി. കാര്യം അപ്പോഴേ പിടി കിട്ടിയുള്ളു എന്നു തോന്നി.

"ആവശ്യപ്പെട്ട്ട്ടില്ല്യ, ഞാൻ," അമ്മ ചിരിച്ചു. "വേണ്ടാന്നും പറഞ്ഞില്യ."

"ആരോട്?"

"ഗോപിയോട്."

അരവിന്ദൻ കുട്ടിയെ എടുത്ത് തിരികെപ്പോയി.

അമ്മയ്ക്ക് കാർ കാണാൻ തിടുക്കമായി. "ഞാനൊന്നുപോയി നോക്കട്ടെ."

കൈയിൽ കടന്നു പിടിച്ച് താക്കോൽ ഞാൻ വാങ്ങി: "വേണ്ട!"

അമ്മ അന്തിച്ചുനിന്നു-ഭ്രാന്തത്തിയെ കാണുന്നതുപോലെ. ചാവിയിലെ പിടി അമ്മ വിട്ടില്ല.

20

ഇനിയുമൊരു വഴിത്തിരിവോ!

ഡോക്ടർ, അവിചാരിതമായി ഇൻസ്പെക്ടർ ഇന്നലെ ഒരിക്കൽക്കൂടി വന്നു. താങ്കളുടെ ഉത്തരവാദിത്വം കുറഞ്ഞുവരികയാണെന്ന് എനിക്ക് തോന്നുന്നു. കാരണം, ആരും പറയാതെ ഇൻസ്പെക്ടർ എനിക്ക് ഭ്രാന്തില്ലെന്ന നിഗമനത്തിൽ എത്തിയിരിക്കുന്നു.

അതുകൊണ്ട്, തുടർക്കഥ നിർത്തി ഇന്നലത്തെ കൂടിക്കാഴ്ചയെപ്പറ്റി പറയാം. (ക്ഷമിക്കണം, ഡോക്ടർ. എന്റെ ജീവിതത്തെക്കുറിച്ചുപോലും ഗൗരവമായി ചിന്തിക്കാൻ എനിക്ക് കഴിയാതായിരിക്കുന്നു. ഒരു സിനിമയിലോ കഥയിലോ ഒക്കെ സംഭവിക്കുന്നതുപോലെയാണ് എന്റെ ജീവിതത്തിൽ സംഭവങ്ങൾ ഉണ്ടായത്. ഇതൊന്നും വലിയ കാര്യമല്ല എന്ന് എനിക്ക് തോന്നിത്തുടങ്ങിയിരിക്കുന്നു.)

ഇന്നലെ വന്നപ്പോൾ ഇൻസ്പെക്ടർ സോമന്റെ മുഖത്ത് തികച്ചും വ്യത്യസ്തമായ ഒരു ഭാവമാണുണ്ടായിരുന്നുത്. സത്യം മനസ്സിലാക്കിയ ഒരാളുടെ മുഖഭാവം. ആ ഭാവത്തിനു മുന്നിൽ ഭ്രാന്ത് ഫലപ്രദമായി അഭിനയിക്കാൻ പ്രയാസവുമായി. എന്നിട്ടും ഞാൻ ശ്രമിക്കാതിരുന്നില്ല. അതിന്റെ കാര്യമാണ് പറയാനുള്ളത്.

സോമനിൽ സുന്ദരേട്ടന്റെ ചുരുണ്ട മുടിയും നോട്ടവും മാത്രമല്ല ഇന്നലെ ഞാൻ കണ്ടെത്തിയത്. ജയിക്കാനുള്ള അതേ വാശിയും അതിന്റെകൂടെ വളരെ വലിയ സഹാനുഭൂതി അതേ അളവിലും ഞാൻ കണ്ടു. ആരോടും ക്ഷമിക്കാൻ, ഏതു വലിയ കുറ്റത്തിനും മാപ്പുനല്കാൻ, സുന്ദരേട്ടന് കഴിയുമായിരുന്നു.

പതിവുള്ള ഭ്രാന്തൻ ചിരിയോടെയാണ് സോമനെ ഞാൻ എതിരേറ്റത്. പക്ഷേ, എന്റെ കൂടെ ഭ്രാന്തു കളിക്കാൻ തയ്യാറില്ലാത്ത മട്ടിലാണ് തൊപ്പിയൂരി മേശപ്പുറത്തു വെച്ച് സോമൻ കസേരയിലിരുന്നത്, പോക്കറ്റിൽനിന്ന് തൂവാലയെടുത്ത് വെളുത്തു തുടുത്ത മുഖത്തെ വിയർപ്പു തുടച്ചത്.

മുഖവുരയില്ലാതെ തുടങ്ങി: "അമ്മിണിക്കുട്ടീ, നിങ്ങൾക്ക് ഭ്രാന്തില്ലെന്നു പറയാൻ എന്നെ അനുവദിക്കുക."

ഇംഗ്ലീഷിൽ.

ഞാൻ ഭ്രാന്തൻ ചിരിക്ക് ആക്കം കൂട്ടി.

സോമൻ പതറിയില്ല: "അഭിനയം എത്ര നന്നായാലും വേഷം കഥയിലേ ഉള്ളു. കാര്യത്തിലില്ല."

ഞാൻ എന്റെ കൈകാലുകളിലെ നഖങ്ങളിൽ നോക്കി. സോമന്റെ മുഖത്തു നോക്കുന്നത് ഒഴിവാക്കാനായിരുന്നു അത്.

കൈയിലെ വടിയോടെന്നപോലെയാണ് സോമൻ പറഞ്ഞത്: "നിങ്ങൾക്ക് പല കഴിവുകളുമുണ്ട്. അസാമാന്യങ്ങളായ കഴിവുകൾതന്നെ. പക്ഷേ, ഒന്നില്ല. അതെന്താണെന്ന് ഞാൻ പറയാം. ഒരു ചെറുപ്പക്കാരനെ വെറും കൈകൊണ്ട് കൊല്ലാനുള്ള ശാരീരികശേഷി നിങ്ങൾക്കില്ല."

ഇത് മറ്റൊരടവാണെന്ന് ഞാൻ വിചാരിച്ചു. അഭിനയത്തിന്റെ വലിയ ഒരു കലവറ തുറന്ന് കൈകളിലെ വിരലുകൾ വിടർത്തിപ്പിടിച്ച് കൈകൾ നീട്ടി ഞാൻ സോമനോടടുത്തു. പതുക്കെയാണ് അടിവെച്ചത്. മറ്റൊരാളാണെങ്കിൽ ആ പുറപ്പാട് കണ്ട് പതറുമായിരുന്നു. നന്നേ അടുത്തെത്തിയാലെങ്കിലും സോമനും പതറുമെന്ന് ഞാൻ കരുതി.

കിതപ്പോടെ, മുഖത്ത് പൈശാചികതയോടെ, ഞാൻ അടുത്തു. ഞങ്ങൾ തമ്മിലുള്ള അകലം കുറഞ്ഞു വന്നു. സോമന്റെ മുഖത്തു തന്നെയായിരുന്നു എന്റെ കണ്ണ്. ഭയത്തിന്റെ ആദ്യത്തെ നേരിയ നിഴലിനായി ഞാൻ ആ മുഖത്ത് പരതി.

കണ്ടുകിട്ടിയില്ല.

പരീക്ഷണം അതിന്റെ പരിസമാപ്തിയിലെത്താൻ അര ഇഞ്ചേയുള്ളു അകലമെന്നായിട്ടും സോമൻ കുലുങ്ങിയില്ല.

സോമന്റെ കഴുത്തിൽ പിടിച്ചാൽ എനിക്ക് ഒന്നും ചെയ്യാൻ കഴിയുകയില്ലെന്ന് തീർച്ചയുണ്ടായിരുന്നു. ശരീരശേഷി തന്നെ പ്രശ്നം.

അതുകൊണ്ട് അവസാനഘട്ടത്തിൽ ഞാൻ അടവു മാറ്റി: തരിച്ചെന്നപോലെ നിന്നു. എന്നിട്ട് പൊടുന്നനെ, ഒരു ഭ്രാന്തൻ ചിരിയോടെ സോമനെ കെട്ടിപ്പിടിച്ച്, കരയാൻ തുടങ്ങി.

ശാന്തനായി സോമൻ ചോദിച്ചു: "എന്നെ കൊല്ലാത്തതെന്തേ?"

കേട്ടില്ലെന്ന് ഞാൻ നടിച്ചു.

എന്നെ പതുക്കെ പിടിച്ചടർത്തി സോമൻ കട്ടിലിൽ ഇരുത്തി. ഞാൻ അർത്ഥമില്ലാത്തതു പലതും പറഞ്ഞു: "അതു സാദ്ധ്യമല്ല, മല കയറാനല്ല സുന്ദരേട്ടൻ പോയത്...നുണയാണ്, പച്ചക്കള്ളം...."

തന്റെ ഉള്ളിൽനിന്നുയർന്ന ചിരിക്ക് സോമൻ മോചനം നല്കി. "അമ്മിണിക്കുട്ടീ, ഞാൻ നിങ്ങളെ ബഹുമാനിക്കുന്നു, സ്നേഹിക്കുന്നു. പക്ഷേ, ഈ അഭിനയം എന്നെ ദുഃഖിപ്പിക്കുകയും ചെയ്യുന്നു. ഗോപകുമാർ കൊല്ലപ്പെട്ടപ്പോൾ ആ മുറിയിൽ നിങ്ങൾ ഉണ്ടായിരുന്നില്ല എന്നു എനിക്കറിയാം."

ഇംഗ്ലീഷിൽ പറഞ്ഞുവന്നത് മാറ്റി സോമൻ മലയാളത്തിലാക്കി. "വേറെ ആരാണ് ആ മുറിയിൽ ഉണ്ടായിരുന്നതെന്നും എനിക്കറിയാം."

അഭിനയിക്കാനുള്ള എന്റെ കഴിവിന്റെ നെല്ലിപ്പടികൾ കണ്ടു തുടങ്ങിയിരുന്നു. ഞാൻ കട്ടിലിൽ കമിഴ്ന്നു കിടന്ന് ചിരിക്കാൻ തുടങ്ങി. രണ്ട് ഗുണങ്ങളുണ്ടിതിനെന്ന് ഞാൻ കണ്ടു. മുഖം സോമൻ കാണാതെ കഴിയും. ചിരിക്കാൻ പ്രയാസമായാലും ദേഹമൊന്ന് ഇളക്കിയും ശബ്ദമുണ്ടാക്കിയും ചിരിക്കുകയാണെന്ന് തോന്നിപ്പിക്കാം.

സോമൻ എഴുന്നേല്ക്കുന്ന ശബ്ദം ഞാൻ കേട്ടു. കൂടെ ഈ വാക്കുകളും: "ഗോപകുമാറിനെ യഥാർത്ഥത്തിൽ കൊന്നത് ആരെന്ന് ഇന്നു വൈകുന്നേരം അറസ്റ്റ് നടക്കുമ്പോൾ അറിയാം. ഞാൻ പോണു."

ഞാൻ മുഖമുയർത്തിയതും സോമൻ വാതിൽക്കൽ തിരിഞ്ഞു നിന്നതും ഒരുമിച്ചായിരുന്നു.

സോമൻ ചിരിച്ചു.

ഞാൻ ചാടിയെണീറ്റു: "ഇവിടെ വരൂ, ഇവിടെ വരൂ, ഞാൻ പറയാം...."

സോമൻ എന്റെ നേരെ ഒരടി പിന്തിരിഞ്ഞു നടന്നു. കസേരയിൽ ഇരുന്നില്ല.

ഞാൻ കരഞ്ഞു. "സുകുവേട്ടനല്ല, സുകുവേട്ടനല്ല, ഞാനാണ്.... നോക്കൂ എന്റെ നഖമൊന്നു നോക്കൂ..."

സംശയങ്ങൾ സോമന്റെ മുഖത്ത് പൊട്ടിവിടരുന്നത് ഞാൻ കണ്ടു. അതുതന്നെയായിരുന്നു എന്റെയും ആവശ്യം.

ഞാൻ മരിക്കുന്നതോടെ എല്ലാം അവസാനിക്കണം. ആരും വേറെ സംശയിക്കപ്പെടരുത്. കുറ്റക്കാരിയായിത്തന്നെ എനിക്ക് മരിക്കാവുന്നതാണ്. മരിക്കുന്നെങ്കിൽ പിന്നെ, കുറ്റക്കാരിയായി മരിച്ചാലെന്ത്, അല്ലെങ്കിലെന്ത്?

ഇൻസ്പെക്ടറുടെ മുഖത്ത് സംശയങ്ങൾ ഞൊടിയിടയിൽ മാഞ്ഞു. "വേണ്ട, വെറുതെയാണ്."

അവസാനശ്രമമെന്ന നിലയിൽ ഞാൻ എന്റെ അടവു പെട്ടെന്നു മാറ്റി. സോമന്റെ മനസ്സിലുള്ളതൊക്കെ അറിയുകയായിരുന്നു എന്റെ ആവശ്യം: "ഞാൻ നേരാണ് പറേണത്. എനിക്കിപ്പൊ ഭ്രാന്തൊന്നൂല്ല്യ."

പതുക്കെ മുന്നോട്ട് നടന്ന് സോമൻ കസേരയിലിരുന്നു. "അമ്മിണിക്കുട്ടിക്ക് ഒരിക്കലും ചിത്തഭ്രമം ഉണ്ടായിരുന്നില്ല."

"അതെനിക്കറീല്ല്യ," ഞാൻ പറഞ്ഞു: "ഇതാ ഇപ്പൊ ഞാൻ പറേണത് പ്രാന്തല്ല."

"അതിന് ഒന്നും ഇപ്പോൾ പറഞ്ഞില്യല്ലോ!"

മുന്നിൽ ചെന്ന് കൈകൾ മാറത്തു പിണച്ചുകെട്ടി ഞാൻ നിന്നു. "ഞാന്തന്ന്യാണ് ഗോപനെ കൊന്നത്. എന്താത്ര സംശയം? അക്രമം കാണിക്കാൻ വന്നു, ഞാൻ പിടിച്ചങ്ങട്ട് കൊന്നു."

"തനിച്ച്?"

"അല്ലാതെ പിന്നെ? ആളെക്കൊല്ലാൻ ആരെയെങ്കിലും കൂലിക്ക് കിട്ടോ?"

"കൊന്നിട്ട് എന്തു ചെയ്തു?"

"എന്തു ചെയ്യാനാ? മുറിപൂട്ടി താക്കോല് കൗണ്ടറിൽ കൊടുത്തു. പുറത്തുപോയി. അമ്മേം കൂട്ടി മടങ്ങിവന്നു. മുറി തുറന്ന് നെലവിളിച്ചു."

"അടുത്ത മുറിയിലൊന്നും അത്രയും നേരം ആരും ഉണ്ടായിരുന്ന്ല്ല്യേ?"

"എനിക്കറിയില്ല്യ."

"അരവിന്ദൻ എവിടെയായിരുന്നു ഇത്രയും നേരം?"

"ഞാൻ ചോദിച്ച്ല്യ."

"അരവിന്ദനും നിങ്ങളും തമ്മിൽ ബന്ധമുള്ളതായി ഒരു പത്രവാർത്തയുണ്ടായിരുന്നില്ലേ?"

"ഉണ്ടായിരുന്നു. അതിന്റെ മറുപടീം ഉണ്ടായിരുന്ന്ല്യേ? സിനിമാപ്പത്രത്തിലെ വാർത്ത." ഞാൻ ചിരിച്ചു.

സോമൻ അമർത്തിയൊന്നു മൂളി. എന്നിട്ട് ചിരിച്ചു: "സാധാരണയായി ഒരു കൊലക്കേസ്സിൽ പ്രതി കുറ്റം നിഷേധിക്കുകയാണ് പതിവ് ഇവിടെ...."

ഞാനും ചിരിച്ചുപോയി. "അല്ല, ഇൻസ്പെക്ടർ സാർ, ഞാൻ കളവു പറയണമെന്നാണോ?"

"കൊലക്കുറ്റത്തിന് ശിക്ഷയെന്താണെന്നറിയില്ലേ?"

"എന്താ അറിയാണ്ടേ? ഞാൻ ഈ നാട്ടിൽത്തന്നെയല്ലേ ജനിച്ചതും വളർന്നതും!"

"അല്ലെന്നു തോന്നി!"

"സ്വപ്നം കണ്ടോ?"

"ഞാനോ നിങ്ങളോ? ആരാണ് സ്വപ്നം കണ്ടത്?"

"ഞാനല്ല, ഏതായാലും."

"ഞാനൊരു പൊലീസ് ഉദ്യോഗസ്ഥനാണ്...."

"അതുകൊണ്ടെന്താ, സ്വപ്നം കാണാൻ പാട്ല്ല്യാന്നുണ്ടോ?"

"എനിക്ക് നിങ്ങളെ രക്ഷിക്കണം എന്നാഗ്രഹമുണ്ട്. കുറ്റവാളി ശിക്ഷിക്കപ്പെടണമെന്ന് നിർബ്ബന്ധവുമുണ്ട്."

"രണ്ടും ഒരുമിച്ച് നടപ്പില്ല."

"ഉണ്ടെന്നാണ് എന്റെ വിശ്വാസം."

"ഞാനായിരുന്നില്ല ഈ സ്ഥിതിയിലെങ്കിലോ?"

"മനസ്സിലായില്ല."

"ഒരു പുരുഷനായിരുന്നെങ്കിലോ?"

"എന്റെ നില ഇതുതന്നെയായിരിക്കും."

"എനിക്കങ്ങനെ തോന്ന്ണ്ല്ല്യ."

"അതെന്റെ കുറ്റമല്ല."

ഞാൻ ചിരിച്ചു, "എന്റെ കുറ്റമാണ് അതും."

സോമൻ വീണ്ടും എഴുന്നേറ്റു. "പ്രയാസങ്ങൾ പലതുണ്ടെന്നാലും ഞാനീ കേസ്സ് തുമ്പുണ്ടാക്കും."

“ഉള്ള തുമ്പ് തുരുമ്പെന്നു കരുതിയാൽ വേഗം തുമ്പ് കിട്ടും!” ഞാൻ ഉറക്കെത്തന്നെ ചിരിച്ചു: “ഇൻസ്പെക്ടറെജമാനനെ, താങ്കൾക്കെന്നെ സഹായിക്കണമെന്ന് ആഗ്രഹമുണ്ടല്ലോ? ദയവുചെയ്ത് എന്റെ കുറ്റസമ്മതം അംഗീകരിച്ചാലും!”

എന്നെ തറപ്പിച്ചു നോക്കി സോമൻ തല വളരെ പതുക്കെ നിഷേധാർത്ഥത്തിൽ ആട്ടി.

നിശ്ശബ്ദരായി ഞങ്ങൾ അഭിമുഖമായി നിന്നു.

ഞാൻ ചോദിച്ചു: “എനിക്ക് ഭ്രാന്തില്ല്യാന്ന് തെളിഞ്ഞിട്ടും ഞാൻ കുറ്റക്കാരിയല്ലെന്നാണോ നിഗമനം? എന്തൊരു നിഗമനം! കേൾക്കട്ടെ, ഞാൻ കുറ്റക്കാരിയല്ലെന്നതിന് തെളിവെന്താണ്?”

“ഒരേയൊരു കാര്യം മാത്രം” സോമൻ അറിയിച്ചു. “സംഭവം നടക്കുമ്പോൾ നിങ്ങൾ ആ മുറിയിലുണ്ടായിരുന്നില്ല!”

“പിന്നെ, ഞാൻ എവിടെയായിരുന്നു?”

“കടകളിൽ കയറിയിറങ്ങുകയായിരുന്നില്ലേ?”

ഞാൻ ക്ഷുഭിതയായി അഭിനയിച്ചു: “വെറുതെ ആരുടെയും പേരിൽ കള്ളക്കേസുണ്ടാക്കണ്ട. എന്നെ മോചിപ്പിച്ച് കടപ്പാടിന്റെയും നന്ദിയുടെയും പേരിൽ പ്രേമാഭ്യർത്ഥനയുമായി വരാമെന്നും വിചാരിക്കേണ്ട. മനസ്സിലായില്ലേ? നിങ്ങൾക്കെന്നല്ല, ആർക്കും എന്നെ രക്ഷിക്കാൻ കഴിയില്ല. വന്നിരിക്കുന്നു, ഒരു രക്ഷകൻ! നിങ്ങൾക്കൊന്നും വേറെ തൊഴിലില്ലേ മിസ്റ്റർ! നിയമപാലകർപോലും!”

“മനസ്സിലായി,” സോമൻ ചിരിച്ചു. “എല്ലാം മനസ്സിലായി!”

ആ ചിരി വേദനയുടെ ചിരിയായിരുന്നു. അതുകൊണ്ട് ഞാൻ എന്റെ ജീവിതത്തിന് എത്രയും വേഗം വിരാമമിടേണ്ടിയിരിക്കുന്നു. കുറച്ചേയുള്ളൂ. ഡോക്ടർ, ഇനി കഥ, ഞാൻ വേഗം പറഞ്ഞു തീർക്കാം.

സോമൻ സുന്ദരേട്ടന്റെ പുനരവതാരമാണെന്നുപോലും എനിക്കു തോന്നുന്നു. ഈശ്വരാ...

21

പതിവില്ലാത്ത ഒരു മണി

എനിക്ക് ഭ്രാന്തില്ലെന്ന്, അഥവാ ഉണ്ടായിരുന്നെങ്കിൽ അത് മാറിയിരിക്കുന്നുവെന്ന്, ഇൻസ്പെക്ടർ സോമൻ കണ്ടെത്തിയിരിക്കുന്നു. പക്ഷേ, സോമനുമായി വാദിക്കാൻ ഒരതിരിനപ്പുറം ഞാൻ തയ്യാറായില്ല. മദ്യപിച്ച് അവശനായി കയറിവരുന്ന ഒരു അക്രമിയെ, അതൊരു ചെറുപ്പക്കാരനും നല്ല ആരോഗ്യമുള്ള ആളുമാണെങ്കിൽത്തന്നെയും, എന്നെപോലുള്ള ഒരു സ്ത്രീക്ക് കീഴടക്കാൻ കഴിയില്ലെന്നാണോ? അമ്മയെ ഒരു സുഹൃത്തിന്റെ വീട്ടിലാക്കി ആ ദിവസം ഞാൻ ഷോപ്പിങ്ങിനു പോയിരുന്നു എന്നത് ശരിയാണ്. ഞാൻ ഷോപ്പിങ്ങിനു പോയിരുന്നു എന്ന് അമ്മ പറഞ്ഞിരിക്കണം. അമ്മയെ ഇൻസ്പെക്ടർ കണ്ടിരിക്കണം. ചോദ്യം ചെയ്തിരിക്കണം. യഥാർത്ഥത്തിൽ ഞാൻ പോയത് ഷോപ്പിങ്ങിനായിരുന്നില്ല. അത് അമ്മയ്ക്കുപോലും അറിയില്ല. കണ്ണുകാണാത്ത കുട്ടികളുടെ വിദ്യാലയത്തിലേക്കാണ് ഞാൻ പോയത്. അവിടെയൊരു ചെക്ക് കൊടുക്കാൻ, പിന്നെ ആ കുട്ടികളുടെ കൂടെ അല്പനേരം ചെലവഴിക്കാൻ. ഷൂട്ടിങ്ങിനിടയിൽ കിട്ടിയ ഇടവേളയായിരുന്നു. സന്ധ്യ കഴിഞ്ഞിരുന്നു. ഷോപ്പിങ്ങിനെന്ന് അമ്മയോട് യാത്ര പറഞ്ഞ് കാൽനടയായി ഇറങ്ങിയ ഞാൻ കുറച്ചു ദൂരം നടന്ന് ടാക്സിയിൽ കയറി. സാധാരണയായി എന്റെ വേഷം ഒരു സെറ്റു മുണ്ടാണ്. അന്നും അതുതന്നെയായിരുന്നു. താരമാണെന്ന് പെട്ടെന്നൊന്നും ആരും തിരിച്ചറിയാതിരിക്കാൻ ഇതു മതിയെന്ന് ഞാൻ കണ്ടുപിടിച്ചിരുന്നു.

ഗോപകുമാറിന്റെ സമ്മാനമായ കാർ തിരിച്ചേല്പിക്കണമെന്ന് ഞാൻ ശാഠ്യം പിടിച്ചതിനെത്തുടർന്ന് അങ്ങനെ ചെയ്യാമെന്ന് അമ്മ സമ്മതിച്ചിരുന്നു. പക്ഷേ, ചെയ്തത് അതല്ല. കാർ നാട്ടിൽ അമ്മയുടെ സ്വന്തം വീട്ടിൽ കൊണ്ടുപോയി ഒരു താല്ക്കാലിക ഷെഡ്ഡ് കെട്ടി അതിൽ നിർത്തിയിട്ടിരിക്കുകയായിരുന്നു. അവിടന്നാണല്ലോ കാർ പൊലീസ് കണ്ടെടുത്തത്.

ഗോപകുമാർ മരിക്കുമ്പോൾ ഞാൻ ഹോട്ടൽ മുറിയിൽ ഉണ്ടായിരുന്നില്ല എന്ന് അമ്മ ഇൻസ്പെക്ടറെ ബോദ്ധ്യപ്പെടുത്തിയിരിക്കുന്നു. കൊന്നത് ഞാൻ തന്നെയായിരിക്കുമെന്ന് അമ്മയ്ക്ക് പൂർണ്ണ ബോദ്ധ്യമുണ്ട്. എന്നിട്ടും....

കൊലചെയ്ത് മുറിപൂട്ടി പുറത്തുനിന്ന ഞാൻ വരാന്തയിലെ പാതിയിരുട്ടിൽ തെല്ലകലെ നിന്ന പരിചാരകന് താക്കോൽ എറിഞ്ഞു കൊടുക്കുകയായിരുന്നു എന്നാണ് പരിചാരകന്റെ മൊഴി. വരാന്തയിലൂടെ നടന്ന് ഞാൻ എങ്ങോട്ടോ പോകുകയും ചെയ്തെന്നും മൊഴിയുണ്ട്.

എന്നെ കാത്തിരുന്നു മടുത്ത് സുഹൃത്തിന്റെ വീട്ടിൽനിന്നിറങ്ങി നേരത്തെ മുറിയിലെത്തിയ അമ്മയാണല്ലോ ഗോപകുമാറിന്റെ മൃതദേഹം കണ്ടതും ബഹളമുണ്ടാക്കിയതും മറ്റും.

കടയിൽനിന്ന് വാങ്ങിയ അല്ലറചില്ലറ സാധനങ്ങളുമായി ഞാൻ വന്നപ്പോൾത്തന്നെ എല്ലാവരും മനസ്സിലാക്കിയിരുന്നു, കുറ്റക്കാരി ഞാനാണെന്ന്. അമ്മയ്ക്കും മനസ്സിലായി. എന്റെ വരവും പ്രതീക്ഷിച്ചായിരുന്നുവല്ലോ എല്ലാവരും ഇരുന്നത്. ഞാനാണ് കൊലചെയ്തതെന്ന് ഗോപകുമാർ മരണമൊഴി നല്കിക്കഴിഞ്ഞുമിരുന്നു.

ഇത്രയൊക്കെയായിട്ടും ഇൻസ്പെക്ടർക്കെന്തിന് സംശയമെന്ന് എനിക്ക് മനസ്സിലാവുന്നില്ല. എനിക്ക് പ്രത്യക്ഷത്തിൽത്തന്നെ ഭ്രാന്താണെന്നാണ് എന്റെ വക്കീലിന്റെ പക്ഷം.

ഗോപകുമാർ മരിച്ചു എന്നറിഞ്ഞപ്പോൾ ഭ്രാന്തമായ ഒരു ചിരിയായിരുന്നു എന്റെ സ്വാഭാവിക പ്രതികരണം. ആ പ്രതികരണത്തിന്റെ ചുവടുപിടിച്ച് സൂത്രവിദ്യയാക്കി അമ്മ എന്നെ രക്ഷിക്കാൻ മാർഗ്ഗം കണ്ടു: 'എന്റെ കുട്ടിക്ക് ഭ്രാന്തായിപ്പോയി ഈശ്വരാ' എന്നു കരഞ്ഞും തുടങ്ങി.

എല്ലാംകൊണ്ടും മടുത്തുകഴിഞ്ഞിരുന്ന എനിക്ക് ഇതൊരു പുതിയ വഴിത്തിരിവും സ്വാതന്ത്ര്യവുമായി. ശിക്ഷ എന്റെ അന്ത്യമായി. ഭ്രാന്ത് ആശ്വാസവും.

പക്ഷോ, ഇപ്പോൾ എനിക്ക് തോന്നുന്നു, ശിക്ഷയിലൂടെ എനിക്ക് മോചനമുണ്ടാകില്ലെന്ന്. സഹതാപവും മറ്റും ചേർന്ന് എന്റെ ശിക്ഷ ഇളവു ചെയ്യപ്പെടും.

അതുകൊണ്ടാണ് മരിക്കാൻ ഞാൻ തീരുമാനിച്ചിരിക്കുന്നത്. എന്നെ ശിക്ഷിക്കാൻ മറ്റാർക്കുമുള്ളതിലേറെ അധികാരവും അവകാശവും എനിക്കുണ്ടെന്ന് ഞാൻ കരുതുന്നു. ശിക്ഷയും മോചനവും എനിക്ക് പര്യായങ്ങളായിരിക്കുന്നു. അമ്മയെ കൊന്നുകൊണ്ട് പിറവിയെടുത്ത ഞാൻ ജന്മനാ കൊലയാളിയാണെന്ന് വിചാരിക്കുന്നതിൽ തെറ്റില്ല.

ഇൻസ്പെക്ടർ പോയി അല്പം കഴിഞ്ഞ് അരവിന്ദൻ വന്നു. ആ നേരത്തല്ല സാധാരണയായി അരവിന്ദൻ വരാറ്.

എനിക്ക് ഭ്രാന്തായിപ്പോയി എന്നുതന്നെയാണ് അരവിന്ദനും കരുതിയിരുന്നത്. എന്നെ വലിയ കാര്യമായതുകൊണ്ട് ഇതിൽ ദുഃഖമുണ്ടായിരുന്നു. കുട്ടിയെ ആക്രമിച്ചതുപോലും അരവിന്ദൻ ക്ഷമിക്കുകയും പൊറുക്കുകയും ചെയ്തു.

അരവിന്ദൻ മുറിയിലേക്ക് കടന്നപ്പോഴേ ഞാൻ നിശ്ചയിച്ചു, ഈ ഒളിച്ചുകളി അവസാനിപ്പിക്കാൻ. ഞാൻ ഭ്രാന്തായാണ് മരിച്ചതെന്ന് കരുതാതിരിക്കട്ടെ എന്നു വിചാരിച്ചു.

പഴയ രീതിയിൽ അരവിന്ദനെ ഞാൻ ഇരിക്കാൻ ക്ഷണിച്ചു. കസേര ചൂണ്ടിക്കാണിച്ചു. അരവിന്ദൻ പകച്ചുപോയി. ഇരുന്നില്ല. എന്നെത്തന്നെ നോക്കി നില്പായി. ചുണ്ടുകൾ പാതി പിളർന്ന്, കണ്ണുകളിൽ അതിയായ വിസ്മയത്തോടെ....

ഞാൻ ചോദിച്ചു: "എന്തേ, എന്നെ മനസ്സിലായില്ലേ?"

"അപ്പോൾ...!" അരവിന്ദൻ തുടങ്ങി.

"എപ്പോൾ?" എന്നു ഞാൻ ചിരിച്ചു.

"അല്ല, ഇത്...!"

"വിശ്വാസമായില്ല, അല്ലേ?" ഞാൻ ചോദിച്ചു. ഇരിക്കാൻ വീണ്ടും ക്ഷണിച്ച് ഞാൻ അറിയിച്ചു: "എനിക്ക് ഭ്രാന്തില്ല, ഉണ്ടായിരുന്നും ഇല്ല്യ."

"പിന്നെ...?"

"ഞാനൊരു നടിയാണെന്ന് അറീല്ല്യേ?"

"അന്നെന്റെ മീനയെ...."

"അവളെ അഭിനയിക്കാൻ കൊണ്ടുനടക്കണ്ടാന്ന് എത്ര തവണ ഞാൻ പറഞ്ഞു? അരവിന്ദൻ കേട്ടില്ല. നാളത്തെ അവളുടെ ജീവിതം ആലോചിച്ചപ്പോൾ ക്രൂരതയായ്യാലും വേണ്ടില്ല്യ എന്തെങ്കിലും ചെയ്യണം എന്ന് എനിക്ക് തോന്നി. ചന്തം പോയാലും സമാധാനമായി ജീവിക്കുകയെങ്കിലും ചെയ്യട്ടേന്ന് വിചാരിച്ചു. കാര്യം ഒന്നും ഉണ്ടായില്ല്യ. ഏതു കേടു വന്ന മുഖവും നേരെയാക്കാൻ ഇപ്പൊ പ്രയാസല്ല്യല്ലൊ, അല്ലേ!"

"വളരെ കഷ്ടപ്പെട്ടവനാണ് ഞാൻ." അരവിന്ദൻ തുടങ്ങി: "കിട്ടിയ ചാൻസ് ഉപയോഗിച്ച് അവൾക്കെങ്കിലും ഒരു നല്ല ഭാവി...."

നല്ല ഭാവി എന്നാവർത്തിച്ച് ഞാൻ ഉറക്കെ ചിരിച്ചു. ആ ചിരി ഭ്രാന്തിന്റെതന്നെ ലക്ഷണമാണെന്ന് അരവിന്ദൻ കരുതുന്നുവെന്നു കണ്ട് ഞാനത് ഉപേക്ഷിച്ചു. എന്നിട്ട് ചോദിച്ചു: "മീന എങ്ങനെയിരിക്ക്ണു?"

ചോദ്യം അരവിന്ദൻ കേട്ടില്ല. അഗാധമായ ചിന്തയിലായി. പല ഭാവങ്ങളും അരവിന്ദന്റെ മുഖത്ത് മിന്നിമറയുന്നതു ഞാൻ കണ്ടു.

"ഞാൻ വിചാരിച്ചത്..." എന്റെ മുഖത്തു നോക്കാതെ പറഞ്ഞു തുടങ്ങിയത് നിർത്തിയിട്ടും അരവിന്ദൻ മുഖം ഉയർത്തിയില്ല. അവസാനം പറഞ്ഞു: "ഇൻസ്പെക്ടർ എന്നെ കാണാൻ വന്നപ്പോഴേ എനിക്ക് സംശയം തോന്നി..."

"അതു വേണ്ട." ഞാൻ ഉടൻ തിരുത്തി: "ഗോപനെ കൊന്നത് ഞാൻ തന്നെ. ഞാനത് ഇൻസ്പെകറോട് പറഞ്ഞു, ഇന്നും. എനിക്കുവേണ്ടി ത്യാഗമൊന്നും ചെയ്യാൻ ആരും ഒരുങ്ങേണ്ട."

"മീനയെ ആരെയെങ്കിലും ഏല്പിക്കാൻ മാർഗ്ഗമുണ്ടായിരുന്നെങ്കിൽ," അരവിന്ദന്റെ കണ്ണുകൾ നിറഞ്ഞു, "ഞാൻ..."

"ഒരിക്കലും വേണ്ട." ഞാൻ ഉറപ്പിച്ചു പറഞ്ഞു. പിന്നെ അരവിന്ദനെ

വേദനയോടെ കളിയാക്കി ചിരിച്ചു. "മീനയെ സിനിമാക്കാരുടെ സുരക്ഷിതങ്ങളായ കൈകളിൽ അരവിന്ദൻ ഏല്പിച്ചു കഴിഞ്ഞില്ല്യേ? ഇനി എന്തിനാ ബേജാറ്? എന്ത്നാ പേടി?"

അരവിന്ദൻ സങ്കടപ്പെട്ടു: "സുനന്ദ എന്നെ കളിയാക്കുന്നു. ശരി. ഞാനൊരു അച്ഛനായതുകൊണ്ട്..."

"കൂടുതൽ ബുദ്ധിപൂർവ്വം പെരുമാറണമായിരുന്നു കുട്ടിയുടെ കാര്യത്തിൽ." ഞാൻ പൂരിപ്പിച്ചു കൊടുത്തു. തുടർന്ന് തുറന്നുതന്നെ പറഞ്ഞു: "ഇപ്പഴും വളരെ വൈകിയിട്ടൊന്നുല്ല്യ. മീനയെ ഒരു നല്ല സ്കൂളിലാക്കൂ, അരവിന്ദാ, പഠിക്കട്ടെ, പഠിപ്പു കഴിഞ്ഞ് അവളുടെ സ്വന്തം ഇഷ്ടത്തിന് എന്തു ചെയ്യണമെങ്കിലും ചെയ്യട്ടെ. ആത്മഹത്യയാണെങ്കിൽപ്പോലും സ്വന്തം ഇഷ്ടത്തിനാവണ്ടെ ചെയ്യണത്?"

മീനയെന്ന കൊച്ചുകുട്ടിയെ എന്റെ സ്വന്തം കുട്ടിയെപ്പോലെ ഞാൻ സ്നേഹിക്കുന്നുവെന്ന് അപ്പോഴും ഞാൻ അരവിന്ദനോട് പറഞ്ഞില്ല. അവളുടെതന്നെ രക്ഷയ്ക്കുവേണ്ടിയായിരുന്നു ഞാൻ അവളെ ഉപദ്രവിച്ചത്. സിനിമയിലേക്കുള്ള അവളുടെ നിഷ്കളങ്ക പ്രായത്തിലെ മൂക്കുകുത്തി വീഴൽ തടയാനായിരുന്നു. അതിന്റെ കൂടെ മറ്റൊരർത്ഥത്തിലും അവളുടെ രക്ഷയ്ക്കായിരുന്നു. എനിക്ക് ഭ്രാന്താണെന്ന് സകലർക്കും ബോദ്ധ്യമാകേണ്ടത് അവളുടെ രക്ഷയ്ക്ക് ആവശ്യമായിത്തീർന്നു. എനിക്കവളെ വലിയ കാര്യമാണെന്ന് സഹപ്രവർത്തകർക്കെല്ലാം അറിയാമായിരുന്നു. അവളെ ഞാൻ ആക്രമിച്ചുവെങ്കിൽ എനിക്ക് ഭ്രാന്തുതന്നെയെന്ന തീർച്ച വിധി ഉണ്ടാകുമെന്ന് എനിക്കറിയാമായിരുന്നു.

"സുനന്ദേ!" എന്നൊരു വിളിയോടെ ഒന്നും പറയാനാകാതെ അരവിന്ദൻ നിന്നു. പിന്തിരിഞ്ഞു പോകുമ്പോൾ ഒറ്റ വാചകം പറഞ്ഞു: "ഞാൻ തീരുമാനിച്ചു, സുനന്ദേ...! എനിക്ക് മാപ്പു തരൂ...!"

അങ്ങനെ ഞാൻ വിജയിച്ചു. മീനയെ സിനിമാലോകത്തുനിന്ന് വീണ്ടെടുത്ത് ഒരു മനുഷ്യസ്ത്രീയായി വളർത്താൻ അരവിന്ദൻ തീരുമാനിച്ചിരിക്കുന്നു.

അങ്ങനെ ഒരു മഹാകാര്യം എന്റെ ജീവിതംകൊണ്ട് സാധിച്ചു. ഞാൻ കൃതാർത്ഥയാണ്, ഡോക്ടർ, എല്ലായിടത്തും പരാജയപ്പെട്ട ഞാൻ ഒരിടത്തെങ്കിലും ജയിച്ചു.

ഞാനിപ്പോൾ ഉച്ചയ്ക്കും ഇരുന്ന് ഇത് എഴുതുകയാണ്. കാരണം, സമയം ഏറെയില്ല. ഇന്നു രാത്രി എനിക്ക് മരിക്കണം. എന്റെ മരണത്തോടെയേ എല്ലാ അന്വേഷണവും അവസാനിക്കുകയുള്ളു. അമ്മയുടെ സ്വാർത്ഥം കലർന്ന നിശ്ചയബുദ്ധിയും എല്ലാംകൂടി കേസിന്റെ ഗതി മറ്റൊരു വഴിക്ക് തിരിക്കാനാണ് ശ്രമിക്കുന്നത്. എത്ര പണം ചെലവായാലും ശരി, ഞാൻ നിരപരാധിയായി പുറത്തു കടക്കണമെന്നാണ് അമ്മയുടെ തീരുമാനം. ചിത്രങ്ങൾ പാതിയായിക്കിടക്കുന്ന എല്ലാ നിർമ്മാതാക്കളും വിതരണക്കാരും അമ്മയുടെ പിന്നിലുണ്ട്. സ്വാധീനശക്തി ചെറുതല്ല. മരിച്ച ഗോപകുമാറിന്റെ അനന്തരാവകാശികൾപോലും ഇപ്പോൾ

ശ്രമിക്കുന്നത് പാതിയായ ആ ചിത്രം തീർക്കാനാണ്. വാദം കേട്ടാൽ ശരിയാണ്: ഗോപകുമാറോ പോയി, അഞ്ചെട്ടു ലക്ഷം ഉറുപ്പികയും കൂടി ഇനി കളയണോ?

രാത്രിയിലേ ഞാൻ എഴുതാറുള്ളു. കാവൽക്കാർ ഒളിഞ്ഞു നോക്കുന്നുണ്ട്. എനിക്ക് ഭ്രാന്താണല്ലോ. എന്തു പ്രാന്താണ് എഴുതിവയ്ക്കുന്നതെന്നാവും അവർ ചിന്തിക്കുന്നത്. എഴുതിത്തീർന്ന കടലാസുകൾ മേശയ്ക്കകത്ത് വെച്ചിരിക്കുകയാണിപ്പോൾ. നാളെ രാവിലെ ഡോക്ടർ വരുമ്പോൾ ഞാൻ മരിച്ചിരിക്കും. മേശപ്പുറത്ത് കത്തുണ്ടാവും.

മരിക്കാൻ എളുപ്പമാർഗ്ഗം കണ്ടെത്തിക്കഴിഞ്ഞിട്ടുമുണ്ട്. അതിനാണല്ലോ ഉദാരമതികളായ ശാസ്ത്രജ്ഞന്മാർ കറന്റ് എന്ന വിദ്യ കണ്ടെത്തി നടപ്പിലാക്കിയിരിക്കുന്നത്. ഒരു സ്വർണ്ണവള ഞെണുക്കിപ്പൊട്ടിച്ച് സ്വർണ്ണക്കമ്പിയാക്കി വെച്ചിട്ടുണ്ട്. കുളിമുറിയിലെ ബൾബ് ഊരിയാൽ പണി തീർന്നു. ഈ കസേര കുളിമുറിയിലേക്കെടുത്തിട്ടാൽ ഉയരം കൃത്യമാണ്. ബൾബ് എടുത്തു കഴിഞ്ഞാൽ നിലത്തുനിന്ന സ്വർണ്ണക്കമ്പി നീട്ടിയാൽ ഹോൾഡറിലെത്തും. ഭൂമിയിലെ ഏറ്റവും വിലപ്പെട്ട ലോഹം മരിക്കാൻ ഉതകുമെന്നത് വളരെ സൗകര്യമായി.

അമ്മ ധൃതിപിടിച്ച് വരുന്നുണ്ട്. എന്താണാവോ! ഇത് ഒളിപ്പിക്കട്ടെ, ഭ്രാന്തില്ലാത്ത അവസ്ഥയിൽ അമ്മയോട് ചില കാര്യങ്ങൾ പറയാനുമുണ്ട്.

22

വ്യസനമേ, വിട!

അമ്മ പോയി.

ആരാലും ശ്രദ്ധിക്കപ്പെടാതെ എവിടെയും കടന്നുചെല്ലാൻ കഴിയുന്നവരുണ്ട്. സാന്നിദ്ധ്യം എല്ലാവരേയും അറിയിച്ചേ അടങ്ങൂ എന്നുള്ള കൂട്ടരുമുണ്ട്. ഈ വിഭാഗത്തിലാണ് അമ്മ. വരവ് ഞാൻ നേരത്തേ അറിഞ്ഞു.

ചപ്പും ചവറും കൂടെ കൊണ്ടു നടക്കുന്ന ചുഴലിയായി അമ്മ വന്നു. മുഖം കണ്ടപ്പോഴേ എനിക്ക് മനസ്സിലായി, കാര്യമായി എന്തോ കിട്ടിയിട്ടുണ്ട് വാർത്ത എന്ന്.

"ജയിച്ചു, മൊളെ, നമ്മള് ജയിച്ചു!" എന്ന പ്രഖ്യാപനത്തോടെയാണ് മുറിയിൽ കടന്നുവന്നത്.

അമ്മ വന്നാലും ഞാൻ ഭ്രാന്തഭിനയിക്കുകയാണ് പതിവ്. ഭ്രാന്തുതന്നെയെന്ന് അമ്മ കരുതി. നല്ലതാണ് അതെന്നു കരുതിയിരിക്കും, കേസിന്റെ ഗൗരവം കുറഞ്ഞുകിട്ടുമല്ലോ. പിന്നെ, കേസൊക്കെ കഴിഞ്ഞാൽ ഏതു ഭ്രാന്തും ചികിത്സിച്ചു മാറ്റാമെന്ന കനത്ത വിശ്വാസം അമ്മയ്ക്കുണ്ടായിരുന്നെന്നും വ്യക്തമാണ്. കാശില്ലേ കൈയിൽ, പിന്നെയെന്തിനു പേടി എന്നൊരു മട്ട്. അമ്മയുടെ കാഴ്ചപ്പാടിൽ എന്തിനും മറുമരുന്ന് പണമാണ്. പണമുണ്ടെങ്കിൽ എന്തും നടക്കും, ഇല്ലെങ്കിൽ ഒന്നും നടക്കില്ല.

ഞാനല്ല കുറ്റം ചെയ്തത് എന്ന് ഇൻസ്പെക്ടർ വിശ്വസിക്കുന്നു എന്ന നല്ല വാർത്തയുമായാണ് അമ്മ വന്നത്. അമ്മയുടെ മുഖം സന്തോഷം കൊണ്ട് തുടുത്തിരുന്നു.

എന്റെ ശാന്തമായ മട്ടുകണ്ട് അമ്മയ്ക്ക് കൂടുതൽ സന്തോഷമായി: "അല്പം സുഖം തോന്നുണുണ്ട്, അല്ലേ! നന്നായി! കഷ്ടകാലം നീങ്ങീന്ന് തോന്നുണു. നേർന്ന വഴിപാടിനും കണക്കില്ല്യ! കുടിച്ച കണ്ണീരിനും കണക്കില്ല്യ! എന്നാപ്പോരേ!"

"എന്തിനമ്മേ?"

"ഈ ഏടാകൂടം ഒന്നു തീർന്നുകിട്ടാൻ. അല്ലാതെന്ത്നാ?"

"തീർന്ന്വോ, ഇപ്പൊ?"

"തീർന്നു വര്ണു. അസുഖം മുഴ്വോനായി മാറ്യാൽ രക്ഷപ്പെട്ടു. എല്ലാവരും കാത്തിരിക്ക്യാണ്."

"എന്തിന്?"

"എത്ര ചിത്രങ്ങളാ പാതിയായിക്കെടക്ക്ണ് എന്നാ വിചാരം? ഒക്കെ മറന്ന്വോ? നല്ല പൂരം!"

"ഇനിയെന്ത്നാ ഇതൊക്കെ? നമ്മക്ക് ജീവിക്കാനുള്ളതൊക്കെ ആയില്ല്യേ?"

"അതല്ലല്ലോ കാര്യം?"

"പിന്നെന്താ?"

"വെളഞ്ഞതൊക്കെ കൊയ്യ്ണ്ടെ? വേണ്ടേ?"

"മതിയായ്ല്ല്യേ?"

രണ്ടർത്ഥത്തിലായിരുന്നു എന്റെ ചോദ്യം. സുകുമാരന് ഒരു ചെറിയ കുറിക്കമ്പനിയിൽ ജോലി അച്ഛൻ സമ്പാദിച്ചു കൊടുത്തതിനോടടുത്താ യിരുന്നു എന്റെ സിനിമാ പ്രവേശം. ജോലി വലിച്ചെറിഞ്ഞ് മൂപ്പർ ധൂർത്തു തുടങ്ങി. പെൺകുട്ടികളുടെ ജീവിതരീതിയും കാഴ്ചപ്പാടും മാറി. വള ക്കൂടുതലുള്ളേടത്ത് ഓർക്കാപ്പുറത്ത് പറിച്ചുനട്ട ചെടികൾപോലെ അവർ മനസ്സും ദേഹവും പടച്ച് വൃത്തികേടായി. ഏറ്റവും വലിയ മാറ്റമുണ്ടായത് അമ്മക്കുതന്നെ. ആ പഴയ ആളാണിതെന്നു വിശ്വസിക്കാൻ പ്രയാസമാ യിട്ടുണ്ട്. വിലകൂടിയ ഉടുപ്പുകൾ, ആഭരണങ്ങൾ, സുഗന്ധദ്രവ്യങ്ങൾ, ഭക്ഷ ണം, പല വിധം കൂട്ടുകെട്ടുകൾ, പോയന്റിന് ഒരു ഉറുപ്പിക വെച്ചുള്ള റെമ്മികളി, ഞാൻ അറിയുകയില്ല എന്ന നിലയിലാണെങ്കിലും രാത്രിക ളിൽ അല്പാല്പം മദ്യപാനം....

എല്ലാവരും തലമറന്ന് എണ്ണതേച്ച് നീർദോഷം ബാധിച്ചു കഴിഞ്ഞു. ഇനിയും മതിയായില്ലേ എന്നാണ് ഞാൻ ചോദിച്ചത്.

നമ്മളല്ലല്ലോ നിശ്ചയിക്കാനെന്ന് അമ്മ തത്ത്വശാസ്ത്രത്തിലേക്കു കടന്നു: "ദൈവം കൊറെ ശിക്ഷിച്ചു, കൊറെ പരീക്ഷിച്ചു, ഇപ്പൊ കൊറെ അനുഗ്രഹിക്ക്ണു. ശിക്ഷയായ്യാലും രക്ഷയായ്യാലും രണ്ടു കൈയും നീട്ടി വാങ്ങാനേ ഞാൻ പഠിച്ചിട്ടുള്ളു. ഏതായ്യാലും, മലപോലെ വന്നത് ഭഗവാൻ മഞ്ഞുപോലെയാക്കി."

ഗോപകുമാറിനെ കൊന്നത് ഞാനാണെന്ന് അമ്മയ്ക്കുറപ്പുണ്ടായി രുന്നു. അമ്മയെ സുഹൃത്തിന്റെ വീട്ടിലിരുത്തിയതും ഷോപ്പിങ്ങിനെന്നു പറഞ്ഞു പോയതും ഗോപകുമാറിന്റെ സമ്മാനം നിരസിച്ചതും എല്ലാം അമ്മയ്ക്കറിയാവുന്ന കാര്യങ്ങളാണ്.

നമ്മളൊക്കെ പെണ്ണുങ്ങളല്ലേ എന്നാണ് അമ്മ ചോദിച്ചത്. തുടർന്ന് ഒരു തത്ത്വോപദേശവും: "ചെലതൊക്കെ അങ്ങട്ട് സഹിക്കേണ്ടിവരും. എന്നാലേ ചെലതൊക്കെ നടക്കൂ. മധുരല്ല്യാച്ചട്ട് മരുന്നു തുപ്പാൻ പറ്റ്ല്ല്യ."

അന്നാദ്യമായി ഞാൻ ചോദിച്ചു: "അമ്മയെന്തേ ഗോപകുമാറിന്റെ കാറ് മടക്കി കൊടുക്കാഞ്ഞത്?"

"ഞാമ്പറഞ്ഞു, കൊണ്ടോക്കോളാൻ,'' അമ്മ കൈ മലർത്തി. "അയാള് കൊണ്ടോണ്ടെ? എത്ര പറഞ്ഞൂന്നോ! അല്ല, അയാൾക്കത് അത്ര വല്ല്യെ ഒരു കാര്യോന്നും അല്ലാന്നു വെച്ചോളൂ. എന്നാലും...."

കൊണ്ടുപൊയ്ക്കോളാൻ അമ്മ ഒരു തവണപോലും പറഞ്ഞിരിക്കില്ല എന്ന് എനിക്ക് തീർച്ചയുണ്ടായിരുന്നു.

അന്വേഷണം തുടങ്ങി ഏറെ കഴിയും മുമ്പ് ഇൻസ്പെക്ടർ സോമൻ ഞങ്ങളുടെ കുടുംബകഥ മുഴുവൻ മനസ്സിലാക്കിയിരിക്കണം. സുകുമാരനാണോ കക്ഷി എന്ന സംശയം അങ്ങനെയാവും ഉണ്ടായിരിക്കുക. സുകുമാരനെ ചോദ്യം ചെയ്യാൻ വിളിച്ചുകൊണ്ടുപോയ ദിവസം അമ്മ പറഞ്ഞത് ഞാൻ ഓർക്കുന്നു: "അവനെക്കൊണ്ട് വേണെങ്കിൽ കുറ്റം സമ്മതിപ്പിക്കാം, എന്താ?"

മറുപടിയായി ഞാൻ കണക്കില്ലാതെ ചിരിച്ച് ഉഗ്രൻ ഭ്രാന്ത് അഭിനയിക്കുകയാണ് ചെയ്തത്. മകനെ കുരുതി കൊടുത്താലും എന്നെകൊണ്ട് വീണ്ടും അഭിനയിപ്പിച്ച് പണമുണ്ടാക്കാൻ മാർഗ്ഗമില്ലെന്നു ബോദ്ധ്യമായിട്ടാണ് ആ പരിപാടി അമ്മ ഉപേക്ഷിച്ചതെന്നു കരുതാം.

ഞാൻ സുന്ദരേട്ടനെ ഓർത്തു. സ്വഭാവത്തിലുള്ള അന്തരം കണ്ടു. അമ്മയുടെ ഈ സ്വഭാവം എവിടുന്നു കിട്ടിയെന്ന അത്ഭുതം അവശേഷിച്ചു. മുടന്തിമുടന്തി നടന്ന രാവുണ്ണിയാശാന്റെ പെങ്ങൾ. രാവുണ്ണിയാശാന് കടുകട്ടിയായിരുന്നു തത്ത്വദീക്ഷ. എന്നിട്ടും....

ഞാൻ പെട്ടെന്നു ചോദിച്ചു: "ഞാൻ മരിച്ചുപോയാലോ, അമ്മേ?"

"അവലക്ഷണം പറയാതിരിക്കൂ!" അമ്മ മുഖം തിരിച്ച്, ഉമിനീർ പുറത്തു തെറിക്കാതിരിക്കാൻ ജാഗ്രത പാലിച്ച് മൂന്നു തവണ തുപ്പി ദുശ്ശകുനമകറ്റി.

ഞാൻ മുഖത്തു നോക്കാതെ പറഞ്ഞു: "ഞാൻ അമ്മയെ ഒരിക്കലും ഇഷ്ടപ്പെട്ട്ട്ട്ല്ല്യാന്നറിയ്യോ?"

അമ്മ നെടുവീർപ്പിട്ടു: "അവനവന്റെ ധർമ്മം! അല്ലാതെ ഞാനെന്താ പറേണ്ടു?"

"അമ്മ എന്നെ ഇഷ്ടപ്പെട്ടിട്ട്ണ്ടോ?" ഞാൻ മുഖത്തു നോക്കി പുഞ്ചിരിയോടെ ആരാഞ്ഞു.

എനിക്കിതൊരു കളിയായിരുന്നു.

അമ്മ മുഖം തിരിച്ചു: "ഇല്ല്യാന്ന് തോന്നുന്നുണ്ടെങ്കിൽ അതും എന്റെ തലേലെഴുത്ത്."

"ആട്ടെ," ഞാൻ അമ്മയുടെ അരികിലേക്ക് നീങ്ങിനിന്നു. "എനിക്കു പകരം ഈ കുറ്റം ഏറ്റെടുക്കാൻ അമ്മ തയ്യാറാവ്വോ?"

"അത്പ്പൊ," അമ്മ പരുങ്ങി. "ഞാൻ തയ്യാറായിട്ടും കാര്യണ്ടോ?"

"അക്കാര്യം വേറെ. അമ്മ തയ്യാറുണ്ടോന്നാ ഞാൻ ചോദിച്ചത്."

അമ്മ ചിരിച്ചു. "എന്താ സംശയം? വേണ്ടിവന്നാൽ അതും ചെയ്യും! അതിലേറേം ചെയ്യും!"

"ശരി" എന്ന് ഞാൻ മേശപ്പുറത്തുനിന്ന് ഒരു കടലാസും പേനയുമെടുത്ത് അമ്മയുടെ മുന്നിൽ നീക്കിവെച്ചു. "എഴുത്."

"എന്ത്?"

"ഞാൻ പറഞ്ഞു തരാം. ഗോപകുമാറിനെ കൊന്നത് ഞാനാണ്. മുറിയിൽ സുനന്ദ ഉണ്ടെന്നു കരുതിയാണ് അയാൾ വന്നത്. സുനന്ദ കാത്തിരിക്കും, വന്നോളൂ, എന്ന് അയാളോട് പറഞ്ഞത് ഞാനാണ്. അവളെ എവിടെയെങ്കിലും വെച്ചു ബലാത്സംഗം ചെയ്യാൻ പ്ലാനിടുകയായിരുന്നു അയാൾ. ചില തോഴന്മാരോട് അയാൾ ഇക്കാര്യം പറഞ്ഞെന്ന് പലരേയും പോലെ ഞാനും അറിഞ്ഞു. മുറിയിൽ വിളക്കില്ലാത്തതിനാൽ അയാൾ വിചാരിച്ചു, കൊന്നത് സുനന്ദയാണെന്ന്. അവൾക്ക് സ്വബുദ്ധിയില്ലാത്തതുകൊണ്ട് കുറ്റം നിഷേധിക്കാൻ അവൾക്ക് കഴിയാതെ പോയി. ചിന്താശക്തി വീണ്ടുകിട്ടിയപ്പോഴോ, അന്യഥാ ദുഃഖിതയായതിനാൽ മരണശിക്ഷപോലും സ്വീകാര്യമാണെന്നു അവൾ കരുതിയിരിക്കാം. എന്റെ മകളെ രക്ഷിക്കണം. എന്നെ ശിക്ഷിക്കണം...."

ജനാലയ്ക്കൽ ചെന്ന് പുറത്തേക്ക് നോക്കിനിന്നാണ് ഞാൻ പറഞ്ഞുതുടങ്ങിയത്. വെയിലിന്റെ അലകൾ കുന്നിൻ മുകളിൽ നൃത്തമാടുന്നുണ്ടായിരുന്നു. ചടുലതാളം.

പറഞ്ഞുകൊണ്ടേയിരുന്നു. തിരിഞ്ഞു നോക്കിയില്ല. പറഞ്ഞുകഴിഞ്ഞ് തിരിഞ്ഞു നോക്കിയപ്പോഴാകട്ടെ, അമ്മ പേനയെടുത്തിട്ടേയില്ല!

ഇരുന്ന ഇരുപ്പിലിരുന്ന് ഭൂതത്തെ കാണുന്നതുപോലെ എന്നെ തുറിച്ചു നോക്കുന്നു.

"അപ്പൊ, നീയല്ലേ ഇതു ചെയ്തത്?" അമ്മ കസേരയിൽ നിന്നെണീറ്റ് എന്റെ അരികിലെത്തി എന്നെ അണച്ചു പിടിച്ചു.

ഞാൻ ചിരിച്ചു: "എഴുതിയോ?"

"അതല്ലല്ലോ സത്യം..."

"അമ്മയ്ക്കെന്നെ രക്ഷിക്കണ്ടേ?"

"ഞാൻ കൊലമരത്തിൽ കയറുന്നത് നെണക്കിഷ്ടാണോ?"

"ഞാൻ കയറട്ടെ, അല്ലേ?"

"അത്ണ്ടാവ്ല്ല്യല്ലൊ. ശിക്ഷ കിട്ട്യാലും ഇന്നത്തെ നെന്റെ നെലയ്ക്ക് നിസ്സാരം വല്ലതും മാത്രേണ്ടാവൂ. ശിക്ഷകിട്ടാന്തന്നെ ന്യായുല്ല്യ. പിന്നെന്തിനാ...."

ഞാൻ അമ്മയുടെ പിടിയകറ്റി ഉറക്കെച്ചിരിച്ചു.

കാവൽക്കാർ എത്തിനോക്കി.

അവരോട് അമ്മ പറഞ്ഞു: "ഒന്നൂല്ല്യ."

പിന്നെ നിന്നില്ല.

ഞാൻ പോട്ടെ എന്ന് ധൃതിയിൽ ഇറങ്ങി. കാവൽക്കാർക്ക് പതിവുള്ള ദക്ഷിണ കൊടുത്തു.

അങ്ങനെ ഏതാണ്ട് എല്ലാവരോടും ഞാൻ യാത്ര പറഞ്ഞുകഴിഞ്ഞു. മരണത്തെക്കുറിച്ച് തീരുമാനമെടുത്തതിൽപ്പിന്നെ മതിലിന്മേലെ പൂപ്പൽ വിവിധ രൂപങ്ങളായി എന്നെ പേടിപ്പെടുത്താതായി. അറ്റമില്ലാത്ത ശാന്തത

എനിക്ക് തിരിച്ചു കിട്ടി. തിരിച്ചു കിട്ടി എന്നു പറയുന്നതും ശരിയല്ല. കാരണം ഇത്തരമൊരു ശാന്തത എന്റെ ചെറിയ ആയുഷ്കാലത്തിൽ ഇതിനു മുമ്പ് ഞാൻ അനുഭവിച്ചിട്ടില്ല.

അത്ഭുതങ്ങളുടെ അത്ഭുതം എന്നു പറയട്ടെ, സുന്ദരേട്ടനേയും അച്ഛന്മാരേയും കുറിച്ചുപോലും മനസ്സിൽനിന്ന് ചൂടുള്ള ആവി പൊങ്ങാതെ ചിന്തിക്കാനും അവരെ ദുഃഖത്തിന്റെ നിഴലില്ലാതെ സങ്കല്പത്തിൽ കാണാനും ഇപ്പോൾ എനിക്കു കഴിയുന്നു. സന്ധ്യകളിൽ എന്റെ മനസ്സിൽ ഊറിക്കൂടാറുള്ള അകാരണമായ ഭയവും ഇപ്പോഴില്ല.

മരണവേദനയെക്കുറിച്ചുപോലും ഭയമില്ല. അതിലേറെ വലിയ വേദനകൾ ഞാൻ അനുഭവിച്ചു കഴിഞ്ഞതുകൊണ്ടായിരിക്കാം ഇത്.

ഇങ്ങനെയൊരു പരിതഃസ്ഥിതിയിൽ ഈ തീരുമാനമല്ലാതെ മറ്റൊന്നുമില്ല ഇത്ര നന്നായിട്ട് എന്നതിൽ ഇനി തർക്കമുണ്ടോ? ഞാൻ ശരിയായ ഒരു തീരുമാനമെടുത്തു എന്ന അഹന്തയോടെ മരിക്കാനല്ല ഇതു ചോദിക്കുന്നത്. മറുപടി കേൾക്കാൻ ഞാൻ ഉണ്ടായിരിക്കുകയുമില്ല. ഉറക്കെ ചിന്തിക്കുന്നു എന്നു മാത്രം.

ഈ അവസാനത്തെ കടലാസ് നനഞ്ഞ് വൃത്തികേടായതിൽ ക്ഷമിക്കൂ. കണ്ണുനീർതന്നെയാണ്. ദുഃഖമോ സന്തോഷമോ ഇല്ലാത്ത, എന്തുകൊണ്ടെന്നറിയാത്ത, കണ്ണീരുതിരുന്നു. എന്റെ അകം ആരോ കഴുകി വൃത്തിയാക്കുന്നു എന്നാണ് എനിക്കു തോന്നുന്നത്. പറഞ്ഞറിയിക്കാനാകാത്ത ആശ്വാസം തോന്നുന്നു. ഞാൻ വീണ്ടും ഒരു കൊച്ചുകുട്ടിയായതുപോലെ. അമ്മയില്ലായ്മപോലും ഞാൻ അറിയുന്നതിനു മുമ്പുള്ള കൊച്ചുകുട്ടി. ഉയരത്തെവിടെയോ സുരക്ഷിതയായിരിപ്പാണ്. അച്ഛന്റെ മാറിൽത്തന്നെയായിരിക്കണം. ഉയരത്തിന്റെ ആസ്വാദ്യത മാത്രമേ അറിയുന്നുള്ളൂ. ആദിശ്രുതി വ്യക്തമായി ഞാൻ കേൾക്കുന്നുമുണ്ട്. നിലയ്ക്കാത്ത ആദിശ്രുതി. താണസ്ഥായി. അനുരണനങ്ങൾപോലും ഇല്ല. പ്രതിദ്ധ്വനിക്കാൻ പദാർത്ഥമില്ലാത്തതുപോലെ. എനിക്കിപ്പോൾ ദുഃഖമില്ല, ഡോക്ടർ.

23

അരവിന്ദന്റെ മൊഴി

ഇന്നലെ രാത്രി ഞാൻ ഉറങ്ങിയിട്ടേയില്ല.

വിധി എന്നെ പകിടപോലെ ഒരിക്കൽക്കൂടി കറക്കിയെറിഞ്ഞിരിക്കുന്നു.

ഇന്നലെ രാത്രിയോടെ എല്ലാം അവസാനിക്കേണ്ടതായിരുന്നു. അവസാനിച്ചില്ല. നീളുന്ന നിഴൽപോലെ എന്റെ ജീവിതവും നീണ്ടുപോകുന്നു.

ആഴ്ചകളായുള്ള ഒരുക്കങ്ങൾ വെറുതെയായി. മാനസികമായി ഞാൻ നടത്തിയ ഒരുക്കത്തിന്റെ ഫലമായി എനിക്ക് കൈവന്ന ശാന്തി നഷ്ടപ്പെട്ടിരിക്കുന്നു. ഭയാശങ്കകളും ദുഃഖവും എന്നെ വീണ്ടും അലട്ടുന്നു.

എന്റെ തീരുമാനങ്ങൾ എന്റെ മുഖത്തു നോക്കി പല്ലിളിച്ചു ചിരിക്കുന്നു.

ഒരു മണിക്കൂർ കൊണ്ടാണ് എല്ലാം തകിടം മറിഞ്ഞത്. വെറും ഒരു മണിക്കൂർകൊണ്ട്. ഇന്നലെ രാത്രിയിൽ അങ്ങനെ സംഭവിച്ചില്ലായിരുന്നെങ്കിൽ ഇന്നിതു കുറിക്കാൻ ഞാൻ ഉണ്ടാകുമായിരുന്നില്ല.

ഒരു കാര്യത്തിൽ ഡോക്ടറോട് ഒരു ക്ഷമാപണം നടത്താൻ ഞാൻ ആഗ്രഹിക്കുന്നു. ഒരു കാര്യത്തിൽ മാത്രം, ഞാൻ, ഈ കുറിപ്പുകളിൽ, യാഥാർത്ഥ്യം മറച്ചുവയ്ക്കുകയായിരുന്നു. ഏതു കാര്യത്തിലെന്ന് വഴിയേ മനസ്സിലാവും. എനിക്ക് എന്തെങ്കിലും നേട്ടമുണ്ടാകാനല്ല ഇങ്ങനെ ചെയ്തത്. ഒരു നിർദ്ദോഷമായ ഒളിച്ചുവയ്പ്പായിരുന്നു.

അത്താഴം കഴിഞ്ഞ നേരത്താണ് അവർ വന്നത്: ഇൻസ്പെക്ടറും അരവിന്ദനും കുട്ടിയും.

"ഈ നേരത്ത് കയറിവന്ന് ബുദ്ധിമുട്ടിക്കുന്നതിൽ വിഷമമുണ്ട്." ഇൻസ്പെക്ടർ പറഞ്ഞു. "പക്ഷെ, കാര്യം അല്പം ഗൗരവമുള്ളതാണ്."

എന്തെന്ന് ഊഹിക്കാൻ എനിക്ക് കഴിഞ്ഞില്ല. കുട്ടി അരവിന്ദനോടൊട്ടി നിന്നു. അരവിന്ദൻ അടഞ്ഞ വാതിലിൽ ചാരി നിന്നതേയുള്ള, എന്റെ മുഖത്തു നോക്കിയില്ല.

ഇൻസ്പെക്ടർക്ക് ഞാൻ കസേര ചൂണ്ടിക്കാണിച്ചു കൊടുത്തു. കട്ടിലിന്നരികിൽ ചുവർ ചാരി ഞാൻ നിന്നു.

മരണത്തെ മുഖത്തോടു മുഖം കണ്ട അവസ്ഥയിൽ നിന്ന് പെട്ടെന്ന് തിരികെ പോരാൻ എനിക്ക് പ്രയാസമുണ്ടായി. വലിയ വെട്ടത്തിൽനിന്ന് ഇരുട്ടിലേക്കോ മറിച്ചോ കടന്നതുപോലെ.

ഇൻസ്പെക്ടർ പറഞ്ഞു: "സത്യം പുറത്തുവന്നത് എന്റെ കഴിവു കൊണ്ടാണെന്ന് പറഞ്ഞുകൂടാ. മിസ്റ്റർ അരവിന്ദൻ എന്നെ കാണാൻ വരികയാണുണ്ടായത്. അരവിന്ദന്റെ മൊഴി അവിശ്വസിക്കാൻ കാരണം കാണുന്നുമില്ല. ഒളിച്ചുകളി അവസാനിപ്പിക്കാമെങ്കിൽ നമുക്ക് ഈ കേസിന് അടിവരയിടാം. അല്ല, നിങ്ങൾ ഒളിച്ചുകളി തുടരാനാണ് ഭാവമെങ്കിൽത്തന്നെയും എനിക്ക് വിഷമമില്ല. നിങ്ങൾക്ക് മനസ്സുഖമില്ലാത്തസ്ഥിതിക്ക് (ഔദ്യോഗികമായി അങ്ങനെയാണല്ലോ) പൂർണ്ണ മനസ്സോടെയുള്ള മറ്റൊരാളുടെ കുറ്റസമ്മതം സ്വീകരിക്കാൻ ഒരു കോടതിക്കും വിഷമമുണ്ടാവില്ല."

അപ്പോൾ, എന്റെ ഊഹം ശരിയായിരുന്നുവെന്ന് ഞാൻ കണ്ടു. അരവിന്ദൻ തന്നെയാണ് അതു ചെയ്തത്!

ഞാൻ അരവിന്ദന്റെ മുഖത്തേക്ക് ദൃഷ്ടിയുയർത്തിയപ്പോൾ അരവിന്ദൻ എന്റെ നോട്ടത്തെ നേരിട്ടു. ഞാൻ ആദ്യം പരിചയപ്പെടുമ്പോൾ ഉണ്ടായിരുന്ന അതേ നോട്ടവും ഭാവവും.

ഇതൊന്നുമറിയാതെ കുട്ടി ചുവരിൽ നഖം കൊണ്ട് വരയ്ക്കുകയും നില്പുറയ്ക്കാതെ കാൽ മാറ്റിമാറ്റി താളംപോലെ കളിക്കുകയുമായിരുന്നു.

അച്ഛൻ മാത്രമുള്ള ആ കുട്ടി ഞാനാണെന്ന് എനിക്ക് തോന്നി.

ഞാൻ വീണ്ടും തോറ്റിരിക്കുന്നു എന്ന് എനിക്ക് മനസ്സിലായി.

മാറത്തെ പോക്കറ്റിൽനിന്ന് കടലാസെടുത്ത് നിവർത്തി മുന്നിൽ പിടിച്ച് ഇൻസ്പെക്ടർ പറഞ്ഞു: "മിസ്റ്റർ അരവിന്ദൻ എഴുതിക്കൊണ്ടുവന്നു തന്ന മൊഴി ഞാൻ വായിക്കാം. നിങ്ങൾക്ക് ഇതിനോട് യോജിക്കുകയോ വിയോജിക്കുകയോ ചെയ്യാം. യോജിക്കുന്നെങ്കിൽ എന്റെ ജോലി എളുപ്പമായി. നിങ്ങൾക്കു ഭ്രാന്തില്ലെന്ന് ഡോക്ടറെക്കൊണ്ട് നിങ്ങളുടെ സഹകരണത്തോടെ സാക്ഷ്യപ്പെടുത്തുകകൂടിയേ വേണ്ടു."

ഞാൻ മൂളിയില്ല.

എന്റെ പ്രതികരണം കാക്കാതെ ഇൻസ്പെക്ടർ വായന തുടങ്ങി: "എന്റെ പേർ അരവിന്ദൻ എന്നാണ്. അനാഥനായാണ് വളർന്നത്. നാടും വീടുമില്ല, അച്ഛനമ്മമാർ ആരെന്ന് അറിഞ്ഞുകൂടാ. സിനിമകളിൽ തമാശക്കാരനായി അഭിനയിക്കുന്നു. എന്റെ ഭാര്യ എന്നെ ഉപേക്ഷിച്ചു പോയിട്ട് വർഷങ്ങളായി. ഒരു കുട്ടിയുണ്ട്. അവൾ എന്റെ കൂടെയാണ്. ഭാര്യ ഇട്ടേച്ചുപോയി, അവളേയും.

ഗോപകുറിനെ കൊന്നത് ഞാനാണ്. ആ കുറ്റത്തിന് ശിക്ഷിക്കപ്പെടാൻ ഞാൻ ആഗ്രഹിക്കുന്നു. ആ കുറ്റത്തിന്റെ പേരിൽ മനോവേദന അനുഭവിക്കുന്നവരോട് ഞാൻ ക്ഷമാപണം ചെയ്യുന്നു. സുനന്ദ ഒരു കുറ്റവും ചെയ്തിട്ടില്ല. അവരെ വിട്ടയക്കണമെന്ന് അപേക്ഷിക്കുന്നു.

സത്യം തുറന്നു പറയുന്നതുകൊണ്ട് ഞാൻ ശിക്ഷിക്കപ്പെടുകകയും എന്റെ കുട്ടി എന്നെപ്പോലെ അനാഥത്വത്തിലെത്തുകയുമെന്നല്ലാതെ

മറ്റൊരു ഗുണവുമുണ്ടാകുകയില്ലെന്നുമാണ് ഞാൻ കരുതിയത്. അതിനാലാണ് ഇത്രയുംനാൾ ഇത് മറച്ചുവെച്ചത്. സുനന്ദയ്ക്ക് മനോരോഗം തന്നെയെന്നായിരുന്നു എന്റെ വിചാരം. അവരത് വെറുതെ അഭിനയിക്കുകയാണെന്നു പെട്ടെന്നാണ് എനിക്ക് മനസ്സിലായത്.

എനിക്കുവേണ്ടി കുറ്റം ഏറ്റിരിക്കുകയാണവർ. എന്റെ കുട്ടി അനാഥയാകാതിരിക്കാൻ വേണ്ടിയാവാം. അല്ലാതെ എന്നോട് അവർക്ക് അത്ര വലിയ കടപ്പാടോ ബന്ധമോ ഇല്ല.

മാത്രമല്ല, കുറ്റമേറ്റു, ഭ്രാന്തഭിനയിച്ചു, ആത്മഹത്യ ചെയ്യാനോ മറ്റോ അവർ തീരുമാനിച്ചിട്ടുണ്ടെന്ന് ഞാൻ വിചാരിക്കുന്നു. ജീവിതത്തിൽ വളരെ ദുഃഖിതയും ഏകാകിയുമായ അവരുടെ മനസ്സിന്റെ പ്രവർത്തനം ഏതാണ്ട് എങ്ങനെയെന്ന് ഊഹിക്കാൻ എനിക്ക് ഏറെക്കുറെ കഴിയാറുണ്ട്. ഞാനും ഒരു ദുഃഖിതനും ഏകാകിയുമായി വളർന്നതുകൊണ്ടായിരിക്കാം ഇത്.

അവർക്ക് ചിത്തരോഗമാണെന്നിരിക്കെ, ഞാൻ കുറ്റമേറ്റാൽ എന്റെ കുട്ടി അനാഥയാകുമായിരുന്നു. അവർക്ക് ചിത്തരോഗമില്ലെങ്കിൽപ്പിന്നെ ഈ കുറ്റമേറ്റു പറയാൻ എനിക്ക് സന്തോഷമേയുള്ളു. എന്റെ കുട്ടിയെ വളർത്താൻ, എന്നേക്കാൾ എല്ലാംകൊണ്ടും കഴിവ് അവർക്കാണ്. അവരത് ചെയ്യുമെന്നും എനിക്കറിയാം. ഈ മൊഴി അവർക്ക് എപ്പോഴെങ്കിലും വായിക്കാൻ കൊടുക്കുകയോ വായിച്ചു കൊടുക്കുകയോ ചെയ്യണമെന്ന് താല്പര്യപ്പെടുന്നു.

കുട്ടിയെ ഇഷ്ടപ്പടി വളർത്താൻ എല്ലാ അധികാരാവകാശങ്ങളും കുട്ടിയുടെ ഏക രക്ഷിതാവെന്ന നിലയിൽ ഞാൻ അവർക്ക് നൽകുന്നു. ബാലനടിയായി ഞാൻ കുട്ടിയെ സിനിമയിൽ കടത്തിവിടുന്നതിൽ അവർക്ക് അപ്രിയമുണ്ടായിരുന്നു. അതു തടയാൻ അവർ പരമാവധി ശ്രമിക്കുകയും ചെയ്തു. എന്റെ ദുരാഗ്രഹം അവരുടെ ഉപദേശങ്ങൾക്ക് വിഘാതമായി. അതുകൊണ്ടുതന്നെയാണ് ഞാൻ പറയുന്നത്, എന്റെ കുട്ടിയെ വളർത്താൻ ഞാനല്ല നല്ലതെന്ന് എനിക്ക് ബോദ്ധ്യമായിരിക്കുന്നു.

ധൂർത്തനും ദുർമാർഗ്ഗിയുമായ ഗോപകുമാർ ഒരു വഴിപിഴച്ച സന്തതിയായിരുന്നു. അയാളെ കൊന്നതിൽ എനിക്ക് പശ്ചാത്താപമില്ല. അത്തരക്കാർ ഭൂമിയിൽ ജീവിച്ചിരിക്കാൻ പാടില്ല.

ആർക്കുമറിയാത്ത ഒരു രഹസ്യമുണ്ട്. സുനന്ദയെപ്പോലും ഞാനത് അറിയിച്ചിട്ടില്ല. എന്റെ കുട്ടിയെ കൊണ്ടുപോയി വേണ്ടാത്തതിന് ഉപയോഗിക്കാൻ അയാൾ ശ്രമിച്ചു. സഹസംവിധായകൻ എന്നു പറഞ്ഞു നടക്കുന്ന ഒരു കഴുതയ്ക്ക് അതിൽ പങ്കുണ്ടായിരുന്നു. ഒത്താശകൾ ചെയ്തത് അവനാണ്. കുട്ടി ഒന്നും സംശയിച്ചില്ല. അവൾക്ക് എല്ലാവരും അങ്കിൾമാരാണല്ലോ. തക്കനേരത്ത് ഞാൻ കാര്യങ്ങൾ മണത്തറിഞ്ഞതുകൊണ്ട് ഒരു ചെറിയ അടിപിടിയോടെ കുട്ടിയെ മോചിപ്പിക്കാൻ എനിക്ക് സാധിച്ചു. കൂട്ടത്തിൽ എന്റെ അഭിനയവും നടക്കണമായിരുന്നു. അവളെ അങ്കിളുമാരെ ഏല്പിച്ച് ഞാൻ പോകാറുണ്ട്. അതുതന്നെയാണ് അന്നും പറ്റിയത്. ഞാൻ തിരിച്ചെത്തിയപ്പോൾ ഷൂട്ടിങ് കഴിഞ്ഞിരുന്നു.

കുട്ടിയെ കാണാനുമില്ല. ക്യാമ്പിൽ ഇല്ലായിരുന്നു. നിർമ്മാതാവിന്റെ കാറിൽ കൊണ്ടുപോയെന്ന് ആരോ പറഞ്ഞു. മണത്തറിഞ്ഞ് ഓടിയെത്തിയതുകൊണ്ട് എന്റെ കുട്ടിയെ രക്ഷപ്പെടുത്തുവാൻ കഴിഞ്ഞു. സുനന്ദ അറിഞ്ഞിരുന്നെങ്കിൽ കുട്ടിയുടെ അഭിനയം അതോടെ അവസാനിപ്പിക്കാനും ഞാൻ നിർബ്ബന്ധിതനാവുമായിരുന്നു. മിണ്ടിയില്ല.

ഇതു കഴിഞ്ഞ് ഒരാഴ്ച കഴിഞ്ഞാണ് സുനന്ദയ്ക്ക് കാർ വാങ്ങിക്കൊടുത്ത കാര്യം ഞാൻ അറിയുന്നത്. സുനന്ദയോട് ഞാൻ തമാശയായി ചോദിക്കുകയും ചെയ്തു. വസ്തുതകൾ മനസ്സിലാക്കി. ഏതു ക്യാമ്പിലും ഗോപകുമാർ ഒരു പേടിസ്വപ്നമായി മാറുകയായിരുന്നു. എന്റെ കുട്ടിയുടെ ആയുസ്സിനും സുനന്ദയുടെ സുരക്ഷിതത്വത്തിനും വരാവുന്ന വലിയ വിപത്തായി ഞാൻ അയാളെ കണക്കാക്കി.

എന്തു ചെയ്യണമെന്ന് ആലോചിച്ചുകൊണ്ടിരിക്കെയാണ് സുനന്ദയും അമ്മയും സന്ധ്യക്കു മുമ്പ് മുറിവിട്ടു പോകുന്നത് മനസ്സിലായത്. എന്നെയാണവർ താക്കോൽ ഏല്പിക്കാറ്. കുറെ വൈകിയേ വരു എന്ന് പറയുകയും ചെയ്തു.

ഓർക്കാപ്പുറത്താണ് ഞാൻ ഒരു പരിപാടി ഉണ്ടാക്കിയത്. കുട്ടിയേയും കൂട്ടി പുറത്തുപോയി ഞാൻ രണ്ടു കൈയിലും പുലിനഖങ്ങൾ വാങ്ങി. എന്തിനും അയാൾക്ക് കൂട്ടുനിൽക്കുന്ന സഹസംവിധായകനായി ഭാവിച്ച് ഞാൻ അയാൾക്ക് ഫോൺ ചെയ്തു. സുനന്ദ വരാൻ പറഞ്ഞെന്നു. പട്ടിക്കുഞ്ഞ് ഇണങ്ങിയല്ലേ എന്നായിരുന്നു പ്രതികരണം. ഉവ്വ്, സാർ എന്ന് ഞാൻ, വേഗം വരണമെന്നും ഒരു മണിക്കൂർ കഴിഞ്ഞുള്ള സമയവും കൊടുത്തു. ആരുടേയും ശബ്ദം, സ്ത്രീയുടേതായാലും പുരുഷന്റേതായാലും അനുകരിക്കാൻ എനിക്കു വലിയ പ്രയാസമില്ല.

ഫോം റബ്ബറിന്റെ മുലക്കപ്പുകളും വാങ്ങി ഞാൻ മടങ്ങി. മേക്കപ്പിന് ഉപയോഗിക്കുന്നതാണ് അത്. പുലിനഖങ്ങളും സിനിമാസാധനമാണ്. സിനിമാക്കാരനായ ഞാൻ ഇതൊക്കെ വാങ്ങിയാൽ ആർക്കും ഒരു സംശയവും തോന്നുകയില്ല.

കുട്ടിയെ ഒരു സഹപ്രവർത്തകന്റെ കുടുംബത്തിൽ നിർത്തി. ഞാൻ വീണ്ടും മുറിയിലെത്തി. വല്ല നിർമ്മാതാവും പാതിരാത്രിയിൽ വിളിച്ചാൽ കുട്ടിയെ ഈ കുടുംബത്തിൽ നിർത്തിയാണ് ഞാൻ പോകാറ്.

നേരം രാത്രിയായിക്കഴിഞ്ഞിരുന്നു. സുനന്ദയുടെ മുറിയിൽ കടന്ന് വളരെ വേഗം ഞാൻ വേഷം മാറി. സുനന്ദയുടെ ഉടുപ്പുകൾതന്നെയാണ് എടുത്തത്. രണ്ടുമൂന്നു വിഗ്ഗുകളും മുറിയിൽ ഉണ്ടെന്ന് എനിക്കറിയാമായിരുന്നു.

സുനന്ദയുടെ ശബ്ദം അനുകരിക്കാൻ എനിക്ക് കഴിയുന്നതുകൊണ്ട് എളുപ്പമായി.

വാതിൽക്കൽ മുട്ടു കേട്ടപ്പോൾ ഞാൻ സുനന്ദയുടെ ശബ്ദത്തിൽ ചോദിച്ചു: “ഈസ് ദാറ്റ് ഗോപു?”

“ഹൂ എൽസ്?” എന്നായിരുന്നു കാമാർത്തന്റെ മറു ചോദ്യം. വാതിൽ തുറന്ന് ഞാൻ പറഞ്ഞു: “ഗോപു, നോ ലൈറ്റ്സ്, പ്ലീസ്.”

അതിനൊന്നും അയാൾക്ക് വിരോധമുണ്ടായിരുന്നില്ല. വാതിൽ ഞാൻ തന്നെ ഉള്ളിൽനിന്നടച്ചപ്പോൾ അയാൾ കിളുകിളുന്നനെ ചിരിച്ചു. സുനന്ദ ഉപയോഗിക്കുന്ന ചന്ദനതൈലം ഞാൻ സമൃദ്ധമായി വാരി പൂശിയിരുന്നു. അയാൾ ഒന്നും സംശയിച്ചില്ല.

കട്ടിലിൽ ചെന്ന് അരണ്ട വെളിച്ചത്തിൽ മലർന്നൊരു കിടപ്പു കിടക്കുകയാണ് അയാൾ ചെയ്തത്. വളരെ എളുപ്പമായി. സുനന്ദയുടെ ചിരിയോടെ അയാളുടെ ദേഹത്തിലേക്ക് ഞാൻ വീണു. എന്റെ പുലിനഖങ്ങൾ അടുത്ത ക്ഷണത്തിൽ അയാളുടെ കഴുത്തിലാണ്ടു.

അയാൾ മദ്യപിച്ചിരുന്നു. സ്വതവേതന്നെ അയാളോളം കരുത്ത് എനിക്കുള്ളതുമാണ്. ബോധംകെടുംവരെ അയാളെ അടക്കിപ്പിടിക്കാൻ എനിക്ക് ഒരു പ്രയാസവുമുണ്ടായില്ല.

സുനന്ദയുടെ മുറിയിൽനിന്ന് പുറത്തു കടന്ന് എന്റെ മുറിയിലേക്ക് പോകുന്നതിനിടയിൽ താക്കോൽ പരിചാരകന് എറിഞ്ഞു കൊടുത്തു.

ചോര വാരുന്ന അയാളെ വിട്ട് ഞാൻ ആരും കാണാതെ എന്റെ മുറിയിലെത്തി. ചത്തുകൊള്ളുമെന്ന് എനിക്കറിയാമായിരുന്നു. ഉടുപ്പു മാറ്റി ഞാൻ ചോര കഴുകി പുറത്തു കടന്നു.

മരണമൊഴി നല്കാൻ അയാൾ ജീവിച്ചിരിക്കുമെന്ന് ഞാൻ കരുതിയില്ല. സുനന്ദക്കും അമ്മയ്ക്കും രക്ഷകിട്ടുമെന്നും കരുതി. അവർ പോയത് എവിടേക്കായാലും കൊല നടന്ന സമയം അവർ വേറെ ഒരിടത്തായിരുന്നുവെന്ന് സ്ഥാപിക്കാൻ സ്വാഭാവികമായും അവർക്ക് കഴിയുമല്ലോ.

കുറ്റം തെളിയാതെ പോകുമെന്നുതന്നെ ഞാൻ വിചാരിച്ചു.

എനിക്കു തെറ്റി.

ആത്മഹത്യ ചെയ്യാൻ തീരുമാനിച്ചു കഴിഞ്ഞോ മറ്റോ സുനന്ദ എന്നെ രക്ഷിക്കാൻ ശ്രമിക്കുകയാണ്. അതു അനുവദിക്കാൻ എനിക്കാവില്ല.

എന്റെ കുട്ടിയെ അവരെ ഏല്പിക്കുക.

അവളെ അനാഥയാക്കുംവിധം സുനന്ദ ആത്മഹത്യ ചെയ്യുമെങ്കിൽ ചെയ്യട്ടെ. സുനന്ദ അതു ചെയ്യില്ല. കാരണം അനാഥത്വമെന്തെന്ന് സുനന്ദക്കറിയാം.

എല്ലാറ്റിനും ഒരുങ്ങിയാണ് ഞാൻ വന്നിരിക്കുന്നത്. എന്റെ കൈകളിൽ വിലങ്ങു വെക്കുക. സുനന്ദയെ ഉടൻ കാര്യങ്ങൾ അറിയിക്കാൻ അപേക്ഷിക്കുന്നു–പറ്റുമെങ്കിൽ ഈ നിമിഷത്തിൽത്തന്നെ. അവരെ മരിക്കാൻ അനുവദിച്ചുകൂടാ."

ഇൻസ്പെക്ടർ വായിച്ചു നിർത്തി.

24

വഴിയിൽ വീണ്ടുമൊരു തിരിവ്

മുറിയൊരു നിശ്ചലചിത്രമായി.

ആരും അനങ്ങിയില്ല, ശബ്ദിച്ചില്ല.

ജനാലയിൽ വന്ന കുളിർകാറ്റുപോലും സന്ദർഭത്തിന്റെ ഗൗരവം മനസ്സിലാക്കിയിട്ടെന്നോണം പത്തിതാഴ്ത്തി അടങ്ങി. പുറത്തെ വരാന്തയിൽ ആരോ നടക്കുന്ന ഒറ്റപ്പെട്ട കാലടിയൊച്ച കേട്ടു.

മനോരോഗികൾക്കായുള്ള ആസ്പത്രിയിൽ ആ നേരത്ത് അത്രയും ശാന്തത അസാധാരണമായിരുന്നു.

ഇൻസ്പെക്ടർ ഒന്ന് ഇളകിയിരുന്നു. കടലാസുകൾ മടക്കി പോക്കറ്റിൽ നിക്ഷേപിച്ചു. ഇംഗ്ലീഷിലാണ് പറഞ്ഞത്: "രണ്ടു തരത്തിലുള്ള ചാരിതാർത്ഥ്യം ഇപ്പോൾ എനിക്കുണ്ട്. ഒരു ആത്മഹത്യ ഒഴിവാക്കിക്കിട്ടി. നിരപരാധി ശിക്ഷിക്കപ്പെടുന്നുമില്ല."

"അപരാധം ആരും ചെയ്തു എന്ന അഭിപ്രായം എനിക്കില്ല്യ", ഞാൻ പതുക്കെ പറയുന്നത് ഞാൻ കേട്ടു.

"ആ അഭിപ്രായം എനിക്കും ഇല്ല്യ," ഇൻസ്പെക്ടർ മലയാളത്തിൽ പറഞ്ഞു. "പക്ഷെ, നിയമം നിയമമാണ്. ഞാൻ അല്ലല്ലോ വിധി പറയേണ്ടത്, നിങ്ങളും അല്ല. എന്താ തീരുമാനം?"

ഞാൻ അരവിന്ദന്റെ മുഖത്തുനോക്കി. എന്ത്യേ അരവിന്ദൻ...?"

കുട്ടിയുടെ നെറുകയിൽ കൈചേർത്ത് അവളെ അരവിന്ദൻ അണച്ചുപിടിച്ചു: "പാമ്പിനെ കണ്ടാൽ എന്താ ചെയ്യാ? കടിക്കാൻ വന്നാൽ തല്ലിക്കൊല്ലും. അല്ലാതെന്താ? അത്രേ ഞാൻ ചെയ്തുള്ളു."

ഇൻസ്പെക്ടർ ഞങ്ങൾ ഇരുവരേയും മാറിമാറി നോക്കി. പതുക്കെ എഴുന്നേറ്റു: "ഞാൻ ഡോക്ടറെ വിളിക്കാം."

"എന്തിന്?" ഞാൻ ചോദിച്ചു.

"ഡോക്ടർ അത്ര മോശക്കാരനാന്ന് കരുതണ്ട," ഇൻസ്പെക്ടർ

പറഞ്ഞു. “ഇത്ര കടുത്ത ഭ്രാന്തഭിനയിച്ചിട്ടും ഒരു മരുന്നു തരാത്ത ആളാണ്! നിങ്ങൾക്ക് ഭ്രാന്തില്ല്യാന്ന് ഡോക്ടറാണ് എനിക്ക് പറഞ്ഞു തന്നത്.”

ഞാനും അരവിന്ദനും കുട്ടിയും തനിച്ചായി.

ഞാൻ ചോദിച്ചു: “ഞാനെന്തായ്യാലും തീരുമാനിച്ചതായിരുന്നു. അരവിന്ദൻ വെറുതെ എന്തിന്...?”

മുഖത്തു നോക്കാതെ അരവിന്ദൻ പറഞ്ഞു: “വേറൊരു പോംവഴിയും ഞാൻ കണ്ടില്ല്യ.”

“എനിക്ക് കിട്ടാവുന്ന ശിക്ഷ, ഞാൻ സൂചിപ്പിച്ച, പലകാരണങ്ങളാലും വളരെ നിസ്സാരമായിപ്പോയേനേ. അരവിന്ദന്...”

അരവിന്ദൻ ചോദിച്ചു: “ഏറ്റവും വലിയ ശിക്ഷ സ്വയം നടപ്പാക്കാനല്ലേ സുനന്ദ തീരുമാനിച്ചത്? അതും ഞാൻ ചെയ്ത കുറ്റത്തിന്!...”

“ആർക്കും ഒരു ചേതവുമില്ലായിരുന്നല്ലോ!”

“സുനന്ദയ്ക്കറിയില്ല” എന്നു തുടങ്ങിയ അരവിന്ദന് തുടരാൻ കഴിയും മുമ്പ് വന്നു, ഡോക്ടറും സോമനും.

സോമൻ ഡോക്ടറുടെ അറിവിനായി കഥകൾ പറഞ്ഞു. ഡോക്ടറാകട്ടെ മൂളിമൂളി കേൾക്കുകയും ഇടയിൽ എന്നെ നോക്കുകയും ചെയ്തു.

ഗത്യന്തരമില്ലാഞ്ഞാണ്, ഡോക്ടർ, ഞാൻ അതു പറഞ്ഞത്: “എനിക്ക് മരിക്കണമെന്നുണ്ടെന്ന്, അരവിന്ദൻ പോയാൽ കുട്ടിക്ക് അച്ഛൻ പോയെന്ന്, ഞാൻ പോയാൽ ആർക്കും ഒന്നും പോയില്ലെന്ന്, ഞാനാണ് യഥാർത്ഥ കുറ്റവാളിയെന്ന ഒത്തുതീർപ്പിന്മേൽ അരവിന്ദനെ വിട്ടയക്കണമെന്ന്, യഥാർത്ഥ നീതി അതായിരിക്കുമെന്ന്....”

താങ്കൾ ചിന്താമൂകനായതേയുള്ള. ഞാൻ പറഞ്ഞതിന്റെ നീതി താങ്കൾക്കും ബോദ്ധ്യമായി എന്നും ഞാൻ കണ്ടു. അരവിന്ദൻ പൊട്ടിത്തെറിച്ചില്ലായിരുന്നെങ്കിൽ കാര്യങ്ങൾ അങ്ങനെ അവസാനിപ്പിക്കാൻ നമുക്ക് കഴിയുമായിരുന്നില്ലേ?

താങ്കൾ ആ നിമിഷത്തിൽ അരവിന്ദന്റെ മുഖത്തു നോക്കിയതെന്തിന്? അരവിന്ദനെ പ്രലോഭിപ്പിക്കാനോ? ആ നോട്ടത്തിനുള്ള പ്രതികരണമെന്ന നിലയിലാണല്ലോ അരവിന്ദൻ പൊട്ടിത്തെറിച്ചത്.

അലറുകയായിരുന്നു അരവിന്ദൻ: “പോലീസും കോടതിയും കൂടി നിരപരാധിയെ ശിക്ഷിച്ചുവെന്ന് ഞാൻ ഉറക്കെ വിളിച്ചു പറയും!”

ഞാൻ അരവിന്ദനോട് കെഞ്ചി. “അരവിന്ദൻ, ദയവുണ്ടായി....”

അരവിന്ദൻ എന്റെ നേരെ തിരിഞ്ഞു: “അങ്ങനെയൊരു വികാരം സുനന്ദക്കല്ലേ? ഒരു പെൺകുട്ടിയെ വളർത്താൻ എനിക്ക് കഴിവില്ലെന്ന് ഞാൻ ഇനിയും വേണ്ടത്ര തെളിയിച്ചു കഴിഞ്ഞില്ല, എന്നാണോ? അല്ല, ഒരു വിട്ടുവീഴ്ചയും എനിക്ക് സമ്മതമല്ല. ഒരിക്കലുമല്ല.”

വിജയത്തിന്റെ ആഹ്ലാദത്തോടെയല്ലേ ഡോക്ടർ താങ്കൾ എന്റെ മുഖത്തു നോക്കിയത്? താങ്കൾ വാസ്തവത്തിൽ വിജയിക്കുകയായിരുന്നില്ല.

ആരും വിജയിക്കുകയായിരുന്നില്ല.

എല്ലാവരും തോറ്റു. ആരാണ് ജയിച്ചത്? ഇൻസ്പെക്ടർ ജയിച്ചുവോ?

അരവിന്ദൻ ഇൻസ്പെക്ടറെ തോണ്ടി: "സാർ, എന്റെ കുട്ടിയെ തല്ക്കാലം എന്റെ ആ സുഹൃത്തിന്റെ വീട്ടിലാക്കാൻ സമയം തരണം"

സോമൻ തലകുലുക്കി.

അരവിന്ദൻ എന്നോട് പറഞ്ഞത് ഡോക്ടർ കേട്ടില്ലേ?

മുഖത്തു നോക്കാതെയെങ്കിലും കണ്ണീരോടെ അരവിന്ദൻ പറഞ്ഞു: "എന്റെ കുട്ടിയെ നോക്കിക്കൊള്ളാമെന്ന് സുനന്ദ എനിക്ക് മനസ്സുകൊണ്ട് വാക്കു തരണം."

ഡോക്ടറല്ലേ അരവിന്ദനോട് മറുപടിയായി ചോദിച്ചത് ഇല്ലെങ്കിലോ എന്ന്?

അതിന് അരവിന്ദൻ മറുപടി പറഞ്ഞില്ല. എന്റെ ഉത്തരത്തിന് കാത്തു നിന്നതുമില്ല.

അങ്ങനെ, എനിക്ക് മരിക്കാതിരിക്കാൻ ഒരു കാരണവും നല്കി അരവിന്ദൻ പോയി. പോകുമ്പോൾ മകളോട് പറഞ്ഞു: "നാളെ ഈ ചെറിയമ്മ വരും, കൂടെ പോണം. നല്ല കുട്ടിയാവണം...."

അവൾ തലകുലുക്കി അനുസരിച്ചു പറഞ്ഞു: "നാളെ ചെറിയമ്മ വരും, കൂടെ പോണം..."

അതവളുടെ ഒരു പതിവായിരിക്കുന്നു. ഷൂട്ടിങ്ങിന് ഡയലോഗ് പറഞ്ഞു പഠിപ്പിക്കുന്ന സഹസംവിധായകരിൽ നിന്ന് കിട്ടിയ ശീലമാണ്. പറയുന്നതുപോലെ പറയൂ എന്ന് അവർ ഡയലോഗ് പറഞ്ഞു കൊടുക്കുന്നു. കുട്ടി ഏറ്റു പറയുന്നു.

തിരിഞ്ഞു നോക്കാതെ അരവിന്ദൻ നടന്നു. ഒന്നും പറയാൻ, എനിക്ക് നാക്കു പൊങ്ങിയില്ല.

ഭ്രാന്തായി അഭിനയിക്കാതിരുന്നാൽ മതിയായിരുന്നു എന്ന് ഇപ്പോൾ എനിക്കു തോന്നുന്നു. കൂട്ടത്തിൽ നിഷേധിക്കുകയും ചെയ്യുക, ഗോപകുമാറിനെ കൊന്നത് ഞാനല്ലെന്ന്. അങ്ങനെ ചെയ്തിരുന്നെങ്കിൽ ഒന്നുകിൽ കൊലക്കുറ്റം, തെളിവുകളുടെ വെളിച്ചത്തിൽ, എന്റെ തലയിൽത്തന്നെ ഉറച്ചു വീഴുമായിരുന്നു.

അങ്ങനെ വന്നാലും അരവിന്ദൻ ഇടയിൽ കടക്കുമായിരുന്നില്ലേ? പക്ഷെ, കുറ്റക്കാരി ഞാനാണെന്ന് തെളിയിക്കാൻ പോലീസിനു കഴിഞ്ഞെങ്കിൽ മാത്രമേ അരവിന്ദൻ ഇടയിൽ കടക്കുമായിരുന്നുള്ളു. കുറ്റം തെളിയാതെ പോയെങ്കിൽ അരവിന്ദൻ മൗനം പാലിക്കുമായിരുന്നു.

അരവിന്ദൻ വെളിപ്പെടുത്തിയ കാര്യങ്ങളുടെ വെളിച്ചത്തിൽ ഗോപകുമാർ തീർച്ചയായും മരണശിക്ഷക്ക് അർഹനാണ്. കുറ്റം തെളിയാതെ പോയെങ്കിലും ഒരു കുഴപ്പവുമില്ലായിരുന്നു.

എന്റെ മരണമോഹമാണ് എല്ലാം കുഴപ്പത്തിലാക്കിയത്. ഇനിയിപ്പോൾ മരിക്കാനും വയ്യാതായിരിക്കുന്നു. മീനയെ വളർത്തേണ്ട ചുമതല എന്റെ ശിരസ്സിലായിരിക്കുന്നു. ആർട്ടിസ്റ്റായിത്തന്നെ തുടരുകയല്ലാതെ മറ്റു പോംവഴിയില്ല.

നാളെ അല്ലെങ്കിൽ അതിനടുത്ത ദിവസം ഞാൻ ഇവിടന്ന് മോചിതയാകും. സംഭവത്തിന്റെ യഥാർത്ഥ ചിത്രവും വിചാരണയുടെ റിപ്പോർട്ടുകളും വാർത്തയായി വരും. അത് സിനിമയാക്കാൻ നിർമ്മാതാക്കളും വിതരണക്കാരും മത്സരിച്ചു കൂടായ്കയുമില്ല!

അങ്ങനെ ഒരിക്കൽക്കൂടി ഞാനൊരു സ്നേഹത്തിന്റെ തണലിലായിരിക്കുന്നു, ഡോക്ടർ. സ്നേഹം എന്നും എനിക്കു കാനൽത്തുള്ളികൾ പോലെയാണ് ലഭിച്ചിട്ടുള്ളത്. മഴ പെയ്യുമ്പോൾ ഇല്ല. മഴ പോയാൽ ഓർക്കാപ്പുറത്ത് കാനൽത്തുള്ളികൾ. കൂമ്പൊടിയും വിധം വീഴുന്ന കനത്ത തുള്ളികൾ. ഹാവൂ, വെള്ളം കിട്ടിയെന്ന് ഞാൻ ആശ്വസിക്കുന്നതിനകം ഒരു തുള്ളിയും വീഴാതെയാകും. മഴയുടെ സംഗീതത്തിനു ശേഷമുള്ള പിഴച്ച താളമായി വീഴുന്ന കാനൽത്തുള്ളികൾ.

മീനയുടെ കാര്യമെടുക്കൂ. എനിക്കവളെ പ്രാണനു തുല്യം സ്നേഹമാണ്. പക്ഷെ, അവൾക്ക് മനസ്സിലാവും, ഇന്നല്ലെങ്കിൽ നാളെ, ഞാൻ ആരെന്ന്. അവളുടെ അച്ഛൻ എന്നെ രക്ഷിക്കാനായി കൊലക്കയറിൽ തൂങ്ങിയെന്ന്. അല്ലെങ്കിൽ ജീവപര്യന്തം ജയിലിൽ കഴിയുന്നുവെന്നു. അവൾക്ക് എന്നെ സ്നേഹിക്കാൻ കഴിയില്ല. എനിക്കവളെ സ്നേഹിക്കാതിരിക്കാനും കഴിയില്ല. വഴിയിൽ വെച്ച് പരിചയപ്പെട്ട ഒരാളെന്നതിലുപരി ഞാൻ അവളുടെ ആരുമല്ല എന്ന് അവൾക്കറിയാം. പോരെങ്കിൽ ഞാൻ അവളുടെ മുഖം മാന്തിക്കീറി വികൃതമാക്കാൻ ശ്രമിച്ചിട്ടുണ്ട്!

അതും മതിയായില്ലെങ്കിൽ ഞാൻ ഒരു കണിശക്കാരിയായ അമ്മയാകാനാണ് പോകുന്നത്. അവളുടെ അഭിനയം നിർത്തും. നിർമ്മാതാക്കളും ആരാധകരും അവൾക്ക് നല്കുന്ന ചോക്ളേറ്റും ടോഫിയും ഇല്ലാതാവും. അവൾക്ക് സ്കൂളിൽ പോകേണ്ടിവരും. ഇതൊന്നും അവൾക്ക് ഇഷ്ടമാകാൻ പോകുന്നില്ല. പില്ക്കാലത്ത് അവളോട് ആരെങ്കിലും ചോദിച്ചാൽ അവൾക്ക് വ്യക്തമായ ഒരു മറുപടിയുണ്ടാവും: "സുനന്ദച്ചെറിയമ്മയോ? അവരൊരു അസത്തായിരുന്നു..."

ഞാൻ കാണുന്നുണ്ട് ഈ ചിത്രവും എന്റെ മനസ്സിൽ. പ്രതീക്ഷിക്കാനൊന്നുമില്ല.

സ്ത്രീപുരുഷ ബന്ധത്തിന്റെ ചുവടു പിടിച്ചാണെങ്കിൽ എനിക്ക് ആരെയെങ്കിലുമൊക്കെ കൂട്ടിന് നാളേയും കിട്ടിയെന്നു വരും. പക്ഷെ, അതെനിക്ക് സാധിക്കില്ല.

അങ്ങനെയൊരു ബന്ധത്തിന്റെ ചുവടുപിടിച്ചല്ലാതെയുള്ള സ്നേഹം ഈ ഭൂമിയിൽ ഈ കാലത്ത് പ്രയാസമാണെന്ന് ഞാൻ കാണുന്നു. ആളുകൾ തമ്മിൽ അത്രയ്ക്കകന്നുപോയി. തൻകാര്യം മുൻകാര്യമായിപ്പോയി. കുറ്റം പറഞ്ഞിട്ട് കാര്യമില്ല, നിലനില്പിന്റെ പ്രശ്നമാണ്, എനിക്കറിയാം.

സ്നേഹിക്കാൻ ആരുമില്ലാത്ത നിലനില്പ് മരണത്തേക്കാൾ കഷ്ടമാണെന്ന് ഡോക്ടർക്കറിയാമോ? മരിക്കാൻ ഇനി എനിക്ക് സ്വാതന്ത്ര്യവുമില്ല.

മറ്റു പ്രശ്നങ്ങളും വരാനിരിക്കുന്നു. അമ്മയ്ക്ക് മീനയെ ഇഷ്ടമാവില്ല. തീർച്ചയാണത്. അമ്മയെ പിരിച്ചയക്കേണ്ടിവരും. അല്ലെങ്കിലും അതൊരു ആവശ്യമാണ്. അതു ചെയ്തില്ലെങ്കിൽ ഗോപകുമാർ ചരിത്രം ഇനിയുമുണ്ടാവും.

ഇത്രയുമെത്തിയപ്പോഴാണ് ഞാൻ ആലോചിച്ചത്: ഈ കുറിപ്പുകൾ ഇനി താങ്കൾക്ക് തരുന്നതുകൊണ്ട് ഒരു പ്രയോജനവുമില്ല. എന്തു ഉദ്ദേശ്യത്തോടെ ഇത് എഴുതിത്തുടങ്ങിയോ, ആ ഉദ്ദേശ്യം ഇപ്പോൾ ഇല്ല. താങ്കളുടെ വിലയേറിയ സമയം ഞാൻ നശിപ്പിക്കുന്നില്ല.

പകരം, ഞാൻ ഉദ്ദേശിക്കുന്നത് ഈ കുറിപ്പുകൾ ഏതെങ്കിലും നിർമ്മാതാവിന് വില്ക്കാനാണ്. മീനയുടെ പേരിലുള്ള ആദ്യത്തെ ബാങ്കുനിക്ഷേപം അവളുടെ വളർത്തമ്മയുടെ ഗതികേടിന്റെ കഥയുടെ വില്പനയിൽനിന്നുതന്നെയാകട്ടെ.

ആരിൽനിന്നും ഒന്നും ഒളിച്ചുവെക്കാനില്ലെന്ന ഭാഗ്യമേ എനിക്കുള്ളു. അതുതന്നെയായിരിക്കാം ഒരു വേള എന്റെ ഏറ്റവും വലിയ നിർഭാഗ്യവും.